பரசுராமன்

பரசுராமன்

வித்யா சுப்ரமணியம்

Pustaka
EBooks | Audiobooks | Paperback

முதற்பதிப்பு: 2023

First Edition: 2023

Parasuraman

பரசுராமன்

Vidya Subramaniam

வித்யா சுப்ரமணியம்

ISBN: 978-93-95441-93-3

Pustaka

EBooks | Audiobooks | Paperback

Pustaka Digital Media Pvt. Ltd.
#7-002, Mantri Residency,
Bannerghatta Main Road, Bengaluru - 560 076
Karnataka, India
+91 7418555884

பரசுராமன்

முன்னுரை

வணக்கம்,

நான் வித்யா சுப்ரமணியத்தின் இரண்டாவது மகள் கவிதா. எனக்கும் எழுதுவதற்கும் ரொம்ப தூரம், ஆனால் அம்மா என்னை எப்பொழுதும் எழுதக்கூறுவாள். எல்லா மனிதருக்குள்ளும் எராளமான கதைகள் இருக்கின்றன. முயற்சி செய்தால் எல்லாருமே எழுதலாம் என்பாள். ஆனால் எனக்கு ஆர்வமில்லை.

சரி கதை எழுதவேண்டாம், பரசுராமன் நாவலுக்கு முன்னுரையாவது எழுதேன் என்று சொன்னாள். சரி முயற்சி செய்கிறேன் என்று சொன்னேன்.

பரசுராமனைப் பற்றி சொல்வதுக்கு முன்னால் சூர்யகாயத்திரி என்ற மலையாளப் படம் பற்றியும் சொல்லவேண்டும். மிக நல்ல படம் அது. அப்பாவிற்கும் மகனுக்கும் இடையில் உள்ள உறவை அவ்வளவு அழகாக காட்டியிருப்பார்கள். அந்தப் படத்தை பார்த்துவிட்டு அம்மாவும் அக்காவும் மிகவும் ஷாக்காகிவிட்டார்கள். அந்த படத்தின் முதல பகுதியில் காணும் அப்பா மகன் உறவு, பரசுராமன் நாவலில் இருப்பது போலவே உள்ளதாக பேசிக்கொண்டு இருப்பார்கள். அந்தப்படமும் சரி, அம்மாவின் இந்த நாவலும் சரி ஒரே காலக்கட்டத்தில் எழுதப்பட்டவை எனது ஆச்சரியமான விஷயம். ‘Great Men Think Alike’ என்று சொல்லுவார்கள். நாவளா அல்லது சினிமாவா எது பெட்டர் என்ற விவாதமும் வீட்டில் நடக்கும். அப்பொழுது நான் படமும் பார்த்ததில்லை இந்த நாவலையும் படிக்கவில்லை. இப்பொழுது அதையும் பார்த்தாச்சு இதையும் படித்துவிட்டேன். உண்மையிலேயே எது பெட்டர் என்று சொல்வது மிகவும் கடினம்.

ஆனால் `பரசுராமன்' எனக்கு மனதுக்கு மிகவும் பிடித்த நெருக்கமான நாவல்.

இந்தக் கதையில் வரும் அனந்தகிருஷ்ணன் கதாபாத்திரம் எனக்கு மிகவும் பிடிக்கும். காரணம் அந்தக் கதாபாத்திரத்தில் நான் என் அம்மாவைப் பார்க்கிறேன்.

சிறுவயதில் என்னையும் அக்காவையும் கபாலி கோவிலுக்குக் அழைத்துச் செல்வாள். இந்தக் கதையில் வருவது போலவே பிரகாரம் சுற்றி முடித்துவிட்டு கிரி டிரேடிங்கில் நாங்கள் பாடல் காஸெட்ஸ் வாங்குவோம்.

இந்தக் கதையில் பரசுராமனோடு அனந்தகிருஷ்ணன் பேசும் விஷயங்கள் போலதான் அம்மா என்னோடும் அக்காவோடும் பேசுவாள். அதே மாதிரி மிகவும் சினேகிதமாக.

எனக்கு நெருக்கமான நண்பர்கள் மிகவும் குறைவு. கல்லூரியில் முதலாமாண்டு படிக்கும்போது நான் மிகவும் கஷ்டப்பட்டேன். நண்பர்கள் சரியாக அமையவில்லை. வகுப்பில் மற்றவர்களோடு சினிமாவுக்குக்கூட போகமாட்டேன். பரசு மாதிரி வீட்டில் அம்மாவோடு இருப்பதையே நான் விரும்புவேன். பரசுவைப்போல் நானும் என் அம்மாவை எல்லாரிடமும் தேடுவேன். அம்மா என்னிடம், தான் படிக்கும் காலத்தில் கல்லூரிக்கு கட் அடித்துவிட்டு சினிமாவுக்குப் போன கதையெல்லாம் சொல்லி என்னைக் கிண்டல் செய்வாள்.

அனந்தகிருஷ்ணன் பரசுவுக்கு சொன்னதைத்தான் என் அம்மாவும் எனக்குக் கூறினாள். சக மனிதர்களை அவரவருடைய தனிப்பட்ட குணங்களுடன் ஏற்கவேண்டும் எல்லாரும் ஒரேபோலிருந்தால் வாழ்க்கை மிகவும் போரடிக்கத் துவாங்கிவிடும் என்பாள். எல்லோரிடமும் உள்ள நல்லதை மட்டும் நாம் எடுத்துக்கொள்ள வேண்டும் என்பாள்.

இந்தக் கதையின் நாயகன் பரசுராமனை போலவே எனக்கும் கற்பகாம்பாள் மீது அளவு கடந்த அன்பும் பக்தியும் உண்டு. பரசுராமனைப் பார்த்தால், கற்பகாம்பாள் அவன் கனவில் எல்லாம் வருகிறாளே என்று. பொறாமையாக இருக்கும்

எனக்கு. ஆனால் பரசுரமனுக்கு மைலாப்பூரில் இருக்கும் ஒரு கற்பகத்தைத்தான் தெரியும் ஆனால் எனக்கு இன்னொரு கற்பகத்தையும் தெரியும். என் அம்மாவின் தொட்டில் பெயர் கற்பகவல்லி. எனக்கு இரண்டு பேருமே ஒன்றுதான்.

பரசுராமனை நீங்களும் படித்து மகிழுங்கள்.

இப்படிக்கு,
கவிதா சுப்ரமணியம்.

அத்தியாயம் 1

பரசுராமன் கற்பகவல்லியை உற்றுப்பார்த்தான். கண்கள் கூசியது. என்ன ஒளி! என்ன காந்தி! எத்துணை காருண்யம்! நீண்ட விழிகளில் தெரிந்த ஒளி எதிராளியைத் தாக்கியது. இந்த ஒளியைத் தாங்கிக்கொள்ள நீலகண்டனால் மட்டுமே முடியும். இவளை அடக்கியாளவும் அவனால் மட்டுமே முடியும். இடபாகம் கொடுத்தவன் அவனே. இவளின்றி அவனில்லையாம். ஆணுக்குப் பெண் சமம் என்பதை அன்றே உணர்த்திய அர்த்தநாரீஸ்வர வடிவம்.

"ஆடும் மயிலாய் உருவெடுத்து அன்று
இறைவன் திருத்தாள் நாடி அர்ச்சித்த
நாயகியாய் நின் நாமங்களைப் பாடி
உருகிப் பரவசமாகும் அப்பாங்கெனக்கு
அருள்வாய் காடெனவே பொழில்சூழ் மயிலாபுரிக் கற்பகமே."

நடையில் யாரோ சத்தமாகப் பாடினார்கள். பரசுராமன் கண்மூடி நின்றான். உள்ளே கற்பூர ஒளி தெரிந்தது.

"பரசு... கற்பூரம் ஒத்திக்கோப்பா..." அப்பா அசைக்க பரசு கண்திறந்தான். கற்பூரம் தொட்டுக் கண்ணில் ஒற்றிக்கொண்டான்.

சுந்தரம் ஐயர் அர்ச்சனைத்தட்டு கொண்டுவந்து நீட்டினார்.

"இது எத்தனாவது வயசு?"

"யாருக்கு? எனக்கா இவனுக்கா?"

"பரசுவைத்தான் கேட்டேன். இவன் நட்சத்திரம்தானே இன்னிக்கு?"

"பதினெட்டு முடியறது."

"இப்பதான் குப்புறக் கவுந்துண்டா மாதிரி இருக்கு. அதுக்குள்ள பதினெட்டாயாச்சா?"

"அதுக்கென்ன, வேணும்னா ஒருமுறை மாமாவுக்கு குப்புறக் கவுந்து காமிடா பரசு."

அப்பா சொல்ல பரசுவுக்குச் சிரிப்பு வந்தது.

"இந்த குறும்புக்கு குறைச்சலில்லை. அதுசரி, உனக்கென்ன வயசு இப்பொ?"

"எனக்கு இருபத்திரண்டாவது வயசுல பரசு பொறந்தான்னா எனக்கென்ன வயசிருக்கும் இப்போ?"

"நாப்பதாறதா உனக்கு? ஆச்சர்யம்தான்!"

"ஏன், நானும் இப்பதான் குப்புறக் கவுந்துண்டா மாதிரி இருக்கா?"

"ஏண்டா பரசு, உங்கப்பனைப் பார்த்தா எவ்ளோ வயசு சொல்லுவா?"

பரசு அப்பாவைப் பார்த்தான்.

பழுக்க ஆரம்பித்திருந்த தக்காளியின் நிறம், ஐந்தரையடி உயரம், செழுமையான தோள்கள், அழுத்தமான உருண்டைக் கரங்கள், தொப்பையில்லாத வயிறு, கருத்த மீசை, நரை விழாத பம்மென்ற கேசம், சில்வர் ஃபிரேமிட்ட மூக்குக்கண்ணாடிக்குள் தீர்க்கமான கண்கள், சிவந்த உதடுகள். முப்பது வயசுக்குமேல் சொல்லிவிடமுடியாத உருவம். பரசு பிரமித்தான். இத்தனை நாளில்லாமல் இன்றுதான் புதுசாய்ப் பார்ப்பதுபோல் பார்த்தான்.

"என்னடா அப்டி பார்க்கற? ரெண்டுபேரும் நடந்து போனா அண்ணா தம்பியான்னு கேப்பா."

"கேட்டா ஆமாம்னு சொல்லிண்டா போச்சு."

"இந்த இளமைக்கு என்னடா ரகசியம்?"

"கோபுரம் பூசு மஞ்சள்தூள்?"

"உன்னைக் காட்டிலும் உன் பிள்ளை பரமசாதுடா அனந்து."

"அப்டியாடா பரசு? நீ சாதுவா?"

பரசு பதில் சொல்லாமல் சிரித்தான். இந்த அப்பாவால் எப்படி இப்படி எப்போதும் கலகலப்பாயிருக்க முடிகிறது என்று வியந்தான். ஒருக்கால் இவருடைய இளமைக்கு இந்த கலகலப்பும் கல்மிஷமில்லாத சிரிப்பும்தான் காரணமோ? சின்ன வயதில் இவர் எப்படியிருந்திருப்பார், உல்லாச மனிதராக கவலைகளற்று ஆட்டமும் பாட்டமுமாயிருந்திருப்பாரா? அம்மாவும் இவருக்கு சமமாய், சிரிக்கச் சிரிக்கப் பேசுபவளா அல்லது உம்மணாமூஞ்சியா?

பரசுவுக்கு நினைவு தெரிந்த நாளாக போட்டோவில் மட்டுமே அம்மாவைப் பார்க்கிறான். பூஜையறையில் படமோடு படமாக சந்தனமாலை சகிதமிருந்த அம்மாவின் முகத்திலிருந்து அவள் சுபாவத்தை அறிய முடியவில்லை. ஆனால் அப்பாவுக்கு நிகரான அழகி என்பது மட்டும் நிஜம். அம்மாவோடு வாழ அப்பாவுக்கு அதிர்ஷ்டமில்லையா? அல்லது இவரோடு வாழ அவளுக்குக் கொடுப்பினையில்லையா? என்ற கேள்வி பரசுவுக்குள் அடிக்கடி எழும்.

"என்னடா யோசனை?" அப்பா நடந்துகொண்டே கேட்டார்.

"ம்...? இல்ல... சுந்தரம் மாமா சொல்றது நிஜம்தான். என் ஃபிரண்ட்ஸ்கூட அடிக்கடி சொல்லுவா."

"என்னன்னு?"

"உங்கப்பா உன்னைவிட ஸ்மார்ட்டா இருக்கார்னு. ஆச்சர்யம்தான். எப்படிப்பா இவ்ளோ ஜாலியா இளமையா இருக்க?"

"ரொம்ப சிம்பிள். சிரிக்கணும், சந்தோஷமா இருக்கணும். சிரிப்புல கபடு சூது இருக்கப்படாது. பிறத்தியார் உசந்தா, வாயார வாழ்த்தத் தெரியணும். அதோட நகைச்சுவை உணர்ச்சியும் கொஞ்சம் இருக்கணும். பிறத்தியாரைக் காயப்படுத்தாம ஜோக்கடிக்கணும்."

"இதெல்லாம் ரொம்ப சுலபமா? சுலபம்னா ஏன் எல்லாரலயும் இது முடியலை? அதுவும் நகைச்சுவை உணர்ச்சிங்கறது எல்லாருக்கும் இருந்துடுமா என்ன? உன்னைவிட எனக்கே அது கம்மிதான். உன்னைப் பார்த்தா எனக்கே சிலநேரம் பொறாமை வரதுப்பா."

"சரிதான், இன்னிக்கு இந்த சுந்தரம் மாமா கைங்கர்யத்துல உனக்கு என்னமோ ஆய்டுத்து. இரு, புதுசா கேஸட் என்ன வந்திருக்குன்னு பார்ப்போம்."

அப்பா பிரகார மூலையிலிருந்த கேசட் கடைக்குள் நுழைந்தார். அப்பாவைப் பார்த்ததும் விற்பனைப் பெண்கள் சுறுசுறுப்பானார்கள். புது ஆல்பங்களை எடுத்துக் காட்டினார்கள்.

"டி.வி சங்கரநாராயணன் கேஸட் புதுசா வந்திருக்கு. பார்க்கறேளா சார்?" விற்பனைப் பெண் டபுள் ஆல்பம் ஒன்றை நீட்டினாள்.

அப்பா என்னென்ன பாட்டு என்று படித்துப் பார்த்தார். வயலின் யார் என்று பார்த்தார்.

"சரி எடுத்துக்கறேன்" என்றவர் மேல்வரிசையிலிருந்து எம்.டி. ராமநாதன், செம்மங்குடி என்று இரண்டு மூன்று பொறுக்கி எடுத்துக்கொண்டார்.

கத்ரி கோபால்நாத்தின் சா/க்ஸ், காஸெட்டும் கேட்டு வாங்கிக்கொண்டு பில் போடச் சொன்னார்.

மாதம் தவறினாலும் அவர் முன்னூறு நானூறு ரூபாய்க்கு காஸெட் வாங்குவது தவறுவதில்லை. அவர் வீட்டிலிருக்கும் நேரம், காரில் போகும் நேரம், எல்லாம் மெல்லிய ஸ்தாயியில்

பாட்டு கேட்டுக்கொண்டேயிருக்க வேண்டும் அவருக்கு. காதைப் பிளக்கும் வாத்தியங்களின் இரைச்சலோடு சினிமாப் பாட்டு கேட்டால் முகம் சுளிப்பார். அதற்கென்று சினிமா சங்கீதத்தை வெறுப்பவரும் இல்லை.

நல்ல இசையும், நல்ல அர்த்தமும் சேர்ந்த பாட்டுக்களை மட்டும் விரும்பிக் கேட்பார். ஒரு மேடைக் கச்சேரி பண்ணும் அளவுக்கு அவருக்கு சங்கீத ஞானமும் குரலும் இருந்தது. சின்ன வயதில் கோயில் மேடைகளில் பாடியவர்தான். அம்மா செத்துப்போனபிறகு பாடுவது குறைந்து விட்டது என்று அவரே ஒப்புக்கொள்வார்.

"இளமை எப்டி நிலைச்சு நிற்கும்னு கேட்டயே பரசு. இளமை ஸ்திரம் கிடையாது. ஆனா முதுமையைத் தள்ளிப் போடலாம். அது நம்ம கைலதான் இருக்கு. மனசு சுத்தமார்ந்தா முகம் பொலிவோட இருக்கும். மனசு லேசாகணும்னா, பிரச்னைகளில் மூழ்கிப் போகாம இருக்கணும்னா அதுக்கு ஒரே மருந்து சங்கீதம்தான்.

சங்கீதம் கேட்கக் கேட்க துக்கம் குறையும். மனசு லேசாகும். அலம்பி விட்டாப்பல ஒரு சுகந்தமிருக்கும். நல்ல சங்கீதம் மனசைப் பதப்படுத்தும். மிருகத்தனத்தை குறைக்கும், துர் எண்ணங்களை எரிக்கும். மனிதத்தை அதிகப்படுத்தும். சங்கீதத்தை நேசிக்கறவாளுக்கு சங்கீதம்தான் மருந்து. அவாளுக்கு டாக்டரே வேண்டாம். சில ராகங்களுக்கு சில வியாதிகளை குணப்படுத்தற சக்தியிருக்குன்னுகூட கண்டுபிடிச்சிருக்கா தெரியுமோ?"

"பின்ன ஏம்ப்பா நீ பாடறதை நிறுத்திட்ட? கேக்கறதுனால கிடைக்கற சுகம் பாடறதுல கிடைக்கலைன்னா?"

"யார் சொன்னா? கேக்கறதுல ஒரு சுகம்னா, பாடறது அதைவிட சுகமான விஷயம்."

"அப்பொ பாட வேண்டியதுதானே, ஏன் வேண்டாம்னு வெச்ச?"

"ரசிச்சு கேக்க ஆளில்லையேன்னுதான்" அப்பா சிரித்தார்.

"ஏன்... நா கேக்க மாட்டேனா?"

"கேப்ப. ஆனா உங்கம்மா கேக்கற விதமே தனி. நா பாடி அதை அவ ரசிக்கறா மாதிரி யாராலயும் முடியாது."

அப்பா புன்னை மரத்தடியில் உட்கார்ந்து கொண்டு கண்களை மூடிக்கொண்டார்.

உள்ளே... மொட்டை மாடியும், பௌணர்மி நிலவும், கண் சிமிட்டின. நட்சத்திரக் கூட்டமும் ஒருக்களித்து பாயில் படுத்திருந்த மனைவியின் உருவமும் தெரிந்தது.

"என்ன பாட்டு பாடட்டும்?"

"எது வேணா."

"உனக்கு பிடிச்சது சொல்லு."

"அந்த மீரா பஜன் சாங்? துமபினு மோரே." அவர் கண்மூடிக் கொண்டு தொண்டை சரிசெய்து பாட ஆரம்பிக்க அவள் எழுந்து உட்கார்ந்து மடியில் தலையணை வைத்து அதில் கை ஊன்றி, ஊன்றியகையில் முகம்தாங்கி கண்மூடி, தலையாட்டி ரசிக்கிறாள்.

'மீரா... கே பிரபு...' குரல் சன்னமாய் உச்சஸ்தாயியைத் தொட்டு இழைந்து குழைய.... அவள் கண்களிலிருந்து கண்ணீர் உருளுகிறது. 'யப்பா.... என்ன சுகம்.... என்ன குரல்... என்னமா பாடறது என் செல்லம்....' பாட்டு முடிந்ததும் சட்டென்று அவரைக் கட்டியணைத்து பாடின வாயில் இதழ் பதித்து.....

அவர் சின்னச் சிரிப்போடு கலைந்தார். பரசுராமன் அந்த சிரிப்பை வினோதமாகப் பார்த்தான். உள்ளே ஓடின எண்ணங்கள் சரியாகத் தெரியாவிட்டாலும் அப்பாவின்

நினைவில் இப்போது அம்மா இருக்கிறாள் என்பது மட்டும் புரிந்தது. அம்மாவை அவர் அதிகம் நேசித்திருக்கக்கூடும். அதைவிட அம்மா அவரை அதிகம் நேசித்திருக்கக்கூடும். அந்த நேச நினைவுகள் இப்போது இந்த நெஞ்சில் அலைமோதுகிறது போலும். உள்ளே உட்கார்ந்து அம்மா பாட்டு கேட்கிறாளா? அதுதான் சிரிப்பா? இந்த நேசத்தினால்தான் இன்னொரு கல்யாணம் வேண்டாம் என்று விட்டாரா?

"போலாமாப்பா...?" அவர் எழுந்து கொண்டார்.

"அம்மா மேல உங்களுக்கு ரொம்ப பிரியமா?"

"இருக்காதா பின்ன?"

"அதுனாலதான் ரெண்டாம் கல்யாணம் பண்ணிக்கலையா?"

அவர் திகைப்போடு அவனைப் பார்த்தார்.

அத்தியாயம் 2

“ஏம்ப்பா இன்னோரு கல்யாணம் பண்ணிக்கலை நீ? அம்மாமேல இருந்த பாசமா, இல்ல என்மேல இருந்த அக்கறையா?” பரசு மீண்டும் கேட்டான்.

“இன்னோரு கல்யாணம் பண்ணிண்டு இருந்தா இது இரண்டும் இல்லைன்னு ஆய்டுமா?” அப்பா எதிர்க்கேள்வி கேட்டார். பரசுவால் பதில் சொல்ல முடியவில்லை.

“பின்ன ஏன் பண்ணிக்கலை?”

“ஏன்னா... உங்கம்மாக்கு அப்பறம் என் மனசு யார்கிட்டயும் வசப்படலை அதான் காரணம்.”

“அதாவது உன் மனசுக்கு பிடிச்சாப்பல யாரும் கிடைக்கலங்கறயா?”

அப்பா சிரித்தார்.

“கரெக்ட்” என்றார்.

“அம்மாவை எப்படி பிடிச்சுது உனக்கு? அவகிட்ட அப்டி என்ன விசேஷம்? காதல் கல்யாணமா உங்களோடது?”

“சில விஷயங்களுக்கு காரணமே சொல்ல முடியாது. ஏன் ஒருத்தரை பிடிக்கறது, ஏன் ஒருத்தரைப் பிடிக்கலைங்கறதுக்கெல்லாம் சரியான காரணம் சொல்ல முடியாது.”

“அம்மா ரொம்ப அழகாதான் இருக்கா போட்டோல... குணமும் அப்டியே இருந்துதா?”

“நூத்துக்கு நூறு பர்ஸன்ட் நல்லவளும் இல்லை. அதேமாதிரி பொல்லாதவளும் இல்லை. ஆசாபாசங்கள் நிறைஞ்சவ. சில குறையும் உண்டு. நிறையும் உண்டு.”

"குறைன்னா?"

"தன் வீடு, தன் குடும்பம், தன் குழந்தைங்கற சின்ன வட்டம் போட்டுண்டு வாழதான் அவளுக்கு பிடிச்சுது."

"இது தப்பா?"

"தப்புதான். இந்த சின்ன வட்டத்துல சுயநலம் மட்டும்தானே இருக்கும்? புத்தியும் எண்ணமும் குறுக்கிட்டா அது குறையில்லையா?"

"அந்தக்குறை உன்னையோ பிறத்தியாரையோ பாதிச்சிருக்கா?"

"பாதிக்கிற அளவுக்கு நான் விடலையே. தராசுத் தட்டுல ஒண்ணுல குறைஞ்சதை இன்னோண்ணுல வெச்சு சமன்படுத்திட்டேன். அவ வீட்டுமேல வெச்சிருந்த அன்பை நா வெளி உலகத்துலயும் செலுத்தி அந்த குறையை மறைச்சுட்டேன்."

"இப்பவும் புரியலைப்பா. அப்படின்னா அம்மா பொல்லாதவங்கறயா?"

"நிச்சயமா அப்படி சொல்லலை. பொம்மனாட்டிங்கறவ வீட்டை நேசிக்கறா மாதிரி வெளி உலகத்தையும் நேசிக்கணும். உதாரணமா எங்கயோ ஏர்கிராஷ் இருநூறு பேர் செத்துட்டான்னா எனக்கு மனசு துடிக்கும். சாப்பாடு இறங்காது. ஆனா உங்கம்மா அதை லட்சியமே பண்ணமாட்டா. அவளுக்கு வலிச்சாதான் வேதனைங்கறது அவ சுபாவம். அக்கம்பக்கம் ஆபத்துன்னா நா ஓடுவேன், உதவி செய்ய. நமக்கெதுக்கு வம்புன்னுவா உங்கம்மா. இது ஒரு குறைதான். ஆனா இதனால் அவ ராட்சசின்னு அர்த்தமில்ல. அவ வளர்க்கப்பட்ட விதம் அப்டி. நாலு பேர்க்கு உதவறதுகூட வம்புன்னு அவ புத்தியில ஏத்தப்பட்டிருக்கு. அவ இன்னும் வாழ்ந்திருந்தா அவளோட இந்த சுபாவத்தை நிச்சயம் மாத்திருப்பேன். அதுக்குள்ள போய்ச் சேர்ந்துட்டா..."

"எப்டி செத்தா?"

"உனக்கு ரெண்டு வயசாயிருந்தப்போ அவளுக்கு மஞ்சக்காமாலை வந்தது. வந்ததே வெளில தெரியாம உள்ளுக்குள்ளே முத்தி, ஆளையே வாரிண்டு போய்டுத்து"

"அந்த துக்கத்தை எப்டிப்பா சமாளிச்ச?"

ஜாதஸ்ய ஹி த்ருவோ ம்ருத்யுர் த்ருவம்
ஜன்ம ம்ருதஸ்ய ச தஸ்மாத் அபரிஹார்யே அர்த்தே
ந த்வம் ஸோசிதம் அர்ஹஸி

"பிறந்தவனுக்கு மரணம் நிச்சயம். மரணத்துக்கு பின்னால் பிறப்பும் நிச்சயம். ஜனன மரணத்தால பாதிக்கப்படாம உன் கடமையைச் செய்! இது கீதை சொல்ற வேதம். என் துக்கத்தை சமாளிக்க இது உதவித்து."

பரசு அப்பாவை பிரமிப்போடு பார்த்தான். அப்பாவின்மீது இன்னும் அன்புகூடியது. அப்பா அவனை பிள்ளையாய் மட்டும் நினைக்கவில்லை. சிநேகிதனாகவும் பாவித்துத்தான் வளர்த்தார். எந்த விஷயத்தைப்பற்றியும் அவரோடு பயமின்றிப் பேசமுடியும் அவனால். தன் கருத்துக்களை பளிச்சென்று சொல்லும் சுதந்திரத்தை அவனுக்குக் கொடுத்திருந்தார்.

ராமாயணத்துல ராமன் சீதையைக் கடசில காட்டுக்கு அனுப்பினது சரிதானா என்பதிலிருந்து இன்றைய இட ஒதுக்கீடு பிரச்சனைவரை அவரோடு சகஜமாய் உரையாட முடியும். அவனுடைய கருத்துக்களை அவர் மதித்தார். காது கொடுத்துக் கேட்டார். ஏற்றுக்கொள்ள முடியாதவற்றிற்கு பக்குவமாக மறுப்பு கூறுவார். மொத்தத்தில் பரசு அப்பாவுடன் இருப்பதை அதிகம் விரும்பினான்.

"என்னடா யோசனை...?"

"ஒண்ணுல்ல. உங்களுக்குத் தெரியுமா? மரணத்துக்கு அழாதேன்னு சொன்ன கிருஷ்ணன்தான் அபிமன்யு செத்தப்பொ முதல்ல அழுதானாம்."

அப்பா சிரித்தார்.

"அழறது வேற, ஸ்தம்பிச்சு அடுத்த கடமையைப்பத்தி நினைக்காம நின்னுடறது வேற! அழுகை பாசத்தோட வெளிப்பாடு. எந்த துக்கமும் மிஞ்சிப்போனா பத்துநாள்தான். போலாமா?" அப்பா எழுந்துகொள்ள பரசுவும் எழுந்தான். ராதா சில்க் அருகே நிறுத்தியிருந்த காரை நோக்கி நடந்தார்கள்.

"நீ ஒரு ஆட்டோ பிடிச்சு வீட்டுக்குப் போ பரசு. நா அட்வகேட்டை பார்த்துட்டு வரேன்."

"எனி பிராப்லம்ப்பா?"

"வந்து சொல்றேன்."

வண்டி வட்டமடித்து, புறப்பட்டு மறையும்வரை பார்த்தான் பரசு.

ஆட்டோ எதற்கு? பஸ்ஸில் போனால் என்ன என்று தோன்ற, குளக்கரையை நோக்கி நடந்தான். நவராத்திரி சமயமானதால் வடக்கு மாடவீதி நெடுக கடைக்காரர்கள் பிளாட்பார கொலு வைத்திருந்தார்கள். வண்ணவண்ண பொம்மைகளின் அழகு கண்ணைப்பறித்தது. பெண் இல்லாத காரணத்தால் அவன் வீட்டில் கொலு வைத்ததே இல்லை. அம்மா இருந்தவரை வைத்தாளா என்று தெரியவில்லை.

அம்மா அவனுக்குத் துணையாய் இன்னொரு மகனையோ மகளையோ பெற்றுவிட்டுப் போயிருக்கக்கூடாதா என்று தோன்றியது. அம்மாவின் திவசத்தின்போது மட்டும் அம்மா வழி உறவினர்கள் வந்து போவார்கள்.

மாமா, மாமி, அம்மாவின் சகோதரிகள் இருவர், அவர்கள் குழந்தைகள் என்று கொஞ்சம் வீடு கலகலப்பாக இருக்கும்.

திவசத்திற்கு முதல்நாள் வந்தால், திவசம் முடிந்த மறுநாள் கிளம்பிவிடுவார்கள். இன்னும் நாலுநாள் இருக்கலாமே என்றாலும் இருக்க மாட்டார்கள். போனவருட திவசத்திற்கு மாமா மாமி மட்டுமே வந்தார்கள். பரசுவுக்கு யாரோடும் அதிகம் பழக்கமில்லை.

வருடத்திற்கொருமுறை வந்து இரண்டுநாள் தங்கிச் செல்பவர்களிடம் நெருங்கிப் பழகவும் இயலவில்லை. வருடம் பூராவும் சமைக்கும் அன்னம் மாமிக்கு அன்று மட்டும் ஓய்வு. மாமாவின் மனைவிதான் திவசத்தன்று சமைப்பாள். அப்பா வழியிலிருந்து மருந்துக்குக்கூட யாரும் வரமாட்டார்கள். இத்தனைக்கும் பாபநாசத்தில் பாட்டி, தாத்தா, அத்தை என்று எல்லா உறவும் இருக்கிறது. அப்பாவும் பாபநாசம் போவதில்லை. அவர்களும் வருவதில்லை. இதற்கு காரணத்தை அப்பாவும் சொன்னதில்லை. அவனும் கேட்டதில்லை, இன்னும் நாலைந்து மாதத்தில் அம்மாவின் திவசம் வந்துவிடும். இந்தமுறை யார் யார் வருவார்கள் என்று தெரியவில்லை.

பரசு பஸ் பிடித்து வீட்டுக்குப் போய்ச் சேர்ந்தபோது அவனுக்கு முன்னால் அப்பாவின் கார் நின்றிருந்தது.

"என்னடா, நீ ஆட்டோல வரலை?"

"இல்ல. பஸ்ல... சும்மா ஒரு மாறுதலுக்கு. நீ வரலேட்டாகும்னு நினைச்சேன். அட்வகேட்டைப் பார்த்தாயா?"

"ம்... பெங்களூர்ல ஒரு பிரான்ச் ஆரம்பிக்கறோம் இல்ல... அது விஷயமா லீகல் அட்வைஸ் கேக்க வேண்டியிருந்தது. நானும் அவரும் நாளைக்கு பெங்களூர் போறோம் பரசு. வரதுக்கு நாலஞ்சு நாளாகும்."

"ஓ... ரொம்ப போர்ப்பா. எனக்கெப்டி பொழுது போகும்?"

"மோசம்டா பரசு. பதினெட்டு வயசாறது! கர்ல் ஃப்ரண்ட் இல்லங்கற... எனக்கு வெக்கமார்க்கு போ."

"ஏன், உனக்கு இருக்காளா யாராவது?"

"ம்... நாலஞ்சு பேர் உண்டு. பார்க்கணுமா? ஃபோட்டோ காட்டவா?"

"விளையாடற நீ..."

"ஏய், நிஜம்மாடா. பார்க்கறயா?" அப்பா டேபிளிலிருந்து ஆல்பம் ஒன்றை எடுத்து நீட்டினார்.

பரசு பிரித்தான்.

பிரித்ததும் சிரித்தான்.

முதல் படத்தில் அறுபது வயசுக்கு இரண்டு பாட்டிகள். அடுத்த படத்தில் எட்டு வயசிலும் பத்து வயசிலும் இரண்டு சிறுமிகள்.

"இதான் உங்க கர்ல் ஃப்ரண்ட்ஸா?"

"ஆமா! நல்லால்ல?"

"ச்சி போப்பா..."

பரசு ஆல்பத்தைத் தூக்கிப் போட்டான்.

அப்பா கண்சிமிட்டிச் சிரித்தார்.

"போரடிச்சா. நீயும் வாயேன்" என்றார்.

"வேணாம். எனக்கு படிக்கணும்."

"பெங்களூரிலேர்ந்து உனக்கு ஏதானம் வேணுமா?"

"ப்ஸூ... இங்க இல்லாத என்ன இருக்கு அங்க?"

"பெங்களூர் பொண்ணுங்க ரொம்ப அழகார்ப்பாங்கடா"

"ஏம்பா, பிள்ளைகிட்ட பேசற பேச்சா இது?"

"உன் வயசுல நா எங்கப்பாவைப் பிடுங்கினேண்டா"

"என்னன்னு?"

"எப்பொ கல்யாணம் பண்ணிவைக்கப் போறன்னு."

"உடனே பண்ணி வைச்சாரா?"

"இல்லையே! அதனாலதான் நா உங்கம்மாவை லவ் பண்ண ஆரம்பிச்சேன்."

பரசு திகைப்போடு அப்பாவைப் பார்த்தான்.

"கல்யாணத்துக்கு தாத்தா ஒத்துண்டாரா?"

"இல்லையே! அதனாலதான் திருட்டுக் கல்யாணம் பண்ணிண்டோம்."

"ரொம்ப தைரியம்ப்பா உனக்கு? அதுக்கப்பறம் தாத்தாவை எப்டி ஃபேஸ் பண்ணின?"

"ஃபேஸ் பண்ணலையே. அதுக்கப்பறம் இன்னிவரைக்கும் நா தாத்தாவைப் பார்க்கவேயில்லை."

பரசு பிரமித்தான்.

"எப்டிப்பா உன்னால முடியறது...? உன்னைப் பார்க்காம என்னால இருக்கவே முடியாது."

"உங்கப்பனைப் போல எங்கப்பா இருந்திருந்தா இந்த பிரச்சனையே வந்திருக்காதே! சரி விடு, இப்போ எதுக்கு அதெல்லாம்... குட் நைட். நா காலேல புறப்படணும்..."

அப்பா மாடிக்குப் போக, பரசு அவரையே பார்த்தான்.

அத்தியாயம் 3

வண்டி முன்னே செல்லச் செல்ல மனசு பின்னோக்கிச் சென்று. பாபநாசத்தில் அப்பா வீட்டுக்குப் போய் நின்றது. பதினாலு வயதில் அப்பாவிடம் பட்ட அடியிலிருத்து நினைத்துப் பார்த்தார் அனந்தகிருஷ்ணன்.

கூடத்து ஊஞ்சல் பலகையில் செங்குன்றுபோல் திறந்த மார்போடு அமர்ந்திருந்தார் அப்பா. அடுக்களை வாசற்படியில் அப்பாவுக்கு நேர் விரோதமாய் ஒல்லியான தேகமும் கண்களில் பயமுமாய் அடிமைபோல் நின்றிருந்தாள் அம்மா.

அனந்தகிருஷ்ணன் விளையாடிவிட்டு உள்ளே வந்தவன் அப்பாவின் ஊஞ்சலாட்டம் பார்த்து நின்றான்.

"ம்ம்...." என்றார் அப்பா.

அனந்து தயங்கி நின்றான்.

"மார்க் ஷீட் கொடுத்தாளா?"

அனந்து ஆமாம் என்று தலையாட்டினான். "காட்டினயா நீ?"

"காட்டலாம்னுதான் இருந்தேன்."

"எப்பொ?"

"இனிமேதான்"

"ம்... போய்க் கொண்டுவா."

அனந்து உள்ளே போய் மார்க் ஷீட் கொண்டுவந்து நீட்டினான். பிரித்துப் பார்த்த அப்பா ஒருநிமிடம் கழித்து கண்சிவக்க அவனைப் பார்த்தார்.

“இது மார்க்காடா?”

“.......”

“ஹிஸ்டரில இருபத்தி அஞ்சு மார்க் வாங்கியிருக்கான் உன் பிள்ளை” அம்மாவைப் பார்த்துச் சொன்னவர் மீண்டும் அவனை விழித்துப் பார்த்தார்.

“ஏண்டா பாஸ் பண்ணலை?”

“ஹிஸ்டரி பிடிக்கலப்பா!”

“அடி செருப்பால! பிடிக்கலன்னா சொல்ற? என்ன திமிர் பார்த்தயாடி தொடப்பக்கட்டைக்கு?” என்றவர் மீண்டும் கேட்டார்.

“ம்... ஏன் பிடிக்கலைன்னு சொல்றது?”

“அசோகர் மரம் நட்டார், குளம் வெட்டினார், ராஜாக்கள் சண்டை போட்டார்னு படிச்சு என்ன ஆகப்போறதுப்பா? அவர் நட்ட மரத்தையும் வெட்டின குளத்தையும் நம்மால காப்பாத்த முடியல. ஒழுங்கா பராமரிக்க முடியலை. அதை பாடமா வெச்சு, பரீட்சை வெச்சு என்ன பிரயோஜனம்ப்பா அதுல? இது நம்ம அன்றாட வாழ்க்கைக்கு எந்த வகைல உதவப் போறது? நீங்களும்தான் சரித்திரம் படிச்சிருப்பேள். இன்னிக்கு நீங்க பார்க்கற. கலெக்டராஃபீஸ் உத்யோகத்துல சரித்திரம் உபயோகப்படறதான்ன?”

அப்பா ஊஞ்சல்விட்டு இறங்கிவந்து பளாரென்று அவன் கன்னத்தில் அறைந்தார்...

“ஏண்டா நாயே... ஏன் ஃபெயிலானன்னு கேட்டா வியாக்கியானமா பண்ற? எல்லாரையும் மடையன்கள்னா, நெனச்ச? வேற வேலை வெட்டியில்லாமதான் சரித்திரத்தை பாடமா வெச்சு, அதுக்குன்னு வாத்தியார் போட்டு, அந்த வாத்தியார்க்கு சம்பளம் குடுத்து.... எல்லாம் எதுக்குடா?”

"அதாம்ப்பா எனக்கும் புரியல. எல்லாம் எதுக்கு?" அடிவாங்கின கன்னத்தைத் தடவியபடி துளியும் பயமின்றி பிள்ளை கேட்க அப்பா ஒருகணம் ஸ்தம்பித்துத்தான் போனார். அனந்து சட்டென்று அந்த இடத்தைவிட்டு நகர்ந்தான்.

சாப்பிடும்போது அம்மா பரிவோடு விரல் பதிந்த கன்னத்தை தடவினாள்.

"ஏண்டாம்பி இப்டி அடிபடற? அப்பாவை எதிர்த்து பேசப்படாதுடா" என்றாள்

கண்கள் பளபளக்க.

"எதிர்த்து பேசலைம்மா, என் கருத்தை சொன்னேன். என் மனசுல எந்த விஷயத்தைப்பத்தி என்ன நினைக்கறேங்கறதை பளிச்சுனு சொல்ற சுதந்திரம் எனக்கு கிடையாதா?"

"உன் கருத்தை சுதந்திரமா சொல்றதுக்கு அவர் உன் சிநேகிதர் இல்லடா. உன்னோட அப்பா!"

"புரியறது! சிநேகிதன் ஒருநாளும் அப்பா ஆகமுடியாது. ஆனா அப்பா ஒரு நல்ல சிநேகிதரா இருக்கலாமே. நான் சொன்ன கருத்தும் அவருக்கு உடன்பாடில்லைன்னா, அல்லது நா சொன்ன கருத்து தப்புன்னா அது ஏன் தப்பு, எதனால தனக்கு உடன்பாடில்லைங்கறதை எனக்கு பக்குவமா புரியவெச்சு என் தப்பைத்திருத்த முயற்சி பண்ணியிருக்கணும். அதை விட்டுட்டு பளார்னு அடிச்சு தன் ஸ்தானத்தை முன்னிருத்தி என்னை அடிமைப்படுத்த நினைச்சா, சரித்திரத்து மேல் இன்னும் எனக்கு வெறுப்புதான் வரும்."

அம்மா அவனை திகைப்போடு பார்த்தாள்.

எங்கிருந்து வந்தது அவனுக்கு இத்தனை துணிச்சல் என்று நினைத்தாளோ என்னமோ.

"அதுசரி, நா தெரியாமதான் கேக்கறேன். சரித்திரம் அப்படி என்ன உபயோகப்படாத பாடம்னு சொல்ற?"

"ஒரேயடியா உபயோகமில்லாததுன்னு சொல்லலை. எல்லாருமே இந்த நாட்டோட சரித்திரத்தை, இந்த உலகத்தோட சரித்திரத்தை கண்டிப்பா தெரிஞ்சுக்கணும். ஆனா அதை பாடமாக்கி பரீட்சை வெச்சு அதுல ஃபெயிலாறதுனால புரொமோஷன் இல்லன்னு ஒருத்தரோட ஒரு வருஷ வாழ்க்கையை வீணடிக்கற இந்த சிஸ்டம்தான். எனக்கு பிடிக்கல. சரித்திரத்தை சுவையா ஒரு கதை மாதிரி எல்லாரும் தெரிஞ்சுண்டா போதும்னு, சொல்லிக் கொடுக்கறதோட நிறுத்திக்கலாம்னு எனக்கு தோணறது. பாஸ் பண்றதுக்காக அதை உருப்போட்டு மார்க் வாங்கி... சட்...! இப்பொ போய் அப்பாகிட்ட கேளு, சந்திரகுப்த மௌரியரோட ஆட்சிக்காலம் எதுலேர்ந்து எதுவரைன்னு! பதில் சொல்லமாட்டார். திருதிருன்னு முழிப்பார். இல்ல முறைப்பார். அப்புறம் என்ன உபயோகம் அவர் பாஸ் பண்ணி?"

"என்னமோடாம்பி, எனக்கு ஒண்ணும் சொல்லத் தெரியலை. நாம நெனச்சாப்பல எல்லாம் நடந்துடுமா சொல்லு! பிடிச்சுதோ பிடிக்கலையோ சிலதுக்கு கட்டுப்பட்டுத்தானே ஆகணும்.? சரித்திரம் பிடிக்கலை, அது உபயோகமில்லாததுன்னு நீ நினைக்கறது சரியாகவே இருக்கலாம். ஆனா அது யாருக்கும் புரியப் போறதில்லை."

"இந்த லோகம் புதைசேறுடாப்பா, ஏன் எதுக்குன்ற யோசனையில்லாமயே ஒருத்தர் பின்னால ஒருத்தர் அழுந்திப் போகத்தான் விரும்பறா. நீ ஃபெயிலானா உன்னை புத்திசாலின்னு நினைக்கமாட்டா. உன் எண்ணங்கள் முன்னேறியிருக்குன்னும் யாருக்கும் புரியப்போறதில்லை. பிடிச்சுதோ பிடிக்கலையோ நீ படிச்சு முன்னுக்கு வா. உனக்கொரு அந்தஸ்தை தேடிக்கோ. ஒரு நல்ல மறுமலர்ச்சியை நீதான் கொண்டு வரணும். கஷ்டம்னு நீ நினைக்கறதை, நீ கஷ்டப்பட்டாதான் தீர்க்கமுடியும். மாற்றமுடியும். நீ பட்ட கஷ்டம் உன் சந்ததிக்கு வேணாம்னு நினைச்சா அதுக்கு நீதானே பாடுபடணும்?"

"முதல்ல உனக்கொரு அந்தஸ்து வேண்டாமா?"

அனந்து அம்மாவையே பார்த்தான். அப்பாவின் மூர்க்கம் அம்மாவிடம் இல்லை. அம்மா பாசத்தாலும் பரிவாலும் மெல்ல அவனுக்குப் புரியவைத்தாள்.

அடுத்த பரீட்சையில் சரித்திரத்தில் எண்பத்து நான்கு மார்க் வாங்கிக் காட்டினான். தான் அடித்த அடியினாலும் தன்னிடமுள்ள பயத்தினாலும்தான் அவன் அத்தனை மார்க் வாங்கியிருப்பதாகக் கொக்கரித்தார் அப்பா. அவன் பதில் சொல்லாமல் அம்மாவைப் பார்த்து லேசாய்ச் சிரித்தான்.

படிப்பு விஷயம் என்றில்லை. எல்லா விஷயத்திலுமே தன் அதிகாரத்தை செலுத்தத்தான் விரும்பினார் அப்பா. ஏனோ மற்றவர்களைப் போல் அனந்துவால் கட்டுப்பட இயலவில்லை. எல்லாவற்றிற்கும் ஏன் எதற்கு என்று கேள்வி கேட்டுக் குடைந்தான். கேள்வி கேட்பவன் அதிகப்பிரசங்கி என்பது அவர்கள் சித்தாந்தம்.

பதினாறு வயசில் பூணூல் போடப்பட்டபோது ஒவ்வொரு சம்பிரதாயத்திற்கும் எதற்காக இது என்ற காரணம் கேட்டான். காயத்ரி மந்திரத்திற்கு அர்த்தம் கேட்டான். அப்பா பல்லைக் கடித்தார். "திருவாயை இன்னிக்குகூட மூடிண்டிருக்கமாட்டாயா?" என்றார் கீழ் ஸ்தாயி குரலில் கோபத்தோடு. ஆனால் அனந்து விடுவதாயில்லை. சாஸ்திரிகளைக் கேள்வி கேட்டு குடைந்தான். அவர் சொன்ன விளக்கங்களில் திருப்தி பெறாமல் உபநயனம் பற்றின புத்தகங்களை வாங்கிப் படித்தான்.

பூணூலும், காயத்ரி மந்திரமும் எத்தனை உயர்ந்த விஷயம் என்று புரிந்து கொண்டு சிலிர்த்துப் போனான். சிரத்தையாக தினமும் சந்தியாவந்தனம் செய்தான். காயத்ரி ஜெபித்தான். திருப்தியும் ஈடுபாடும் ஏற்பட்டு அவன் செய்ததை, அப்பாவோ, தன் மீதுள்ள பயத்தினால் அவன் ஒழுங்காக இரண்டு வேளையும் சந்தியாவந்தனம் செய்வதாக

தம்பட்டம் அடித்துக்கொண்டார். அனந்து உள்ளுக்குள் சிரித்துக்கொண்டான். ஒருநாள் அவரிடமே கேள்வி கேட்டான்.

காலையில் குளித்துவிட்டு சந்தியாவந்தனம் செய்யத் துவங்கினவரிடம் குறுக்கிட்டு "இப்போ நீங்க சொன்ன மந்திரத்துக்கு அர்த்தம் தெரியுமா உங்களுக்கு?" என்றான்.

அப்பா தீவிழி விழித்தார். அவனை அலட்சியப்படுத்துவதுபோல் பதில் சொல்லாமல் ஜெபத்தை தொடர்ந்தார்.

"நா சொல்றேன் கேட்டுக்கோங்கோ"

ஸூர்யஸ்ச மா மன்யுஸ்ச மன்யுபதாயஸ்ச மன்யுக்ருதேப்யஹ பாபேப்யோ ரக்ஷந்தாம்

அனைத்தையும் இயக்குவிக்கும் சூரியனும். அனைவரையும் அடிமை கொள்ளும் கோபமும், கோபத்தையாளும் தெய்வ சக்திகளும், கோபத்தால் செய்யப்பட்ட பாவங்களினின்று என்னைக் காப்பாற்றட்டும். இரவில் மனத்தாலும், வாக்காலும், கைகளாலும், கால்களாலும், வயிற்றாலும், ஆண் குறியாலும், எந்த பாவத்தைச் செய்தேனோ, இன்னும் என்னிடத்தில் வேறு என்ன பாவம் உண்டோ அதையும் ராத்திரியின் அதிதேவதை நீக்கியருள வேண்டும். இங்ஙனம் பாவம் நீங்கிய என்னை, நான், சூரிய வடிவான பரஞ்சோதியில் ஹோமம் செய்கிறேன்.

"இதான் அதுக்கு அர்த்தம். இத்தனை வருஷமா தெரியாமயே சொல்லியிருப்பேள். இனிமே தெரிஞ்சுண்டு சொல்லுங்கோ...."

அப்பா ஏதோ ஒருவித அவமானத்தில் முகம் சிவந்தார் அவன் மேலிருந்த ஆத்திரம் அம்மாவின் மீது வடிந்தது.

"எனக்கு பிள்ளையைப் பெறாம சத்ருவைப் பெத்திருக்க நீ!" என்று சாடினார்.

"இவனைப் பெறும்போது என்ன கர்மத்தை நினைச்சுண்ருந்த?" என்று விஷம் வீசினார்.

"ஹிரண்யன்தான் பிள்ளையைச் சத்ருவா நினைச்சான். அப்டின்னா நீங்க ஹிரண்யனா? எதுவார்ந்தாலும் என்கிட்டயே ஆத்திரத்தை கொட்டுங்கோ. எதுக்கு அப்பாவி அம்மாவை ஹிம்சிக்கணும்?"

"ஆமாண்டா! நான் ஹிரண்யன்தான்! இருந்துட்டு போறேன். எந்த நரசிம்மமூர்த்தி வரப்போறான் நீ கூப்ட்டுன்னு பார்க்கறேன்"

பதில் சொல்லாமல் விலகினான் அனந்து. நாளாக ஆக இடைவெளி இன்னும் அதிகரித்தது.

எல்லாவற்றிற்கும் ஏன் எதற்கு என்று காரணம் கேட்டவனுக்கு ஒன்றிற்கு மட்டும் காரணமே தெரியவில்லை. லலிதாவை எதனால் நேசிக்கிறோம். என்பதுதான் விடை கிடைக்காத அந்தக் கேள்வி.

அத்தியாயம் 4

கல்லூரிப் பருவத்தில்தான் அவளை அவன் சந்தித்தான். அம்மாவின் ஒன்றுவிட்ட தம்பியின் பெண் என்கிற உறவில் லலிதா அந்த வீட்டுக்கு வந்தாள். கண்டதும் காதல் வந்துவிடவில்லை. அம்மா உடம்புக்கு வந்து முழு ஓய்வு எடுக்க வேண்டிய நிலையில் ஒத்தாசைக்காக தஞ்சாவூரிலிருந்து தன் தம்பி பெண்ணை வரவழைத்திருந்தாள். பாவாடை தாவணியணிந்து வஞ்சனையில்லாத வளர்ச்சியுடன் அந்த வீட்டில் வளையவந்த உருவத்தை முதலில் ரசித்துப் பார்க்கவில்லை அனந்தகிருஷ்ணன். ஒருதினம் மொட்டை மாடியில் காலை வெயிலில் உடற்பயிற்சி செய்துகொண்டிருந்தபோது லலிதா ஒரு பக்கெட் ஈரத்துணியை காயப்போடுவதற்காக சுமக்க மாட்டாமல் சுமந்து வந்தாள். அப்பாடா என்று மூச்சு வாங்க பொத்தென்று பக்கெட்டைக் கீழே வைத்தாள்.

சத்தம் கேட்டு திரும்பினான் அனந்தகிருஷ்ணன்.

மேல் சட்டையில்லாமல் இறுக்கமான ஒரு நிஜார் மட்டுமே அணிந்து வியர்த்த மேனியோடு நின்றவனைக் கன்னடதும் லலிதா வெட்கத்தில் முகத்தை மூடிக்கொண்டாள்.

"கர்மம்... கர்மம்... இப்டியா நிப்பா?" என்றாள்.

கொடியில் அவிழ்த்துப் போட்டிருந்த வேட்டியை உருவிச் சுற்றிக்கொண்ட அனந்தகிருஷ்ணன் கோபத்தோடு அவளருகில் வந்தான்.

"ஏய்... பொண்ணே, யாரைப் பார்த்து கர்மம்ன?"

"உங்களைப் பார்த்துதான்."

''உன்னை யார் இங்க வரச்சொன்னது?''

''ஈரத்துணியை பின்ன எங்க காயப்போடறதாம்?''

''அப்புறமா வரது! நா கீழ வந்தப்பறம்.''

''நீங்க இங்க இப்டியிருப்பேள்ன்னு நா கண்டேனா?'' அவள் சிரிப்பை அடக்கியபடி கேட்டாள்.

''சரி சரி... இனிமே இப்டி காலங்காத்தால இங்க வர வேண்டாம்.''

''ம்க்கும்! கூப்ட்டாலும் வரமாட்டேனே, இந்த கண்றாவியை யார் பார்ப்பா?''

''என்ன சொன்ன?'' அவன் சட்டென்று அவள் காதைப் பிடித்துத்திருக, அடுத்த நிமிடம் அவள் 'ஓ'வென்று அழ ஆரம்பித்தாள்.

''ஏய்... ஏய்... எதுக்கு அழற இப்பொ? சும்மா காதை முறுக்கினதுக்கா?''

''தொட்டுட்டேளே... அம்மா சொல்லியனுப்பினாளே... ஆம்பளை தொடப்படாதுடி லலிதா! ஆம்பளை தொட்டா பிள்ளை உண்டாய்டும், ஜாக்ரதைன்னாளே... எனக்கு பிள்ளை உண்டாயிடுத்தே... இனிமே என்னை யார் கல்யாணம் செய்துப்பா?''

சுவரில் சாய்ந்து முகத்தைப் பொத்திக் கொண்டு அவள் அழ, அனந்த கிருஷ்ணன் விழுந்து விழுந்து சிரித்தான்.

''சிரிப்பார்க்கா...? சிரிக்கறேளா நீங்க...?'' லலிதா சீற இன்னும் சிரிப்பு வந்தது.

''பைத்தியம் பைத்தியம்'' என்று தலையிலடித்துக் கொண்டான்.

அவள் இன்னும் அதிகமாக அழ ஆரம்பித்தாள்.

"தொட்டா எல்லாம் பிள்ளை வராது. அழுகையை நிறுத்து."

"அப்பொ எங்கம்மா பொய்யா சொல்லுவா?"

"உன்னை பயமுறுத்தி வெச்சிருக்கா"

"அப்டின்னா பிள்ளை எப்டி பிறக்கும்?" அவள் இப்படி வெகுளித்தனமாகக் கேட்டதும் ஒரு கணம் தடுமாறினான்.

"அது... அது..." என்று தடுமாறினவன் மறுகணம் குலுங்கிக்குலுங்கிச் சிரித்தான்.

"எதுக்கு சிரிப்பு?"

அவளைக் கொஞ்சம் சீண்டிப் பார்த்தால் என்ன என்று தோன்ற ஒருகணம் யோசித்தான்.

"உங்களுக்கும் தெரியாதா?"

"இல்ல தெரியும். ஆனா நீ யார்கிட்டயும் சொல்லப்படாது. புரிஞ்சுதா?"

"சொல்லவே மாட்டேன்."

"ஆம்பளை முத்தம் கொடுத்தாதான் குழந்தை பிறக்கும்."

"அய்யோ... நிஜமாவா?" அவள் விழியகலக் கேட்டாள்.

"ஆமா! அதுமட்டுமில்ல அப்டி யாராவது உன்னை முத்தம் கொடுத்தாக்க உடனே அவனையே கல்யாணம் பண்ணிண்டுடு. இல்லன்னா எல்லாரும் கேலி பண்ணி சிரிப்பா"

"ம்க்கும்! முத்தம் குடுத்தாதானே...?"

"நான்தான் குடுக்கவே விடமாட்டேனே!" லலிதா துணியை உலர்த்திவிட்டு கீழே ஓடினாள். அனந்தகிருஷ்ணன் சிரித்தபடி அவளையே பார்த்தான். அந்த குழந்தை முகமும் அப்பாவித்தனமும் பச்சென்று மனசில் பதிந்துபோயிற்று. அதற்குப் பிறகுதான் அவளை ரசித்து கவனிக்க ஆரம்பித்தான். ஆழ்ந்து கவனிக்க கவனிக்க அழகு புலப்பட்டது. மனம் மெல்ல மெல்ல வசப்படத்துவங்கிற்று.

அவளது சிணுங்கலும், சின்னச் சின்னக்கோலங்களும் வேடிக்கையாயிருந்தது. அதைக் காணவே அடிக்கடி சீண்டத் தோன்றியது.

"என்னோட டேபிள்ள இருந்த புக்ஸ் எல்லாம் யார் அடுக்கிவெச்சா?"

"நான்தான்" லலிதா மிகப் பெருமையாகச் சொல்லுவாள்.

"முண்டம்! என்னோட நோட்ஸ் ஒண்ணு காணும். உன்னை யார் அங்க கைய வெக்கச் சொன்னது?"

"அதுமேல கலைஞ்சு கிடந்ததைத்தானே சரி பண்ணி வெச்சேன்...? எதையும் எடுக்கலையே."

"அதெல்லாம் தெரியாது! ரோஸ் கலர் அட்டையோட இப்பொ அந்த நோட்ஸ் கிடைக்கல... உன்னைக் கட்டிப்பிடிச்சு முத்தம் கொடுத்துடுவேன்" கடைசி வரியை, கிட்டவந்து அடிக்குரலில் சொல்லுவான். லலிதாவின் முகம் பயத்தில் வெளிறும். குழந்தை அழுவதுபோல் குரல் கொடுத்துக்கொண்டு செல்வாள் அவள்.

அடுத்தநிமிடம் அழுதுகொண்டே அவன் அறையில் நோட்ஸ் தேடுவாள். இடம் மாறி உட்கார்ந்திருக்கும் அந்த நோட்புக்கை எடுத்துக்கொடுத்துவிட்டு அழுதபடியே அழகு காட்டிவிட்டுப் போவாள்.

அனந்தகிருஷ்ணன் அவள் போனதும் விழுந்து விழுந்து சிரிப்பான்.

மற்றொரு முறை அவளை அழைத்து "கோட்டை விட்டுட்டயே லலிதா" என்றான் முகத்தை விசனமாக வைத்துக்கொண்டு.

"எ... என்னாச்சு..."

"பக்கத்து வீட்டு ஹரி இருக்கான் இல்ல?"

"ஆமா அவனுக்கென்ன?"

"நேத்து ராத்திரி நீ சீக்கிரம் தூங்கிட்டயா?"

"ஆமா... லேசா உடம்பு சரியில்ல. அத்தைதான் படுத்துத் தூங்கச் சொன்னா."

"அத்தை படுத்துக்கச் சொன்னா ஹால்லயே தூங்கிடறதா?"

"அய்யோ அதுக்கிப்பொ என்ன?"

"பக்கத்து வீட்டு ஹரி வந்து என்னோட பேசிண்டிருந்தானா, என்கிட்ட ஒரு புஸ்தகம் கேட்டான். அதை எடுத்துண்டுவர உள்ளே போனேனா... நா திரும்பி வரும்போது அவன் உனக்கு முத்தம் கொடுத்துண்டுருந்தான். என் தலையைக் கண்டதும் புஸ்தகம்கூட வாங்கிக்காம ஓடியே போய்ட்டான்."

இவன் சொல்லி முடித்த மறுகணம் அவள் முகம் பேயறைந்தாற்போல் ஆயிற்று.

"இதுக்குதான் தூக்கத்துலகூட ஜாக்ரதையார்க்கணுங்கறது!" சொல்லிக் கொண்டே அனந்தகிருஷ்ணன் நகர லலிதா குனிந்து தன் வயிற்றைப் பார்த்துக் கொண்டாள்.

அடுத்த இரண்டு மூன்று நாட்களுக்கு அவளுக்கே தெரியாமல் அவளை கவனித்தான் அனந்து. அடிக்கடி கண்ணாடி முன் பக்கவாட்டில் நின்று வயிறு பெரிதாயிருக்கிறதோ என்று பார்த்துக்கொள்வதும் வயிற்றைத் தடவிக் கொள்வதும் அது பெரிதாகியிருப்பதாக பிரமை தோன்ற அப்படியே உட்கார்ந்து அழுவதுமாக இருந்தவளைப் பார்த்து சத்தம் போடாமல் குலுங்கிக் குலுங்கிச் சிரித்தான். சிரித்து சிரித்து கன்ன எலும்புகள் வலித்தன.

நான்காம் நாள் அவள் துணி உலர்த்த மாடிக்குப் போனபோது பின்னாடியே பூனை மாதிரிப் போனான்.

"என்ன லலிதா, ரொம்ப டல்லாய்ட்ட? பயம்மார்க்கா?" என்றான் முகத்தை சீரியஸாக வைத்துக் கொண்டு.

லலிதா ஓவென்று அழ ஆரம்பித்தாள்.

"நா என்ன செய்யட்டும். எனக்கு ரொம்ப பயம்மார்க்கு. வயறு பெரிசாயிண்டே வரதே, என்ன செய்வேன்? அத்தை அடிப்பாளே... அம்மா கொன்னுடுவாளே. இந்த ஹரிக்கடங்காரன் இப்டி பண்ணிட்டானே."

அதற்குமேல் அடக்கமுடியாமல் பகபகவென்று சிரிக்கத் தொடங்கினான் அனந்தகிருஷ்ணன். அவன் சிரிப்பது கண்டு எரிச்சல் ஏற்பட்டது அவளுக்கு. அவனை முறைத்துப் பார்த்தாள்.

"சிரிப்பார்க்கா? என் கஷ்டம் வேடிக்கையா இருக்கா உங்களுக்கு...?"

"பைத்தியம் பைத்தியம். சும்மா உன்னை தமாஷ் பண்ணினேன். ஹரி வரவும் இல்லை. முத்தம் கொடுக்கவும் இல்ல. சும்மா உன்னை பயமுறுத்ததான் கப்ஸாவிட்டேன் போதுமா..."

"அடப்பாவி..." சட்டென்று சொல்லிவிட்டு நாக்கை கடித்துக் கொண்டாள்.

"என்ன பிரமைடிமா! வயறு பெரிசாயிடுத்தா...? எங்க இப்பொ பார்த்து சொல்லு.... வயிறை!"

ஒரு க்ஷணத்தில் அழுகையும் வெட்கமும் சேர்ந்துவர,

"ரொம்ப மோசம் நீங்க..." என்றாள்.

அனந்து அவளருகில் வந்தான். "ரொம்ப பயந்துட்டியா" என்றபடி அவள் முகத்தை தூக்கிப்பிடித்து உற்றுப் பார்த்தான்.

"பின்ன?"

"ஹரி முத்தம் கொடுத்ததா பொய் சொன்னேன். இப்பொ நா நிஜமாவே குடுக்கப் போறேன்" என்றவன் சட்டென்று

அவள் இதழ்களில் அழுத்தமாக முத்தமிட, லலிதா முகம் சிவக்க அவனைத் தள்ளினாள். அனந்து தள்ளின கரங்களை ஒருகையால் இறுகப்பற்றியபடி மறுகையால் அவளை அப்படியே அணைத்துக்கொள்ள அவள் தேகம் நடுங்கியது....

"என்னை விடுங்கோ.... என்னை விடுங்கோ" என்று தீனமாக முனகினாள்.

"குழந்தை எப்டி பிறக்கும்னு நா சொல்லித்தரேன். என்னைக் கல்யாணம் பண்ணிக்கோ சரியா...?"

மிக நெருக்கமான நிலையில் அவள் முகத்தோடு முகம் நெருங்கி அவன் சொல்ல அவளுக்குள் மெல்ல மெல்ல ஏதோ மலர்ந்தது.

சரியாக ஒருமாதம் கழிந்து அவளை அழைத்துப்போக அவள் அப்பா வர அனந்தகிருஷ்ணனுக்குத் தோன்றிவிட்டது அவளைப் பிரிவது கஷ்டம் என்று.

அத்தியாயம் 5

"என்னடா...?" ஊஞ்சலில் அமர்ந்திருந்த அப்பா அவன் வேகமாக வந்து நின்றதும் கேட்டார்.

"லலிதாவை ஊருக்கு அனுப்ப வேண்டாம்."

"என்னது.... என்ன சொன்ன நீ...?"

"அவளை ஊருக்கு அனுப்ப வேண்டாம்னேன்."

"ஏன்...?"

"ஏன்னா... ஏன்னா எனக்கு அவளைப் பிடிச்சிருக்கு... கல்யாணம் பண்ணிக்கப் போறேன்."

அப்பாவின் முகம் அப்பட்டமாய் அதிர்ந்தது. ஒருகணம்தான். மறுகணம் கண்கள் சிவந்தது. பல்லைக் கடித்தபடி அவர் விழித்துப் பார்த்தார்.

"யார்கிட்ட என்ன பேசறோம்னு தெரியறதா உனக்கு? படவா. முளைச்சு மூணு இலை விடல. கல்யாணமாமே கல்யாணம்! என்ன துணிச்சல்டா கடங்காரா?"

"நீங்க எத்தனை திட்டினாலும் லலிதாவைத்தான் கல்யாணம் பண்ணிப்பேன். நா யாருக்கும் பயப்படமாட்டேன்."

"ராஸ்கல்!" என்றபடி கையை ஓங்கிக் கொண்டு ஊஞ்சலைவிட்டு இறங்கினார் அப்பா. அம்மா பதறியபடி குறுக்கே ஓடிவந்தாள்.

"என்ன இது... வயதுவந்த பிள்ளையைப் போய்... வேண்டாம்..."

"ஆமாண்டி! உன் பிள்ளைக்கு வயசு வந்துடுத்துதான். தெரியறது! த பார்ரா... உனக்கு கல்யாணம் பண்ணிக்கணும்னா தாராளமா பண்ணி வெக்கறேன். ஆனா இவளை இல்ல..."

"ஏன்...? என்ன காரணம்...?"

"அவனால ஒண்ணும் செய்ய முடியாது. உரிச்சகோழி மாதிரி பொண்ணை மூளியா அனுப்புவான்."

"உடம்புல துணி இருக்குமே. அதுபோதும்."

"ஜானவாசத்துக்கு உப்புமாவும், முகூர்த்தத்துக்கு மோர் சாதமும்தான் போடுவான் அந்த பிராமணன்."

"நல்லது. பத்திரிகைலயே இந்த மெனுவையும் சேர்த்து அடிச்சுடுவோம். இஷ்டமிருக்கறவா வந்து சாப்ட்டுட்டு ஆசீர்வாதம் பண்ணட்டும்."

"நா பண்ண மாட்டேன்."

"அம்மா பண்ணுவா. எனக்கு அதுபோதும்."

"அவ முதல்ல எனக்கு பொண்டாட்டி. அப்பறம்தான் உனக்கு அம்மா. என் சம்மதமில்லாம பெத்த பிள்ளையானாலும் ஆசீர்வாதம் பண்ண முடியாது அவளால. மீறி பண்ணினா... அவ உனக்கு அம்மாவா மட்டும் இருந்துக்கலாம்."

அம்மா அவன் பதில் பேச முனைவதற்குள் அவனை இழுத்துக் கொண்டு அவசரமாக நகர்ந்தாள்.

"டேய் அனந்து... என்னடா இது..? என்னடா ஆச்சு உனக்கு...? கல்யாணத்துக்கு இப்பொ என்னடா அவசரம்? முதல்ல படிக்கற வழியைப் பார்! கல்யாணத்தைப்பத்தி என்ன தெரியும் உனக்கு...? சின்ன குழந்தைகள்டா நீங்க... எதுக்கு இந்த வயசுலேயே பாறாங்கல்லைத் தோள்ள ஏத்திக்கணும்னு துடிக்கற?"

"அதில்லம்மா... எனக்கு லலிதாவைப் பிடிச்சிருக்கு."

"அதுக்காக...? எங்க பேச்செல்லாம் முக்கியமில்லையா உனக்கு? தப்பு உன்மேல இல்லடா. இந்த வயசு அப்டி! தனக்குத்தானே சவால் விட்டுக்கற வயசு. அதான் யோசனை இல்லாம பேசச் சொல்றது. சரி உன் இஷ்டப்படியே பண்ணி வெக்கறோம்னு வெச்சுக்கோ அதுக்கப்பறம்...? உனக்கு சம்பாத்யமிருக்கா? அவளை எப்டி காப்பாத்துவ? உன்னோட சேர்த்து அவளுக்கும் உங்கப்பாதாண்டா சோறு போடணும்."

"அப்பொ அவர் சொல்றாப்பல வேற ஒரு பணக்காரக் குட்டியை கல்யாணம் பண்ணிண்டா அப்பொ மட்டும் போடுவாராமா? ஆக உங்க இஷ்டப்படியெல்லாம் நடந்தா உட்கார வெச்சு சோறு போடுவேள். இல்லன்னா ஒட்ட ஒட்ட பட்டினி போடுவேளா....?"

அம்மா அவனை நிதானமாகப் பார்த்தாள்.

"தோ பார்ரா அம்பி... என் மேல அன்பு உண்டுன்னா நா சொல்றதைக் கேளு. மொதல்ல பூமில நீ ஸ்திரமா நில்லு. அப்பறம் ஜோடி சேர்த்துக்கோ. உன் படிப்பை முடி. ஏதாவது உத்யோகம் தேடிக்கோ. அதுக்குள்ள உங்கப்பா மனசை மாத்த நா முயற்சி செய்யறேன். நாங்களே உனக்கு லலிதாவை பண்ணி வெக்கறோம். இப்பொ அது பச்சைக்குழந்தைடா. பதினஞ்சு வயசுதான் ஆறது. இன்னும் மூணு வருஷம் போகட்டும்."

அனந்தகிருஷ்ணனுக்கு அம்மாவின் பேச்சு சரி என்று பட்டது.

மெள்ள மெள்ள கோபம் தணிந்தான்.

"உன்னை நம்பறேம்மா. ஆனா ஒண்ணு, மூணு இல்ல முப்பது வருஷமானாலும் லலிதாதான் என் பொண்டாட்டி."

"சரி... இப்போ போ... மாமா அருவில குளிக்கப் போனார். இப்பொ வந்துடுவார். அவருக்கு எதுவும் தெரியவேண்டாம் புரிஞ்சுதா...?"

அனந்தகிருஷ்ணன் தலையாட்டினான்.

தன் அறைக்கு வந்தான். சற்று நேரத்தில் லலிதா அங்கே வந்தாள். கட்டிலில் குப்புறப்படுத்திருந்தவனிடம் வந்து நின்று மெல்லக் கனைத்தாள். அந்த சத்தத்தில் திரும்பினவன் அவளைக் கண்டதும் படக்கென்று எழுந்தான். லலிதாவின் கண்கள் பனித்திருந்தன.

"நா இன்னிக்கு ஊருக்கு போய்டுவேன்."

"போய்ட்டு வா. அடிக்கடி உன்னை வந்து பார்ப்பேன்."

"ஒண்ணும் பயமில்லையே..."

"என்ன பயம்...?"

"அதான் அன்னிக்கு... மாடில... முத்தம்..." அதைச் சொல்லி முடிப்பதற்குள் அவள் முகம் குழம்பாகச் சிவந்தது. அனந்தகிருஷ்ணனுக்குச் சிரிப்பு வந்தது.

"மக்கு... அதெல்லாம் ஒண்ணும் ஆகாது."

"நீங்கதானே சொன்னேள்."

"சும்மா விளையாடினேன் உன்னோட. அதுசரி, உன்கிட்ட ஒண்ணு கேட்கவா?"

"உனக்கு என்னை பிடிச்சிருக்கா?"

"பிடிச்சிருக்கான்னா...?"

"என்னைக் கல்யாணம் பண்ணிப்பாயா?"

"அய்யோ... அப்பாட்ட கேக்கணும்."

"அப்பாவை விடு. உனக்கு இஷ்டமான்னு சொல்லு முதல்ல."

"எனக்கென்ன... பிடிக்காம?"

"அதுக்கில்ல. உங்கப்பா வேற யாரையாவது மாப்பிள்ளைன்னு கொண்டு நிறுத்தினா என்ன செய்வ?"

"அழுவேன்."

"ஏன்...?"

"நீங்க முத்தம் கொடுத்தப்பறம் எப்படி இன்னோர்த்தன கட்டிக்க முடியும்...?"

"அப்பொ நா வர வரைக்கும் எனக்காக காத்துண்ருப்பயா?"

"நீங்க எப்போ வருவேள்...?"

"வேலை கிடைச்சதும் வருவேன். ஒரு ரெண்டு மூணு வருஷமாகலாம்."

"நிச்சயமா காத்துண்ருப்பேன்."

அனந்தகிருஷ்ணன் அந்த பதிலில் நெகிழ்ந்தான். மறுபடியும் அவளை அணைத்து முத்தமிட்டான். கன்னத்தில் கண்களில், நெற்றியில், இதழ்களில் என்று அவன் உதடு பதிந்தபோது அவள் உடலில் உஷ்ணம் பரவியது. கண்கள் செருகியது. கண்ணீர் வழிந்தது.

ஒருக்ஷணம்தான்.

சட்டென்று அவளை விடுவித்தான். அவள் ஓடினாள். அவன் மறுபடியும் கட்டிலில் வீழ்ந்தான். கண்களை மூடிக்கொண்டான்.

லலிதாவும் மாமாவும் ஊருக்குப் போனதைக்கூடப் பார்க்கவில்லை.

"அனந்து எங்க...?" மாமா கேட்பது காதில் விழுந்தது.

"தூங்கறான் போலருக்கு. நா சொல்லிடறேன்." அம்மா சமாளிப்பதும் கேட்டது. எழுந்து வரவில்லை.

லலிதா பிரிந்து செல்லச் செல்ல உள்ளே ஏதோ செய்தது. இது என்ன தவிப்பு என்று வியப்பாயிருந்தது.

இதுதான் காதலா...? ராமனுக்கும் சீதைக்கும் இப்படித்தான் இருந்திருக்குமா? சீதையைக் காணாமல் ராமனும் இப்படித்தான் தவித்திருப்பானா?

எந்த ஒன்றிற்கும் தடை ஏற்பட்டால் அழுத்தமும் வேகமும் அதிகமாகிறது. பாத்திரத்திற்குள் அடைபடும் நீராவிதான் சமைக்கும் ஆற்றலை அதிகம் பெறுகிறது.

அம்மா சொன்னபடி முதலில், தான் காலூன்றிக்கொள்ள, கடுமையாய் உழைத்தான் அனந்தகிருஷ்ணன். அப்பாவே வியக்கும் வண்ணம் மார்க் வாங்கிப் பட்டதாரியானான்.

கோவையில் ஒரு மில்லில் வேலையில் சேர்ந்தான். சாதாரண குமாஸ்தாவாகச் சேர்ந்தவன் தன் திறமையால் ஒரே வருடத்தில் விற்பனை அதிகாரியாக பதவி உயர்வு பெற்றான். பத்துநாள் விடுப்பில் பாபநாசம் வந்தான். முன்வாசல் பந்தலின்கீழ் நிறைய காலணிகள் கிடந்தன. அதைப் பார்த்தபடி உள்ளே வந்தான். கூடத்தில் பட்டுப்பாய்களில் பெண்களும் நாற்காலிகளில் ஆண்களும் அமர்ந்திருந்தார்கள். எதிர்பாராமல் வந்து நின்ற பிள்ளையைக் கண்டதும் அப்பா ஒரு கணம் திகைத்தார். அம்மா வேகமாய் வந்தாள்.

''என்னடா அனந்து, திடுதிப்புனு...? வா உள்ள வா...'' என்றாள் முகம் மலர.

''இவன்தான் பிள்ளையாண்டானா...?'' யாரோ கேட்பது காதில்விழ, அனந்து வேகமாக உள்ளே வந்தான். அம்மாவும் பின்னால் வந்தாள்.

''யாரும்மா அதெல்லாம்? என்ன விசேஷம் இன்னிக்கு?'' சூட்கேஸை வைத்துவிட்டு கொல்லையில் சென்று கைகால் அலம்பியபடி கேட்டான். அம்மா தயங்கினாள் ஒருகணம் தடுமாறினாள்.

''அது... அது.... வந்து'' என்று இழுத்தாள்.

அனந்து அம்மாவை ஏறிட்டுப் பார்த்தான்.

"என்னம்மா?" என்றான்.

"எல்லாம் உங்கப்பாவோட வேலைடாம்பி! நா என்ன செய்யட்டும்?"

"புரியும்படியா சொல்லும்மா."

அம்மா லேசான உதறலோடு சொன்னாள். அனந்தகிருஷ்ணனின் முகம் சிவந்தது.

கண்களில் கோபம் படர்ந்தது.

"என்னை என்ன குழந்தைன்னு நினைச்சாரா? இப்பவே போறேன். மானத்தை வாங்கறேன்" என்று புறப்பட்டவனைப் பாய்ந்து சென்று தடுத்தாள் அம்மா.

"இப்போ வேணாம்டா அம்பி, அவாள்ளாம் போகட்டும். எனக்காக நிதானமா இரு."

அம்மாவின் கெஞ்சல் அனந்துவைத் தடுத்தது.

"உனக்காக இப்பொ பேசாம இருக்கேன். ஆனா சொல்லிவை உன் புருஷன்கிட்ட.. அனந்து குழந்தையில்லன்னு."

அனந்தகிருஷ்ணன் வேகமாக கொல்லைப் படிக்கட்டு வழியாகவே மாடிக்குப் போனான்.

அத்தியாயம் 6

"**சா**ப்பட வரயா அனந்து?" அம்மா கதவுக்கு வெளியில் நின்று கேட்டாள்.

"எல்லாரும் போயாச்சா?"

"இல்ல... உனக்காகத்தான் காத்துண்ருக்கா. சாப்ட்டுட்டுதான் போணும்னு அப்பா சொல்லிட்டார்."

"நா வரலை..."

"உங்க ரெண்டு பேர்க்கும் மத்தில மத்தளமா உதைபடறேன் நான். நீ வராம நா கீழ போகமுடியாது."

அனந்து நாற்காலியை காலால் உதைத்துத் தள்ளிவிட்டு அம்மாவோடு கீழே வந்தான்.

கூட்டத்தில் இலை போட்டு அனைவரும் உட்கார்ந்திருந்தார்கள்.

கோடியில் உட்கார்ந்திருந்த அப்பாவை முறைத்துப் பார்த்தான்.

"உட்காருடா" என்றார் அப்பா கட்டைக் குரலில்.

காலியாயிருந்த இலையில் வெறுப்போடு அமர்ந்தான். யாரிடமும் பேசவில்லை. எல்லோரும் அரட்டையடித்தபடி சாப்பிட்டார்கள்.

"மாப்பிள்ளைக்கு பாயசம் விடுங்கோ" மாமியாரோ யாரோ சொல்ல அம்மா பாயசத்தூக்கோடு வந்தாள்.

"பாருங்களேன், மூக்குல வியர்த்தாப்பல வந்திருக்கார்!" யாரோ வியந்தார்கள்.

"பொண்ணும் வந்திருக்கணுமாம். தமாஷா இருந்திருக்கும்."

அம்மா பாயசக்கரண்டியை இலையில் நீட்டினாள்.

"எனக்கு வேண்டாம்." - மறுத்தான்.

"ஏன் மாப்பிள்ளைக்கு இனிப்பு பிடிக்காதோ?"

"பிடிக்காம என்ன? பேஷா சாப்டுவான். ஒரு சந்தோஷத்துல இன்னிக்கு இறங்கலையோ என்னமோ?"

"இருக்கும் இருக்கும்."

அனந்து பல்லைக் கடித்துக்கொண்டு பொறுமை காத்தான்.

நாலுமணிக்கு ஒருவழியாக அந்த கும்பல் வெளியேறியது.

அனந்து அப்பாவின் முன் வந்து நின்றான். ஒருகாலை மடக்கி மற்றொரு காலைத் தொங்கவிட்டபடி ஊஞ்சலாடிக் கொண்டிருந்தார் அவர்.

"இதெல்லாம் என்ன?"

"எதெல்லாம்..." பூணூலை உருவியபடி அலட்சியமாகக் கேட்டவரை வெறித்துப் பார்த்தான்.

"உங்க இஷ்டப்படி ஆடறதுக்கு நா ஒண்ணும் சர்க்கஸ் சிங்கமில்ல, காட்டு சிங்கம்"

"அதான் பிடிச்சு கூண்டுலபோட தேதி குறிச்சுட்டேன். வர மாசம் பதினெட்டாம் தேதி நா சொல்ற பொண்ணு கழுத்துல நீ தாலி கட்டற!"

"ஒருநாளும் நடக்காது."

"ஓஹோ...! அப்டி கல்யாணம் நடக்கலன்னா கருமாதி நடக்கும். ரெடியாரு. உன் கைக்கு தாலி கட்டற யோகமா, இல்ல கர்மா பண்ற யோகமான்னு பார்த்துடுவோம்."

அனந்தகிருஷ்ணன் வேகமாக நகர்ந்தான்.

இருட்டி வெகுநேரம் கழித்துதான் வீடு திரும்பினான்.

சாப்பாட்டைத் தவிர்த்துவிட்டு மொட்டைமாடிக்கு வந்தான். வானத்தில் நட்சத்திரங்கள் கொட்டிக்கிடந்தன. மேற்கு வானில் வளர்பிறை நிலவு தெரிந்தது. மதிலோரத்தில் தென்னை மரங்கள் சலசலத்தன. சுவர்க்கோழியின் ரீங்காரம் நிசப்தத்தைக் குலைத்தது.

சின்னவயசில் இந்தச் சத்தம் நிற்க பட்பட்டென்று டேபிளைத் தட்டுவான். ஒரு வினாடி சப்தம் நின்று மீண்டும் தொடரும். ஆனால் எத்தனை முயன்றாலும் முழுக்க நிற்காது.

கிட்டத்தட்ட அப்பாவும் இந்த சுவர்க்கோழியைப் போல்தான் இடைவிடாமல் அதிகாரம் செய்துகொண்டு அவனை வெறுப்பேற்றிக் கொண்டிருக்கிறார். அவரது ஆளுமையைத் தடுக்க அவனால் இயலவில்லை. எதிர்க்கும்போதெல்லாம் அம்மா வந்து ஏதோ சொல்லித் தடுத்துவிடுகிறாள். இதற்கு என்னதான் முடிவு என்று யோசித்தான்.

இன்னும் எத்தனை நாள்? கல்யாணமா கர்மாவா என்று மிரட்டுகிறார். என்ன சொல்லப் போகிறான்...? பயந்து பணியப்போகிறானா அல்லது எதிர்க்கத் துணியப் போகிறானா..? அனந்தகிருஷ்ணன் வானம் பார்த்து வெறுந்தரையில் படுத்து கைகளை மடக்கி தலையின்கீழ் வைத்துக் கொண்டான். இரவு உறக்கமின்றி நகர்ந்து வானத்தில் விடிவெள்ளி முளைத்தது.

விடிந்ததும் கீழேவந்து குளித்து, காப்பி குடித்ததும் பெட்டியை எடுத்துக் கொண்டு புறப்பட்டான்.

"கல்யாணத்துக்கு நாலுநாள் முந்தி வந்துசேர்."

"கல்யாணம்ங்கறது சந்தோஷத்தைக் கொடுக்கணும்."

"ஏன் இதுல சந்தோஷம் கிடைக்காதாக்கும்? இனிப்பை எந்தப் பேர் சொல்லி சாப்ட்டா என்ன?"

"இதையே நான் திருப்பிக் கேட்டா?"

"கேக்கப்படாதுங்கறேன்."

"அதான் ஏன்?"

"ஏன்னா, எங்கப்பா சொன்னதை நா கேட்கலையான்ன? கேட்டு என்ன குறைஞ்சு போய்ட்டேன்? எந்த அப்பனும் தப்பா சொல்லிக் கொடுக்கமாட்டான்."

"உங்க காலமில்லை இது."

"சில விஷயத்துல காலம் மாறவே மாறாது."

"கண்ணை மூடிண்டிருந்தா முயலுக்கு மூணுகால்தான். கண்ணைத் திறந்து பார்த்தாதானே நாலு காலும் தெரியும்?"

"இப்பொ என்னடா சொல்ற? கல்யாணம் பண்ணிப்பாயா மாட்டயா?"

"பண்ணிப்பேன். லலிதாவை."

"என் அஸ்தியைக் கரைச்சுட்டு அப்புறம் பண்ணிக்கோ."

"லலிதாவை பண்ணி வெக்கலன்னா என் அஸ்தியை நீங்க கரைக்க வேண்டியிருக்கும்."

"பகவானே...! என்னடா சோதனை இது...?" அம்மா தலையில் அடித்துக் கொண்டு அழ ஆரம்பித்தாள்.

"ஒண்ணுசெய்ங்கோ. மொதல்ல என் அஸ்தியைக் கரைச்சுட்டு உங்க குஸ்தியைத் தொடருங்கோ. ஒரு பக்கம் பிள்ளை. ஒரு பக்கம் புருஷன். போதும்டாப்பா! இனி பிறவியே வேண்டாம்."

"அழு, நன்னா அழு! இந்த மாதிரி பிள்ளையைப் பெத்ததுக்கு நீ வேற என்ன செய்ய முடியும்?"

அனந்து வேகமாய் வீதியில் இறங்கி நடந்தான்.

"சொல்லிண்டு போயேண்டா." அம்மாவின் குரல் அடுத்த வீதிவரை கூடவே வந்தது. அனந்து நடையை விரைவாக்கினான். பஸ் ஸ்டாண்டு வந்து தஞ்சாவூர் பஸ்ஸில் ஏறி அமர்ந்தான்.

பஸ் பாபநாசத்தைவிட்டு விலக விலக லலிதாவின் முகமும் நினைவுகளும் மனதை ஆக்ரமித்துக் கொண்டன. லலிதா எப்படி இருப்பாள்? சரியாக மூன்று வருஷமாகிறதா அவளைப் பார்த்து..? அடிக்கடி வந்து பார்க்கிறேன் என்று சொன்னதோடு சரி. சொன்னபடி பார்க்க முடியவில்லை. படிப்பை முடிப்பதும் வேலையில் அமர்வதும் லட்சியமாக இருந்தது. இது முடிந்தால்தான் லலிதாவை கல்யாணம் பண்ணிக்கொள்ள முடியும் என்பதால் மிகவும் பொறுமையாகத்தான் பார்க்கவேண்டும் என்கிற எண்ணம் வரும்போதெல்லாம் கட்டுப்படுத்திக்கொண்டான்.

படிப்பு முடிந்து வேலையும் கிடைத்த பிறகுதான் லலிதாவைப் பற்றின தீவிரம் மேலெழும்பியது. அதற்காகத்தான் பத்துநாள் விடுப்பு எடுத்துக் கொண்டு வந்ததும். ஆனால் இங்கே அப்பா வேறொரு பெண்ணை நிச்சயம் செய்து வைத்திருக்கிறார் அவனுக்கே தெரியாமல். அவர் அந்தக்கால மனிதர். அந்த ஜெனரேஷனுக்கு அடக்கியாள மட்டுமே தெரியும். குடும்பத் தலைவனுக்கு அழகு அடக்கியாள்வதும் தன் கட்டுப்பாட்டுக்கு கீழ் அனைவரையும் வைத்திருப்பதும் மட்டுமே என்பது அவர்கள் மனோபாவம். மற்றவர் உணர்ச்சிகளுக்கு அவர்களது நீதிமன்றத்தில் மதிப்பளிக்கப்படுவதில்லை. எதிர்ப்பது மிக மோசமான செயல் என்பது அவர்களுடைய வாதம். ஆனால், அனந்தகிருஷ்ணன் தாய் தந்தையருக்கு உரிய மரியாதையை தரத் தயாராகவே இருக்கிறான். அதற்காக அவர்களது கண்மூடித்தனமான காரியங்களுக்கு அடிபணிய

அவன் தயாராக இல்லை. தன்னுடைய விருப்பங்கள் மதிக்கப்படாதபோது அவர்களை எதிர்ப்பது தவறாகாது என்று நினைத்தான்.

பெற்றுவிட்டதால் பிள்ளை தனக்கு அடிமை என்கிற அந்த எண்ணத்தை வெறுத்தான். அதிலும் அவன் அப்பா அடக்கியாள்வதில் மாமன்னர் என்றே கூறலாம். சாப்பிடும்போது அவருடன்தான் உட்கார வேண்டும். பாகற்காய் வேண்டாம் என்றால், 'அதென்ன வேண்டாம்? விஷமா அது? சாப்பிட்டுதான் ஆகவேண்டும்' என்று கட்டளை வரும். சாப்பிடாவிட்டால் எச்சில் கையாலேயே பளாரென்று அறை விழும். பாகற்காய் உண்மையிலேயே விஷமாய் உள்ளே இறங்கும். குமட்டிக் குமட்டி வாந்தி வரும்.

சாப்பாடு என்றில்லை. உடை விஷயத்திலும் அப்படியே. ஷர்ட் கொஞ்சம் பெரிசாவே இருக்கட்டும் என்பார் டெய்லரிடம். தீபாவளியன்று மற்ற நண்பர்கள் கச்சிதமாக பாண்ட்டும் ஸ்லாக்கும் அணிந்துவர, இவன் மட்டும் இரண்டாள் நுழையுமளவுக்கு ஒரு ஷர்ட்டும் நிஜாரும் (ஃபுல் பாண்ட் என்ன ஃபுல் பாண்ட்? எல்லாம் நிஜார் போதும்) அணிந்து நிற்பான். 'என்னடா இது வேஷம்' என்று நண்பர்கள் கேலி செய்ய, அந்தக் கேலி அந்த வயதில் மிக மிக மனதை நோகடிக்கும். அதுமட்டுமில்லை, அவர் எதிரில்தான் பட்டாசே கொளுத்த வேண்டும்.

வெடி என்பது வெறும் ஊசிப்பட்டாசுதான். மற்ற வெடிகள் எதுவும் இருக்காது. நண்பர்கள் சரம் சரமாக பெரிய வெடிகளை அனாயாசமாக வெடித்துத் தள்ளும்போது இவன் புஸ்வாணமும், சங்கு சக்கரமும் கொளுத்திக் கொண்டிருப்பான். பட்டாசுகள் தீர்ந்துவிட்டால் உடனே உள்ளே வந்துவிடவேண்டும். அன்று முழுக்க வெளியே போகக் கூடாது. கன்னாபின்னான்னு வெடிச்சுருப்பா. 'காயம்பட்டா

யார் டாக்டருக்கு கொட்டியழறது? உள்ளேயே கிட' என்பார். மீறி அவர் கண்ணசரும் நேரம் அவன் போனால் பட்டாசு அவன் முதுகில் வெடிக்கும். சங்குசக்கரம் விட்ட தரையாகும் அவன் முதுகு. பனிரெண்டு வயசுவரைதான் அப்பாவிடம் பயமிருந்தது. அதற்குப்பிறகுதான் மெல்ல மெல்ல எதிர்க்கேள்விகள் கேட்க ஆரம்பித்தான். தனக்கென்று எந்த விஷயத்திலும் ஒரு கருத்து வைத்துக்கொண்டு இவன் வாதாடினதை அப்பாவால் தாங்கமுடியவில்லை ரௌத்ரம் அதிகமாகியது.

அத்தியாயம் 7

அக்கிரஹாரத் தெருவில் மாமாவின் பேர் சொன்னதும் வீட்டைக் காட்டினார்கள். வாசலுக்கு இருபக்கமும் மாப்பிள்ளைத் திண்ணையோடு வீடு பெரிதாகவே இருந்தது. கோவில்வீடு என்பதால் வாடகை மிகவும் கம்மி. இடைகழி தாண்டி உள்ளே போகும்வரை யாரும் கவனிக்கவில்லை. கூடத்தில் மாமியும் லலிதாவின் அக்காவும் டின் அரிசியைக் கொட்டி நெல்லும் கல்லும் பொறுக்கிக்கொண்டிருந்தார்கள். அனந்தகிருஷ்ணன் லேசாகச் செரும இருவரும் ஏககாலத்தில் திரும்பினார்கள்.

"யாரு?" மாமி கேட்டாள்.

லலிதாவின் அக்கா எழுந்து உள்ளேபோய் அடுக்களைக் கதவருகில் நின்று கொண்டாள்.

"நான் அனந்தகிருஷ்ணன். பாபநாசத்துலேர்ந்து வரேன்."

"ஓ ஓ... சங்கரியக்கா பிள்ளை அனந்துவா... வா... வா... சட்டுனு அடையாளம் தெரியலை. சின்னப் பிள்ளையில பாரத்தது. உட்காரு... சரோஜா, பரவால்ல வா. உங்க அத்தை பிள்ளைதான் அனந்து. உன்னைவிட நாலு வயசு சின்னவன்தான்." லலிதாவின் அக்கா வெளியில் வந்து சிரித்தாள்.

"ஆச்சரியமார்க்கு" என்றாள்.

"ஏன்...?"

"நீங்கள்ளாம் இங்க வந்ததே இல்லையே? அதான்."

அந்த பதில் லேசாய் சங்கடத்தைத்தர, ஒருகணம் தலைகுனிந்தான். அப்பா அவனை எங்கேதான் அனுப்பியிருக்கிறார். இது இவர்களுக்குத் தெரியுமா என்ன?

"சங்கரியக்கா சௌக்யம்தானே?"

"ம்.... மாமா இல்லையா?"

"ஜட்ஜாத்துல இன்னிக்கு சீமந்தம். இவர்தான் சமையல். ரெண்டு மணிக்கு வந்துடுவார். சரோஜா அனந்துவுக்கு காப்பி போடேன். குளிச்சுட்டு வேணா வரயா? சாப்ட்டுட்டு சித்த நாழி ரெஸ்ட் எடுத்துக்கோ. அதுக்குள்ள மாமா வந்துடுவார்." மாமி பேசுவதைக் கேட்டாலும் கண்கள் லலிதாவைத் தேடின. எங்கே போனாள்....? திடுதிப்பென்று அவனைக் கண்டதும் அவள் முகம் எப்படி மலரும்? கற்பனையில் அதைக் காண முயற்சித்தான்...

"தண்ணி ரெடியார்க்கு" சரோஜா காப்பியை நீட்டினாள்.

"இதுல எப்டி குளிக்கறது?" டம்ளரைக் காட்டிக் கேட்டான்.

"இது காப்பி" சரோஜா பக்கென்று சிரித்தபடி சொன்னாள்.

"ஓஹோ. இது காப்பியா...!" அனந்துவும் சிரித்தான்.

"பரவால்ல, நன்னாவே கிண்டல் பண்றயே, எங்காத்து காப்பி தண்ணின்னு."

"இல்ல... சும்மா தமாஷுக்குதான்."

"புரிஞ்சுது. எங்க வீட்ல எல்லாருமே உங்களைவிட ஜோக்கடிச்சுப்போம். அம்மா களி ரெடியாய்டுத்தா?"

"களியா..."

"சாதத்தைக் கேட்டேன். குளிச்சுட்டு வந்தா போட்ருவோம்" சரோஜா உள்ளே போக அனந்தகிருஷ்ணன் ஒருகணம்

மலைத்து நின்றான். பிறகு சிரித்துக் கொண்டே காப்பியைக் குடித்தான். காப்பி கள்ளிச்சொட்டு மாதிரியிருந்தது. அவனுக்காகத் தயாரிக்கப்பட்டிருந்த ஸ்பெஷல் காப்பி என்று புரிந்தது. அனந்தகிருஷ்ணன் டவல் எடுத்துக்கொண்டு குளிக்கப் போனான். பாத்ரூம் புழக்கடையில் தனியாக இருந்தது. கொல்லை நீளமாயிருந்தது. தென்னை மரங்கள் நாலைந்தும், செம்பருத்திப் புதர்களும், நந்தியாவட்டை, மல்லிகைப் பந்தல், கருவேப்பிலை, எலுமிச்சை, நாரத்தை என்று நிறைய வகையறாக்கள் கொல்லையில் நிறைந்திருந்தது. தும்பைச் செடியும், கரிசலாங்கண்ணியும், கீழாநெல்லியும் ஏராளமாய் முளைத்திருந்தன.

பாபநாசம் வீட்டுக் கொல்லையிலும் நிறையச் செடிகொடிகள் உண்டு. ஆனால் எல்லாம் ஏதேதோ உபயோகமில்லாத வகைகள். கொல்லையை கவனிக்க யாருக்கும் முடியவில்லை. எருக்கஞ்செடியும் அரளிப்புதரும் வேப்பமரமும், ஒரே ஒரு பலாமரமும் இருக்கும். தென்னை மரங்கள் இரண்டு உண்டு. மற்றபடி, புஷ்ப வகைகளோ எலுமிச்சை நாரத்தையோ அங்கு இல்லை.

கிணற்றுநீர் குளிக்க இதமாயிருத்தது. புழுதியும் அழுக்கும் போனதும் புத்துணர்ச்சி தெரிந்தது.

“இதையா களின்னு சொன்னேள்?” சாப்பிடும்போது கேட்டான்.

“நன்னார்க்கா அப்பொ?”

“நா சாப்பிடற மெஸ் சாப்பாட்டை அப்புறம் என்னென்னு சொல்றது?”

“அப்பொ பாபநாசத்துல இப்பொ இல்லையா?”

“இல்லை. கோவைல வேலையில சேர்ந்தாச்சு. மில்லு உத்யோகம். மில்லுல வீடும் கொடுத்திருக்கா.”

“அப்டியா சமாச்சாரம்? நல்ல சம்பளமிருக்கும்னு சொல்லு. அப்புறம் என்ன.. அடுத்தாப்பல கல்யாணம்தானே?”

“ம்...” ‘அது விஷயமாதானே வந்திருக்கேன்’ நுனி நாக்குவரை வந்துவிட்ட வார்த்தைகள் வெளிப்போகாமல் தடுத்தான்.

“அதுசரி, எங்க மத்தவா யாரையும் காணும்?” என்றான் பேச்சை திசைதிருப்பி.

“கோபாலன் கும்மோணத்துல வேலையாகிப் போயிட்டான், தாலுகாபீஸ் வேலை. சொற்ப சம்பளம்தான். பிரமோஷன் வந்தா கூடும். சரோஜாவதான் பார்த்தயே. கல்யாணத்துல நாலு பவுன் நகை போடல, நகையோட வந்தா போறும்னு சம்மந்தியம்மா அனுப்பி வெச்சுட்டா.

மாப்பிள்ளை எப்பவாவது திருட்டுத்தனமா வந்து பொண்டாட்டியப் பார்த்துட்டு போவார். அம்மாவைத் தட்டி கேட்கத் தெரியல. பொண்டாட்டிய விடவும் முடியல. அல்லாடறார் நடுேல. இவளுக்கடுத்த கீதாவுக்கு பணக்காரவரன் தேடிண்டு வந்தது. ஒண்ணும் வேண்டான்னுட்டா. அதிர்ஷ்டம்னு பண்ணி வெச்சோம். அப்பறம்தான் தெரிஞ்சுது, இவ ரெண்டாந்தாரம். மூத்தவ போய்ச் சேர்ந்து ரெண்டு குழந்தைகள் வேற உண்டாம். மறச்சுப்ட்டா பாவிகள்... இதெல்லாம் பார்த்துட்டு லலிதாவுக்கு வரன் தேடவே பயம்மார்க்கு, எந்த புத்துல எந்த பாம்பு இருக்குமோன்னு.”

“லலிதா எங்க?”

“ஜட்ஜ் மாட்டுப் பொண்ணு இவ சிநேகிதி. அவளுக்குதான் சீமந்தம். அங்கதான் இவளும் போயிருக்கா. அப்டியே அப்பாவுக்கும் கூடமாட ஒத்தாசை செய்வா.”

சாப்பாட்டுக்குப் பிறகு சரோஜா முன்னறையில் பாய் போட்டு படுக்கச் சொன்னாள். நாலு பவுன் சங்கிலிக்கு

அவ்வளவு முக்கியத்துவமா? மனுஷ உயிரைவிடவா அது மேலாகிவிடும்? வியப்பாயிருந்தது அனந்துவுக்கு.

"ஸோ, மாமா நாலு பவுன் சங்கிலி போட்டுட்டா உனக்கு விடிஞ்சிடுமா?"

"அப்பா சங்கிலி போட்டாலும் நா போறதால்ல?" என்றாள் சரோஜா. அனந்து வியப்போடு அவளைப் பார்த்தான்.

"ஏன்? அப்புறம் என்ன பிரச்சனை?"

"நாலு பவுன் சங்கிலி, பக்கத்துல படுத்துக்காது. பிள்ளை பெத்துக்காது. அப்படிப்பட்ட சங்கிலிதான் உசத்திங்கறவாளுக்கு பொண்டாட்டி எதுக்கு? எங்காத்துக்காரர்கிட்ட ஒவ்வொரு முறையும் இதைத்தான் கேக்கறேன். ஆனா மரமண்டைக்கு புரியலையா, இல்ல புரிஞ்சும் புரியாத மாதிரி நடிக்கறதான்னு தெரியல."

"அம்மாவை மதிக்கட்டும். வேண்டாங்கல. ஆனா அம்மா பண்றது தப்புன்னா தட்டிக் கேட்கத் தெரியாத ஆம்பளை என்ன ஆம்பளை? எனக்கு வெறுத்துப் போச்சு. சங்கிலியப் போட்டுண்டு, அதோட படுத்துப் புரளமுடியும்னு தோணல. என்னோட முக்கியத்துவத்தை என்னிக்கு மனசாரப் புரிஞ்சுண்டு சங்கிலி வேணாம், நீ வந்தா போதும்னு சொல்றாரோ அன்னிக்குதான் அங்க போவேன்."

"அப்டி சொல்லுவாங்கற நம்பிக்கை இருக்கா?"

"விடிஞ்சா இருப்போமோ இல்லையோ? எந்த நம்பிக்கைல தூங்கறோம்? அந்த மாதிரிதான்."

"அவா ரெண்டாங்கல்யாணம் அது இதுன்னு பயமுறுத்தினா...?"

"கிழிச்சு தோரணம் கட்டிடுவேன். சரோஜா பயந்தாங்கொள்ளியில்ல."

“சபாஷ்” என்றான் அனந்தகிருஷ்ணன் உண்மையான பிரமிப்போடு. அவன் மதிப்பில் சரோஜா பலபடிகள் உயர்ந்தாள்.

“அதுசரி, உன் கல்யாணம் எப்பொ?”

“இனிமேதான்.”

“பொண்ணு பார்த்துண்ருக்காளா?”

“அதுவும் இனிமேதான்.”

“பொண்ணு எப்டியிருக்கணும்னு நினைக்கற?”

“மொதல்ல பொண்ணாயிருக்கணும்.”

“அதாவது முத்தம் கொடுத்தா குழந்தை பிறந்துடணும். சரியா?”

அனந்தகிருஷ்ணன் திகைப்போடு நிமிர்ந்து பார்த்தான். சரோஜாவின் கண்கள் விஷமத்தோடு சிரித்தன.

ஒருகணம்தான், அனந்து விழுந்துவிழுந்து சிரித்தான். முகம் சிவந்தது.

“பாவம்! வந்து எல்லாம் சொல்லித்து. ஒரே சிரிப்பு.”

“எல்லாம்னா...? என்ன சொன்னா?”

“எல்லாம்தான். நீ கொடுத்த முத்தம்கூட விட்டுவெக்கல.”

“அடிப்பாவி. அதையுமா சொல்லிட்டா? அதுவும் அக்காகிட்ட”

“அக்காவா பழகினா சொல்லமாட்டா. சிநேகிதியா பழகும்போது சொல்றதுக்கென்ன?”

“பொறாமையா இருக்கு எனக்கு.”

“எதுக்கு?”

“இதுமாதிரி அக்காவோ, அண்ணாவோ எனக்கில்லையேன்னு”

"அப்புறம்?"

"அது விஷயமாதான் நா இப்பொ வந்திருக்கேன்."

"அதுவும் புரிஞ்சுது."

"மாமா மாமிக்கு எதுவும் தெரியாதே?"

"தெரியாது."

"கல்யாணத்துக்கு அவா ஒத்துப்பாளா? லலிதாவைப் பண்ணிக் கொடுப்பாளா?"

"அதுவும் தெரியாது."

சரோஜா சொன்ன பதில் குழப்பத்தை அளிக்க ஒருகணம் தளர்ந்தான்.

அத்தியாயம் 8

மூன்று மணிக்கு மாமாவும் லலிதாவும் வந்தார்கள்.

வாசல்பக்கம் அவர்களைப் பார்த்ததுமே சரோஜா சட்டென்று அவனிருந்த அறைக்கதவை சாத்தினாள்.

அப்பா உள்ளே போக, பின்னால் வந்த லலிதாவை கப்பென்று பிடித்து நிறுத்தினாள்.

"என்னக்கா.... என்ன?"

"இங்க வாயேன். ஒரு விஷயம் சொல்லணும்."

"என்ன விஷயம்?"

"யாரோ உன்னைப் பார்க்க வந்திருக்கா."

"என்னைப் பார்க்கவா? யாரு?"

"யாருக்குத் தெரியும்? மூணு வருஷத்துக்கு முந்தி உனக்கென்னமோ கொடுத்தாளாம். அதை வட்டியோட வாங்கிக்க வந்திருக்கறதா சொன்னா."

"ப்ஸூ... உளறாதக்கா. நா யார்கிட்டயும் எதுவும் வாங்கலை."

"அதான் சொன்னேன் நானும். ஆனா பிடிவாதமா அந்த ரூம்ல உட்கார்ந்தா யாரென்ன பண்றது? போய்ப்பாரேன்."

சரோஜா அவனிருந்த அறையைச் சுட்டிக்காட்ட, லலிதா கதவைத் தள்ளிக் கொண்டு உள்ளே போனாள். உள்ளேயிருந்த உருவத்தைக் கண்டதும் கண்கள் விரிய நம்ப முடியாதவளாக மீண்டும் மீண்டும் கண் மூடித்திறந்து பார்த்தாள். முகம் ரத்தக்குழம்பாய் சிவந்தது. காலோடு தலை மின்சாரம் ஓடினாற்போல் உதறியது. ஆடுகால்சதை நிற்க முடியாமல் நடுங்கியது.

திகைப்பு அவளுக்கு மட்டுமல்ல. அவனுக்கும்தான். லலிதாவா இது? வாளிப்பான உடலும், மினுமினுத்த கூந்தலும், பிரகாசமான கண்களும், வழவழவென்ற கன்னக் கதுப்புகளும், யௌவனத்தின் தலைவாசலில் நின்றிருந்ததை அடையாளம் காட்டின.

"உ... உங்களைத்தான் சொன்னாளா அக்கா?"

"ஏன்... ஆச்சரியமார்க்கா?"

"பின்ன...? மூணு வருஷமாறதே."

"கோவம்தானே?"

"அதெல்லாம் இல்ல."

"என்னை எதிர்பார்த்தாயா?"

"தினமும்!"

"எதுக்கு?"

"வேறெதுக்கு?"

"புரியலையே"

"நல்ல நடிப்புதான்."

அனந்தகிருஷ்ணன் பக்கென்று சிரித்தான். சிரித்தபடி அவளை விழுங்கிவிடுவதுபோல் பார்த்தான். அந்த கடைசி தினத்தை தினமும் இருவரும் அசை போட்டுக் கொண்டிருந்ததால்தான் மூன்றுவருடப் பிரிவுக்குப் பின்னரும் இவ்வளவு நெருக்கமாய்ப் பேச முடிந்ததோ? என்னமோ மறுநாள் கண்விழித்துப் பேசுவதைப்போல்தான் இருந்தது.

"பேசினது போறும், வெளில வாங்கோ. அனந்து, அப்பாவைப் பார்க்க வேண்டாமா?" சரோஜா வெளியிலிருந்து குரல் கொடுக்க லலிதா சட்டென்று வெளியில் வந்தாள். அனந்துவும் பின்னால் வந்தான்.

மாமி மாமாவிடம் அனந்துவின் வருகையைப்பற்றி சொன்ன நேரத்தில் அவனும் கூடத்திற்கு வந்தான்.

"வாப்பா" என்றார் மாமா. அனந்து மாமாவை நமஸ்காரம் பண்ணினான்.

"வேலையாய்டுத்துன்னு சொன்னா, ரொம்ப சந்தோஷம். அம்மா அப்பா சௌக்யம்தானே?"

"சௌக்யந்தான்" அதற்குமேல் என்ன கேட்பது என்று அவருக்குப் தெரியவில்லை. அவனுக்குப் புரியவில்லை. ஐந்து நிமிடம் மௌனமாகவே கரைந்தது. சரோஜாதான் அதைக் கலைத்தாள்.

"அடைமாவு இருக்கு. எண்ணைல உருட்டி போட்டா பிடிக்குமா அனந்து?"

"பிடிக்காம என்ன?"

"அப்பொ பத்து நிமிஷத்துல கொண்டுவரேன். சாப்டுட்டு பெரிய கோவிலுக்கு போய்ட்டு வருவோம் சரியா?"

சரோஜா உள்ளே போக, மாமா உத்யோகம் பற்றிக் கேட்டார். சாப்பாடு எங்கே என்று விசாரித்தார். இறுதியாக, சங்கரி எதானும் சொல்லியனுப்பினாளா என்று நாசூக்காக அவன் வந்த காரணம் பற்றிக் கேட்க, அனந்து ஒருகணம் தடுமாறினான். அதற்குள் சரோஜா வெளியில் வந்தாள்.

"அப்பா, சாம்பு மாமா உங்களைப் பார்க்கணும்னார். அடுத்தவாரம் வேலை ஏதோ இருக்காம். உடனே போனா பார்க்கலாம். திருச்சிக்கு புறப்படறார் அவர்" என்றாள்.

"இதை மொதல்லயே சொல்ல மாட்டாயோ? அனந்து நீ இரு. நா போய்ட்டு வந்துடறேன்."

மாமா இடுப்பு வேட்டியை சரி பண்ணிக் கொண்டு. மேல் சட்டையை அணிந்து கொண்டு புறப்பட்டார்.

அப்பா போனதும் சரோஜா அம்மாவை வெளியில் அழைத்து ஊஞ்சலில் உட்கார வைத்தாள்.

அனந்து புழக்கடைப் பக்கம் போனான். சரோஜா அம்மாவோடு ஊஞ்சலில் உட்கார்ந்தாள்.

"நீ சொல்லும்மா, அனந்துவைப்பற்றி என்ன தோண்றது?"

"நல்லபிள்ளை, வேறென்ன சொல்ல?"

"லலிதாக்கு பொருத்தமார்க்க மாட்டான்?"

"என்னடி சொல்ற நீ?"

"அவனுக்கு லலிதா மேல ஒரு பிடித்தம் இருக்கும்மா. அதுபத்தி பேசத்தான் இங்க வந்திருக்கான்."

"நிஜமாவா? ஆனா..."

"புரியறதுமா. உன் பொண்ணும் லேசுப்பட்டவ இல்ல... கொஞ்சநாள் அங்க இருந்தாளோன்னோ? இவளுக்கும் இஷ்டம்தான். நீதான் அப்பாட்ட மெதுவா விஷயம் சொல்லணும். இஷ்டப்படறவாளை இணைச்சு வெக்கணும். என்ன சொல்ற?"

"அவா பணக்காரா சரோஜா. சமையல்காரனோட சம்பந்தம் பேச ஒத்துப்பாளா? என்னதான் சொந்தம்னாலும்."

"ஒத்துக்காமயா பிள்ளையை அனுப்பி இருப்பா? நீ கேளும்மா அப்பாட்ட... நாங்க கோயிலுக்கு போய்ட்டு வந்துடறோம், சரியா?"

அம்மா குழப்பத்தோடு தலையாட்டினாள்.

சரோஜா அடை உருண்டையை அனந்துவுக்கு கொடுத்துவிட்டு முகம் அலம்பிப் புடவை மாற்றிக் கொண்டாள்.

"லலிதா வரலையா?" என்றாள் அனந்து.

"கல்யாணமானா உங்கூடத்தானே வரப்போறா?" சிரித்தாள். புறப்பட்டார்கள்.

பெரிய கோயில் 'ஹா'வென்றிருந்தது. அதன் கட்டுமானம் பிரமிக்க வைத்தது.

“நீ இங்க வந்திருக்கறது அத்தை அத்திம்பேர்க்கு தெரியுமா அனந்து?”

“இ... இல்ல தெரியாது.”

“அப்டின்னா...?”

“உண்மையைச் சொன்னா அப்பாவுக்கு இதுல சம்மதமில்லை சரோஜா.”

“அப்பறம்... அப்பறம் எப்படி அனந்து?”

“அவாளை மீறிண்டுதான் நா பண்ணிக்கணும்.”

“தப்பில்லையா இது?”

“பண்ணிக்கப்போறது நான். என் விருப்பம் முக்கியமில்லையா?”

“இருந்தாலும் பெரியவா சம்மதமில்லன்னா எங்கப்பா பயப்படுவார் அனந்து. ஒத்துக்க மாட்டார்.”

“நா என்ன செய்யட்டும் சரோஜா. எனக்கு லலிதா வேணும். எந்தக் காரணம் கொண்டும் அவளை இழக்க நா தயாரா இல்ல.”

சரோஜா யோசித்தாள். அவள் நினைத்ததுபோல் சுலபமான விஷயமல்ல. பெரிய சிக்கலே இருக்கிறது. அக்காவும் அத்திம்பேரும் சம்மதப்படாத ஒன்றிற்கு அப்பா நிச்சயம் ஆசைப்படமாட்டார். திருமணம் என்பது அனைவரது சந்தோஷத்திலும் நடக்கவேண்டிய விஷயம். முக்கியமாக பிள்ளையைப் பெற்றவர்களே இஷ்டப்படாதபோது பெண் என்னமாக அந்த வீட்டில் வாழ்வாள் என்று நிச்சயம் அவர் தயங்குவார். மறுப்பார். அப்படியிருக்க இவன் விருப்பம் ஈடேறுமா என்று சந்தேகம் வந்தது அவளுக்கு.

“என்ன யோசனை?”

“ம்? ரொம்ப சிக்கலார்க்கும் போலருக்கே!”

"நீதான் உதவணும் சரோஜா. ஆனா சத்தியமா சொல்றேன். உன் தங்கையை கண்கலங்க விடமாட்டேன். அம்மா அப்பாவோட நாங்க வாழப்போறதுமில்ல. தனிக்குடித்தனம்தான். அதனால் எந்தவித பயமும் வேண்டாம். மாமாட்ட இதையெல்லாம் எடுத்துச் சொல்லி அட்லீஸ்ட் அவரையாவது சம்மதிக்க வைக்கவேண்டியது உன் பொறுப்பு."

சரோஜா யோசித்தாள்.

"பார்ப்போம். எல்லாத்துக்கும் மேல யோகம்னு ஒண்ணு இருக்குல்ல? அது இருந்தா. நீங்க சேரணும்னு விதியிருந்தா யார்தான் என்ன செய்ய முடியும்?"

ஆனால் இரவு பேசின மாமாவின் பேச்சு நம்பிக்கையளிப்பதாக இல்லை.

"உங்கப்பாவைப் பத்தி எனக்கு நன்னாவே தெரியும் அனந்து. அவருக்கு இஷ்டமில்லன்னா நா மட்டும் எப்டி சம்மதிக்க முடியும்? நாளைக்கு என்னையில்ல மண்ணை வாரிப்போட்டு சபிப்பார்? கஞ்சியோ கூழோ என் பொண்ணு சந்தோஷமார்க்கணும். ஏற்கனவே ரெண்டுபேர் விஷயத்துல ஏமாந்து அடிபட்டு நிக்கறவன் நான். அதுவாவது வெளியிடம். ஆனா இது உறவு. உறவுக்குள்ள பகை வேண்டாம்னு நினைக்கிறேன். லலிதாவை உனக்கு பண்ணித்தர எனக்கு இஷ்டம்தான், உங்கப்பாவும் அம்மாவும் சம்மதிக்கற பட்சத்தில்" மாமா வெட்டு ஒன்று துண்டு இரண்டாகப் பேசினார். பிறகு படுக்கப்போய் விட்டார்.

"என்ன செய்யப் போற அனந்து?" சரோஜாவின் குரலில் வருத்தமிருந்தது.

லலிதாவின் விசும்பல் சத்தம் அடுக்களையிலிருந்து கேட்டது. மாமியின் முகத்தில் நிராசை. நல்ல இடம் தட்டிப்போய்விடுமோ என்ற ஏக்கம் தெரிந்தது.

அடுத்தாற்போல் என்ன என்ற கேள்வி விஸ்வரூபமாய் எழும்பியது.

"நீ மறுபடியும் உங்கப்பாகிட்ட பேசிப் பார்க்கப்படாதா?" சரோஜா கேட்டாள்.

"முடியாது. அவர் பதினெட்டாம் தேதி எனக்கு கல்யாணத்துக்கே நாள் குறிச்சுட்டார்."

"அய்யோ... இதைச் சொல்லவேல்லியே" மாமியின் குரலில் அப்பட்டமான பயம் தெரிந்தது.

"பின்ன வேண்டாம் அனந்து. பெத்தவா சொல்றபடியே கேளு. அதான் எல்லார்க்கும் நல்லதுன்னு தோண்றது."

ஆனால் அனந்து தீர்மானமாக மறுத்தான். தனிமையில் சரோஜாவிடம் எப்படியாவது உதவும்படி கெஞ்சினான்.

சரோஜா நிறைய யோசித்தாள். "சரி அனந்து. உங்களுக்கு உதவறதுன்னு முடிவு செய்துட்டேன். அடுத்தவாரம் அப்பா கரூர்க்கு போறார். அப்பொ நீ லலிதாவைக் கூட்டிண்டு போ. யாருக்கும் தெரிய வேண்டாம். கல்யாணம் பண்ணிண்டு வாங்கோ. அதுக்கப்பறம் நடக்கறபடி நடக்கட்டும்."

லலிதாவின் முகம் பேயறைந்தாற்போலாயிற்று. அனந்துவின் முகம் பிரகாசமாயிற்று.

அத்தியாயம் 9

ஒருநாள் முழுக்க முகம் கொடுத்துப் பேசாமல் வருந்தினார் மாமா. மாமியை சரோஜா ஓரளவுக்கு எடுத்துச் சொல்லித் தேற்றியிருந்ததால் மாமி சுமுகமாகவே நடந்துகொண்டாள்.

கும்பகோணத்திலிருந்து கோபாலனும், மெட்ராஸிலிருந்து கீதாவும் விஷயமறிந்து ஓடி வந்தார்கள். அனந்துவின் அழகு, கம்பீரம், உத்யோகம். சம்பளம் எல்லாம் பார்த்ததும் கோபாலன் சமாதானமானான். கீதாதான் அப்பாவை சமாதானப்படுத்தினாள்.

"சொல்லிக்காம பண்ணிண்டாலும் எங்களைவிட சௌக்யமார்ப்பாப்பா லலிதா. அனந்து நல்லவன். அவாளை ஆசீர்வாதம் பண்ணுங்கோப்பா."

சரோஜா வற்புறுத்தி அவரை அழைத்து வந்தாள். லலிதாவும் அனந்துவும் நமஸ்கரிக்க, வாழ்த்தினவர் கண்களில் கண்ணீர் வழிந்தது.

"போய் உங்கப்பாவையும் பார்த்து ஆசீர்வாதம் வாங்கிக்கோங்கோ" என்று அடுத்த வண்டியிலேயே பாபநாசத்திற்கு அனுப்பிவைத்தார்.

ஜோடியாக வந்தவர்களைப் பார்த்து அம்மா திகைத்தாள். அப்பா வாசற்கதவை படாரென்று சார்த்தித் தாளிட்டார். "அவனைப் போகச் சொல்லு... இல்ல.. உன்னைக் கொன்னுடுவேன்" பொண்டாட்டியிடம் உறுமினார். அந்த கர்ஜனை தெருக்கோடிவரை கேட்டது.

"நா போயிடறேன். அம்மாவை ஹிம்சை பண்ண வேண்டாம்" அனந்து வெளியிலிருந்து கத்தினான்.

“போடா... போய்த் தொலை! பெத்த அப்பனை வேதனை பண்ணிட்டு எத்தனை நாள் நீ சந்தோஷமா வாழ்ந்துடப் போறன்னு பார்க்கறேன். நீ எந்த சந்தோஷத்துக்காக என்னைத் தூக்கி எறிஞ்சயோ அந்த சந்தோஷம் உன்னைவிட்டு கூடிய சீக்கிரம் போகும். நீ நாசமாப் போறதை பார்த்துட்டுதான் நான் சாவேன்,” இதுதான் அவருடைய ஆசீர்வாதம்! எந்தக் கரிநாக்கால் சொன்னாரோ சொன்னது பலித்தது. லலிதாவை நாலே வருடத்தில் வாரிக்கொண்டு போயிற்று.

சார்த்திய கதவு அவனுக்காகத் திறக்கவும் இல்லை, இவனும் தட்டவில்லை.

லலிதா செத்துப்போன விஷயத்தைக்கூட பாபநாசத்திற்குச் சொல்லியனுப்பவில்லை. ஆனால் விஷயம் தெரியாமல் இருந்திருக்காது. யாரும் வரவில்லை. வருந்தவில்லை. தன் சாபம் பலித்தது என்று மகிழ்ந்திருப்பார் அப்பா. அவர் எதிரில் போய்நின்று தன் பலவீனத்தைக் காட்டிக்கொள்ள அனந்தகிருஷ்ணன் விரும்பவில்லை. நல்லகாலம், போனவள் ஓரேயடியாக எல்லா சந்தோஷத்தையும் பறித்துக் கொண்டு போகவில்லை. அவனுக்காக ஒரு வசந்தத்தை பிள்ளை என்ற பேரில் விட்டுச் சென்றிருந்தாள். அந்தப் பிள்ளை அவரது துக்கங்களுக்கு வடிகாலாய் இருந்தான்.

வண்டி பெங்களூர் ஸ்டேஷனில் பெருமூச்சுவிட்டு நின்றது. சில்லென்ற சீதோஷ்ணம் உடம்பைத் தழுவியது.

அனந்தகிருஷ்ணன் சூட்கேஸை எடுத்துக்கொண்டு இறங்கினார். ஆட்டோ பிடித்து ரூம் ரிஸர்வ் செய்திருந்த நட்சத்திர ஹோட்டலுக்கு வந்தார்.

மூன்றாவது மாடியிலிருந்த அறை ஜன்னலில் கர்ட்டன் விலக்கிப் பார்த்தபோது பெங்களூரின் எழில் மனதைக் கொள்ளைகொண்டது. புள்ளியாய் மனிதர்களும் வாகனங்களும் சுத்தமான சாலையில் எங்கோ பயணித்துக் கொண்டிருந்தனர்.

இண்டர்காமில் காப்பிக்கு சொல்லிவிட்டுக் குளிக்கப்போனார். குளிருக்கு இதமாய் வெந்நீரும் தண்ணீரும் தனித்தனி குழாய்களில் வர, கலந்து குளித்தார். வெந்நீர் பட்ட உடலிலிருந்து புகை எழும்பியது. பிரயாண அலுப்பு நீங்கியதும் உடை மாற்றி காப்பி குடித்துவிட்டு தான் சந்திக்கவேண்டிய நபர்களுக்கு டெலிஃபோன் செய்யத் துவங்கினார். ஒருசிலரை நேரில் வரச் சொன்னார்.

அவர்கள் வருவதற்குள் தனக்குச் சாப்பாடு ஆர்டர் செய்து சாப்பிட்டார். பிறகு ப்ரீஃப்கேஸ் திறந்து சில பேப்பர்கள் எடுத்து கட்டிலில் பரப்பி வைத்துக்கொண்டு ஆராய்ந்தார். பதினைந்து நிமிடத்தில் பஸ்ஸர் ஒலிக்க எழுந்துபோய்க் கதவு திறந்தார்.

"குட் ஈவினிங் சார்."

"குட் ஈவினிங், வாங்க, ப்ளீஸ் டேக் யுவர் சீட்."

"போன வாரமே உங்களை எதிர்பார்த்தோம்."

"அஃப்கோர்ஸ் வரதான் ட்ரை பண்ணினேன், நிறைய வேலை. பில்டிங் ரெடிதானே."

"ரெடி சார்."

"ரெண்ட்?"

"இருபதாயிரம், அதுக்கு குறைஞ்சு கிடைக்கல. பட் சென்டர் ப்ளேஸ்ல இருக்கு."

"ஓ நோ... ரெண்ட் எவ்ளோ இருந்தாலும் பிரச்சனையில்ல. அடுத்தமாசம் பிரான்ச் ஓப்பன் பண்ணிடணும். நா சொன்னா மாதிரி ஹிண்டுல விளம்பரம் பண்ணிட்டிங்களா?"

"போனவாரம் பண்ணினோம். நிறைய அப்ளிகேஷன்ஸ் குமிஞ்சு போச்சு சார்..."

"நல்லது. எல்லாத்தையும் கிளியராப் பார்த்து பெஸ்ட் கேன்டிடேட்ஸ்க்கு இண்டர்வ்யூ கார்ட்ஸ் அனுப்புங்கள்.

முதல் ரவுண்டு செலக்ஷன் இங்கயே நடக்கட்டும். ஃபைனல் ரவுண்டுக்கு மெட்ராஸ்க்கு அனுப்பிடுங்க. இப்பொ பில்டிங் பார்க்கப் போலாமா?''

''உங்களுக்கு டயர்டா இல்லன்னா போலாம் சார்.''

''இல்ல போகலாம். நான் தயாராயிடறேன். அதுக்குள்ள நீங்க காப்பி சாப்டுங்க. இப்போ வந்துடும்'' அனந்தகிருஷ்ணன் உள்ளறைக்கு உடைமாற்றச் சென்றார்.

சுற்றிச் சுற்றி வந்தான் பரசுராமன். அப்பா இல்லாத வீடு நன்றாகவேயில்லை. எத்தனை நாழி படிப்பது, பாட்டு கேட்பது. டி.வி. பார்ப்பது என்று அலுத்துப் போயிற்று. அப்பாவுக்குப் ஃபோன் பண்ணிப் பேசினால்....? பரசு பெங்களூரின் கோட் நம்பர் பார்த்து டெலிபோன் சுழற்றினான்.

மறுமுனையில் பெல் அடித்தது. அடுத்த வினாடி இனிய குரல் ஒன்று ஹலோ என்று அழைத்து வணங்கியது.

''மிஸ்டர் அனந்தகிருஷ்ணனுக்கு லைன் கொடுங்க ப்ளீஸ்.''

''ரூம் நம்பர் சார்...?''

''ஓ... ரூம் நம்பர்... தெரியலையே... இன்னிக்கு மார்னிங் மெட்ராஸ்லேர்ந்து புறப்பட்டு வந்தார்.''

''ஒரு நிமிஷம் இருங்க பார்க்கறேன்.'' பரசு நகத்தைக் கடித்தான்.

''சாரி சார், நோ ரெஸ்பான்ஸ். வெளில போயிருக்கார்னு நினைக்கிறேன். எனி மெஸேஜ் டு பி கன்வேய்ட்?''

''நத்திங். நா மறுபடியும் பண்றேன்.''

ஒன்பது மணிக்கு மறுபடியும் பண்ணினான். ஒரு நிமிடத்தில் அப்பாவின் குரல் கேட்க பரசுவின் முகம் மலர்ந்தது

''அப்பா நா பரசு.''

''என்னடா...?''

"போரடிக்கறதுப்பா."

"நல்ல கர்ல் ஃபிரெண்டா பார்த்து பிடிச்சுக்கோ, போரடிக்காது."

பரசு சிரித்தான் "போப்பா!"

"பின்ன என்னடா பதினெட்டு வயசு பையன் போரடிக்கறதுன்னு சொன்னா ஆச்சர்யமால்ல?"

"நீ வந்தா சரியாய்டும்ப்பா. எப்போ வருவ நீ?"

"நாலு நாள் வேலையிருக்கு பரசு. ஃப்ரண்ட்ஸோட எங்கயாவது பிக்சர் போறதுதானே?"

"பிடிக்கலப்பா"

"பேசாம உனக்கொரு கல்யாணம் பண்ணி வெச்சுடவா?"

"ஏம்பா இவ்ளோ கெட்ட எண்ணம்?"

அனந்து பெரிதாய்ச் சிரித்தார்.

"ஓ கே! உனக்காக ஒருநாள் வேணும்னா முன்னால வரப்பார்க்கறேன். அதுவரைக்கும் சமத்தா இருப்பியாம்."

பரசு ஃபோனை வைத்தான்.

இருபத்தி ஐந்து வயதில் இளமையின் தலைவாசலில் மனைவியைப் பறிகொடுத்துவிட்டு அப்பா எப்படி இத்தனை காலம் வாழ்ந்தார் என்று யோசித்தான். எத்தனை கடினம் அது! மோகத்திலிருந்து விடுபட்டு, காமத்தை அறுத்து.... எத்துணை நெஞ்சுரம் வேண்டும் அதற்கு! தாத்தா ஏன் இவரைப் புரிந்து கொள்ளவில்லை.? இதுபோல் நல்ல மகன் யாருக்கு கிடைத்துவிடுவார்கள்? தான் பெற்ற தன் அருமையைத் தானே உணராதவன் என்ன தகப்பன்? சுட்டிக்காட்டின கழுத்தில் கண்ணை மூடிக்கொண்டு தாலி கட்டினால் மட்டுமே நல்ல மகன் என்பது அவர்கள்

எழுதிவைத்த அகராதி போலும். நினைக்க நினைக்க பரசுவுக்கு வியப்பாயிருந்தது. தாத்தாவுக்கும் அப்பாவுக்கும் எத்தனை முரண்பாடுகள்! ஒருக்கால் தான் எப்படியெல்லாம் வளர்க்கப்படவேண்டும் என்று ஆசைப்பட்டு அது நடைமுறையில் தனக்கு நிராசையாகப் போனதால்தான் அப்பா இவனை இந்த அளவுக்கு அன்போடும் பரிவோடும் இவன் உணர்ச்சிகளுக்கு மதிப்பளித்து வளர்த்தாரா?

"ஹிஸ்டரி ஜியாக்ரஃபில் மார்க்ஸ் குறைஞ்சுடுத்துப்பா"

"போகட்டும். பெட்டர் லக் நெக்ஸ்ட் டைம்"

"ஏம்பா, திட்டவே மாட்டயா நீ?"

"எதுக்கு திட்டணும்? ஐ நோ யுவர் இன்டலிஜென்ஸ். இதுல மார்க்ஸ் குறைஞ்சுட்டதால நீ முட்டாள்னு அர்த்தமில்ல. ஸ்கூல் படிப்பு மட்டும் இன்னும் மாறவேல்ல பரசு. நம்ம சிஸ்டம் சிலபஸ் எதுவும் சரியில்லை. மனப்பாடம் பண்ணி உருப்போட்டு பரிட்சை பேப்பர்ல வாந்தி எடுத்து நூறு மார்க் வாங்கறதுல ஒரு உபயோகமும் இல்ல. அப்படி நூறு மார்க் வாங்கினவன்கிட்ட ஒரு பத்துவருஷம் கழிச்சு சப்ஜெக்ட்ல ஏதாவது கேள்வி கேட்டா பதில் சொல்லத் தெரியாது அவனுக்கு. ஐ ஆம் அவுட் ஆஃப் சப்ஜெக்ட்னு தோளைக் குலுக்கிண்டு சொல்லிடுவான். அப்பறம் அந்த பன்னண்டு வருஷப் படிப்புதான் எதுக்கு? சொல்லிக்குடுக்கற விஷயம். அவனுக்கு ஆயுசு முழுக்க உபயோகப்படணும், மறக்கவும் கூடாதுங்கறா மாதிரி இப்பொ எந்தப் படிப்பு இருக்கு? எல்லாமே வெறும் வேலை கிடைக்கறதுக்கு ஏறிப்போற படிக்கட்டுகள். தட்ஸ் ஆல். எம்.எஸ்ஸி கெமிஸ்ட்ரிம்பான், பார்க்கறது வெறும் கிளார்க் உத்யோகம். இல்லாட்டா ஆபீஸர் உத்யோகம். அவன் பார்க்கற வேலைக்கும் கெமிஸ்ட்ரிக்கும் ஸ்நானப்பிராப்திகூட இருக்காது. ஆபீஸ் வேலை, ஃபைல் பார்க்கறது, டிராஃப்ட்டிங்கறது, சம்திங் டிஃபரண்ட். அதுக்கு

எம். எஸ்ஸி கெமிஸ்ட்ரி தேவையே இல்ல. அப்புறம் எதுக்கு அந்த படிப்பு?''

''படிச்சாதான் வேலைன்னு நம்ம ஊர் தலையில் எழுதி இருக்கே, என்ன செய்ய? நீ சொல்றதைப் பார்த்தா படிப்பே அவசியமில்லன்னு இல்ல ஆய்டும். அது தப்பில்லையாப்பா?''

''நா அப்படி சொல்லலை பரசு. ஒவ்வொரு உத்யோகத்துக்கும் அது சம்பந்தமா நிச்சயமா ஒரு படிப்பறிவு இருக்கணும். இப்பொ எம்.எஸ்ஸி கெமிஸ்ட்ரி ஒருத்தன் படிக்கறான்னா அவனுக்கு அவன் படிப்பு உபயோகப்படறா மாதிரி ஒரு உத்யோகம் கிடைக்க ஏற்பாடு செய்யணும். நீ பாஸ் பண்ணினா உனக்கு இந்த இடத்துல வேலைன்னு அஷ்யூரன்ஸ் குடுத்துடணும். அப்பொ அவன் இன்னும் ஆழ்ந்த அறிவோட படிப்பான். ஜாப் செக்யூரிட்டி உண்டுங்கற சந்தோஷத்தோட படிப்பான்.''

''இதை மாதிரி எல்லாருக்கும் ஒரு ஜாப் அஷ்யூரன்ஸ் இருந்துட்டா எல்லாரும் எந்த மாதிரி உத்யோகம் பார்க்கணும்னு ஆசைப்படறானோ அததுக்கேத்த படிப்பை தேர்ந்தெடுத்து படிப்பா இல்லையா? படிக்கற படிப்பு வாழ்க்கைக்கு கடைசிவரை யூஸ் ஆகும் இல்லையா? இப்பொ பாரு, நா நடத்தற இந்த பிஸினஸ்க்கு சரித்திரமும், பூகோளமும் எந்த வகையிலயும் உதவாது. நானும்தான் படிச்சேன். இப்பொ கேள்வி கேட்டா ஒரு பதிலும் சொல்லத் தெரியாது.''

''அப்டின்னா அதெல்லாம் வேண்டாம்னு சொல்றயா?''

''வேண்டாம்னு சொல்லலை. சரித்திர அறிவும் பூகோள அறிவும் தேவை. அதைத் தெரிஞ்சுண்டா மட்டும் போதும். எதுக்கு அதுல பரிட்சைன்னு வெச்சு பசங்களை கஷ்டப்படுத்தி.... அதுல மார்க் குறைஞ்சதனால ஒரு வருஷம் ஃபெயிலாக்கி அவங்க வாழ்க்கையை வேஸ்ட்டாக்கி... இதெல்லாம் கஷ்டமார்க்கு. பரிட்சைன்னு வெச்சு மார்க் போடறதை விட்டுட்டு வேற இன்ட்ரஸ்டிங்கான, மெத்தட்ல ஹிஸ்டரி

ஜியாக்ரஃபி நாலட்ஜை பசங்களுக்கு அதிகப்படுத்தலாமே. அதை ஏன் யாரும் செய்யமாட்டேங்கறாங்கன்னுதான் புரியல.''

பரசு அப்பாவை நினைத்துப் பெருமைப்பட்டான்.

சொன்னது போலவே ஒருநாள் முன்னதாகவே பெங்களூரிலிருந்து புறப்பட்டார் அனந்தகிருஷ்ணன். வண்டி கிளம்ப ஒரு நிமிடமே இருந்த நிலையில் வேக வேகமாக வந்தவர் பாய்ந்து வண்டியில் ஏறும்போது சட்டென்று கால் தடுமாறியபோது ஒரு கரம் அவரது பெட்டியை வெடுக்கென்று பிடுங்கிக் கொண்டு அவரையும் கைகொடுத்து உள்ளே ஏற்றியது.

“நன்றி'' என்றபடி அந்த உருவத்தைப் பார்த்தவர் கண்கள் இமைக்க மறந்தது. உள்ளே வேகமாக எதுவோ அறுபட்டது.

அத்தியாயம் 10

“இன்னிக்கு நா ஆபீஸ்லேர்ந்து வர லேட்டாகும்” பவானி கூடத்தில் நின்று பொதுவாகச் சொல்லிவிட்டுப் புறப்பட்டாள்.

“சினிமாவா?” இடது பக்கத்திலிருந்த அறையிலிருந்து ஒரு குரல் கேட்டது. பெரியண்ணியுடையது.

அவளுக்கு சினிமாவை விட்டால் வேறு எதுவும் பேசத் தெரியாது.

“இல்ல வேற ஒரு வேலை.”

“சாப்ட்டாச்சா? எங்க சின்னவர் வீட்லயா?”

“நோ சாப்டலை. எனக்கு வேண்டாம். அக்காக்காவது யாராவது கூப்ட்டு சாப்பாடு போடுங்க. பாவம் கேக்கக் கூடமாட்டா.”

“என்னமோ நாங்க பட்னி போட்டுடறா மாதிரியல்ல பேசற?”

“பாதிநாள் அப்டிதானே நடக்குது... சின்னண்ணன் வீட்ல சாப்ட்டாச்சுன்னு நீங்களும் உங்க வீட்ல சாப்ட்டாச்சுன்னு அவங்களும் உங்க ரெண்டு பேர்ல யார் வீட்லயாவது சாப்ட்ருப்போம்னு நடு அண்ணியும் நினைச்சுக்குவீங்க. நடுல பாதிநாள் எங்களுக்கு உபவாசம்தான். நானாவது வெளிய பார்த்துக்குவேன். பாவம், அது வாயில்லாப்பூச்சி. நாள் பூரா ஒட்ட ஒட்ட பட்டினி கிடக்கும். நா வந்து சாப்ட வெச்சாதான் உண்டு. அதான் சொன்னேன்.”

“பார்த்தீங்களா, உங்க தங்கச்சி சொல்றத? நாங்க என்னமோ ராட்சசிங்கறா மாதிரியில்ல பேசறா.”

“இப்பொ எனக்கு சண்டை போட நேரமில்லை வரேன்” பவானி வேகமாக வெளியில் இறங்கினாள்.

பஸ் ஸ்டாண்டுக்கு நடக்கும் நேரத்தில் மனசுக்குள் வீட்டை நினைத்து எரிச்சல் வந்தது. என்ன வீடு இது! உலகத்தில் இதுபோல் விசித்திரமான மனிதர்கள் உண்டா என்ற கேள்வி வந்தது.

‘அப்பா அம்மா இல்லாட்டா என்ன பவானி, மூணு அண்ணா இருக்காங்களே! உங்களுக்கு என்ன குறை! போட்டி போட்டுக்கிட்டு தாங்குவாங்களே!’ என்று நண்பர்களும் உறவினர்களும் சொல்லும்போதெல்லாம் சிரிப்புதான் வரும்.

அத்திப்பழத்தின் உள்ளே சொத்தை இருப்பது யாருக்குத் தெரியும்? அறுத்துப் பார்ப்பவர்க்குத்தானே புலப்படும். அம்மாவை இரண்டு வயது முதல் புகைப்படமாகத்தான் பார்க்கிறாள். அப்பாதான் எல்லாமாயிருந்தார். வீடு சொந்த வீடு. பரம்பரையாய் கைமாறி அப்பாவுக்கு கிடைத்த பெரிய வீடு. அப்பாதான் அதன் முடிசூடா மன்னர்.

அப்பா இருந்தவரை அண்ணன்கள் கப்சிப்தான். அப்பாவுக்கு எதிரில் உரக்கப் பேசக்கூட பயப்படுவார்கள். மாடியில் இருந்துகொண்டு கீழ் போர்ஷன்களை வாடகைக்கு விட்டார் அப்பா. வாடகையிலும் அவருக்கு வந்த பென்ஷன் பணத்திலும் வண்டி ஓடியது. வீடு என்ற சொத்தைத்தவிர பாங்க் பாலன்ஸ், நகை என்று எந்த செழிப்பும் கிடையாது.

பெரியண்ணன் ஷண்முகம் மகா அழுத்தம். நிறுத்தி நிதானமாக அளந்து பேசுவார். ஊமை ஊரைக்கெடுப்பான் என்பதற்கு சரியான உதாரணம்.

பைசா காசுக்கு கணக்கு பார்க்கும் ஜென்மம். பார்வைக்கு மகாசாது. ஆனால் உள்ளத்தில் கணக்குப் போட்டு லாபம் பார்க்கும் சுயநலப் பேர்வழி. இரண்டாவது அண்ணன் பார்வைக்கு மட்டுமல்ல, மனதாலும் பரமசாது.

பயந்தாங்கொள்ளி. முதலில் அப்பாவுக்கு பயம். கல்யாணமான பிறகு பெண்டாட்டிக்கு பயம். நல்ல எண்ணமிருந்தாலும் செயல்படுத்த இயலாத கோழை.

கோழை நல்லவனாயிருப்பதால் யாருக்கும் பயனில்லை. இவர்கள் இரண்டு பேருக்கும் எதிர்மாறாக, மூன்றாவது அண்ணன் மகா சவடால் பேர்வழி. வாயாலேயே கோட்டை கட்டிக் குடித்தனம் போய்விடும் கில்லாடி. வெறுங்கையில் முழம் போடுவதில் வல்லவன். படிப்பு என்கிற விஷயத்தில் மூன்று பேருமே பள்ளியிறுதிதான்.

பெரியண்ணனுக்கு அரசாங்க ஆபீஸ் ஒன்றில் டைப்பிஸ்ட் வேலை. அவரோடு டைப்பிஸ்ட்டாய் சேர்ந்த மற்றவர்கள் ஏதேதோ பரீட்சை எழுதி ஆபீஸராக உயர்ந்திருக்க இவர் மட்டும் இன்னமும் டைப்பிஸ்ட்டாகவே காலம் தள்ளிக்கொண்டு சொற்ப சம்பளம் வாங்கிக்கொண்டிருக்கிறார். குடும்பம் பெருகின அளவுக்கு சம்பளத்தை உயர்த்திக்கொள்ள எந்த முயற்சியும் செய்யாததன் விளைவு மாதக்கடைசியில் பருப்பில்லாத சாம்பார், காய்கறியில்லாத சமையல் என்றிருக்கும்.

இரண்டாவது அண்ணன் உத்யோகம் பார்ப்பது ஒரு தனியார் தொழிற்சாலையில். மூன்றாவது அண்ணனுக்கு கம்பெனி ஒன்றில் வேலை. சம்பளம் மிகக் குறைவுதான். மூன்று பிள்ளைகளுக்குப் பிறகு எதற்காக இரண்டு பெண்களைப் பெற்றுவிட்டு மண்டையைப் போட்டாள் அம்மா என்ற கேள்விதான் அடிக்கடி பவானிக்கு எழும்.

அப்பாவும் பெரிய தவறுதான் செய்துவிட்டார். பெரியண்ணனுக்கு கல்யாணம் செய்தபிறகு அக்காவுக்கும் செய்து வைத்திருக்க வேண்டும். ஆனால் அக்காவுக்கு சரியான வரன் வரவில்லை என்றதும் இரண்டாவது அண்ணனுக்கு, தேடிவந்த வரனை விடவேண்டாமென்று மணமுடித்து வைத்தார். மூன்றாவது அண்ணனுக்கோ உறவிலேயே பெண்ணைப் பெற்ற ஒருவர் தேடி வந்து கல்யாணத்திற்கு

வற்புறுத்த, சற்றும் யோசிக்காமல் அப்பா அவனுக்கு மணமுடித்து வைக்க, அதன் பிறகுதான் பிரச்சனைகள் வரிசையாக புறப்பட்டன. ஆரம்பத்தில் ஒரு சமையல், ஒன்றாகத்தான் சாப்பாடு என்றிருந்தது. பின்னர் வழக்கம்போல் அண்ணிகளால் சின்னச் சின்ன பிரச்னைகள்.

“ஏங்க, வீட்டுக்கு மூத்தவர் நீங்கன்னு உங்கப்பா உங்களை நல்லா சாறு எடுத்துக்கிட்டு இருக்கார். தம்பிங்களுக்கு கல்யாணமாகாதவரை சரி. இப்பொ அவனவனுக்கு கல்யாணமான பிறகும் நாந்தான் சாமான் வாங்கணும் சமையல் செய்யணும்னு என்ன விதி, சொல்லுங்க. நமக்கும் ரெண்டு பொண்ணு இருக்குங்க. நாளைக்கு அதுங்களுக்கும் நாலு காசு சேர்த்து கல்யாணம் பண்ணணும்.”

பெரியண்ணியின் பேச்சு அடுத்த அண்ணிக்குத் தெரியவர அவள் பங்குக்கு அவளும் புருஷனிடம் பொருமினாள்.

“என்னமோ நாம தண்டத்துக்கு சாப்பிடறா மாதிரியில்ல பேசறாங்க உங்கண்ணி...? அவங்களுக்குத்தான் பொண்ணிருக்கா? நமக்கில்லையா? கஞ்சியோ கூழோ சுதந்திரமா சாப்பிடணுங்க. நா இன்னிக்கே மாமாகிட்ட பேசப் போறேன். தனிக்குடித்தனம் வெக்க சொல்லப் போறேன்!”

“யாரை?”

“உங்கண்ணியைத்தான். நாம ஏன் போகணும், இவ்ளோ பெரிய வீட்டை விட்டுட்டு? பேசறவங்க போகட்டுமே.”

“வீடு எல்லோர்க்கும் பொது. என்னைப் போகச் சொல்ல நீ யாரு?”

யுத்தம் நேருக்கு நேர் துவங்கியது. வீடு குருக்ஷேத்திரமாயிற்று. அப்பாவுக்குதான் காயம் அதிகம். படுத்த படுக்கையானார். அவர்களே ஒரு முடிவுக்கு வந்தார்கள். “குடித்தனக்காரங்களை காலி செய்துடுவோம். ஆளுக்கு ஒரு போர்ஷன்ல தனிக்குடித்தனம் செய்வோம்!”

"அப்பொ... அப்பா... தங்கைகள்...?"

"அவங்க விருப்பப்படி எங்க வேணா சாப்ட்டுக்கட்டும். யார் வேண்டாம்னாங்க..."

பவானிக்கு அப்போது பதினைந்து வயது. தவறைச் சுட்டிக்காட்டும் வயதல்ல. அக்காவுக்கு இருபது வயது. அப்பா அண்ணாக்களை அழைத்தார்.

"தாராளமா நீங்க தனித்தனியா பொங்கி சாப்டுங்கடா, வேண்டாங்கல. ஆனா சரளாவுக்கு ஒரு கல்யாணம் பண்ணவேண்டிய கடமையை மறந்துடாதீங்க."

"யார் மறந்தாங்க... அதெல்லாம் குறையில்லாம நடத்துவோம்."

அப்பா மௌனமாகிவிட்டார்.

மறுநாள் முதல் மூன்று அடுப்புகள் எரியத்தொடங்கின. மூன்று வீட்டிலும் மூன்றுவித சமையல். இருந்தும் சாப்பாடு கேள்விக்குறியாயிற்று.

"இன்னிக்கு எங்களுக்கு சாப்பாடு யார் வீட்ல அண்ணி?" பவானி போய்க் கேட்பாள்.

"அடடா... சின்னவர் வீட்ல சாப்பிடுவீங்கன்னு நினைச்சு, கம்மியா சமையல் செய்துட்டேனே" என்பாள் பெரியண்ணி. சின்னண்ணி போர்ஷனுக்குப் போனால் அங்கோ சாப்பாட்டுக்கடை முடிந்து மிச்சம் மீதி மட்டும் துளியூண்டு இருக்கும். நடு அண்ணியோ, "உடம்பே சரியால்லம்மா, வெறும் சாதம்தான் வடிச்சேன். மோர் சாதம்தான் எங்களுக்கே" என்பாள்.

அப்பாவுக்குப் பொறுக்க முடியவில்லை.

"இனிமே நமக்கு யார் வீட்டு சாப்பாடும் வேணாம். நீயும் சரளாவும் தனியாவே சமையல் செய்யுங்க. நாமளும்

தனியா சாப்டுவோம்" என்றார். ஆக நாலாவது அடுப்பும் எரிய ஆரம்பித்தது. அப்பா இருந்தவரை பென்ஷன் பணம் வயிறு கழுவ உதவியாயிருந்தது. அக்காவின் கல்யாணம் பற்றி எவரும் வாய் திறக்கவில்லை. வந்த இரண்டு மூன்று வரன்களையும் எங்களால் இவ்வளவு செய்ய முடியாது என்று பேசி அனுப்பிவிட்டார்கள் அண்ணன்கள்.

பெண்களுக்கு வயது கூடியது. அப்பாவுக்கு வியாதி கூடியது. கவலை அவரைக் கரையானாய் அரிக்க ஆரம்பித்தது.

திட உணவு நின்று திரவங்களே உணவாயிற்று. மரணம் சமீபத்தில் நெருங்கிவிட்டதை உணர்ந்ததும் பெண்களை அழைத்தார்.

"உங்கம்மாவோட நகை ஏழெட்டு பவுனுக்கு, ஒரு ரெட்டை வடம் சங்கிலியும். ரெண்டு வளையலும், தாலிப் பொட்டும் என் பொட்டில பத்திரமா இருக்கு பவானி. சரளாக்கு கல்யாணம் கூடிவந்தா அதெல்லாம்தான் நகைன்னு போடணும். நீ நல்லா படி பவானி. நல்ல உத்யோகம் தேடிக்கோ. உன் கல்யாணத்துக்கு நீதான் பணம் சேர்த்துக்கணும். உங்கப்பன் உங்களுக்கு ஒண்ணும் சேர்த்து வெக்கலையேன்னு திட்டாதீங்க. இந்த வீட்டுல உங்களுக்கும் பங்கிருக்கு. அந்த பங்கை உங்கண்ணன்ங்ககிட்ட பணமா தரச் சொல்லுங்க. அதை வெச்சு ரெண்டு பேரும் கல்யாணம் செய்துகிட்டு சௌக்கியமா இருந்துக்கங்க" அப்பா வழிசொல்லி வாயார வாழ்த்திவிட்டு அதற்கடுத்த வாரம் செத்துப்போனார்.

அப்பாவின் கருமாதி சடங்குகளை, நல்லகாலம், அண்ணன்கள் குறையின்றி நடத்திவிட்டார்கள்.

பென்ஷன் பணம் நின்றுபோக மறுபடியும் உணவு யார் வீட்டில் என்ற நிலை ஏற்பட்டது. அப்பாவின் மரணம் அக்காவை நன்றாகவே உலுக்கியிருந்தது. அதோடு அண்ணிகளின் பாசமற்ற போக்கு, தனக்கு இன்னும் திருமணம்

ஆகவில்லையே என்ற ஏக்கம் எல்லாமாகச் சேர்ந்து சரளாவை மெல்ல மெல்ல ஒரு மனநோயாளியாக மாற்றிக்கொண்டு வந்ததை யாரும் அறியவில்லை.

இந்த நிலையில் ஒருநாள் சின்னண்ணன் வீட்டுக்குள் எதற்கோ சென்றவள் அங்கே பட்டப்பகலில் அண்ணனும் அண்ணியும் இருந்த நிலையைப் பார்த்துவிட்டு பிரமை பிடித்து நின்றுவிட்டாள். அந்த பிரமை நிரந்தரமாகப் படிய சரளா பேசுவதைக் குறைத்துக்கொண்டாள். அவள் போக்கில் ஒருவித விரக்தியான நிலை படிய ஆரம்பித்தது. அக்காவின் இந்த மாற்றம் பவானியை உலுக்கியது.

அத்தியாயம் 11

இருபது வயசு சரளா நாற்பது வயசுக்காரியைப்போல் மாறினாள். பின்னல் போட்டு பூச்சூட வேண்டிய கூந்தல் கோடாலி முடிச்சாயிற்று. பவுடர் பூச்சு கிடையாது. புள்ளியாய் ஒரு கறுப்புச் சாந்துப்பொட்டு, வாயில் புடவை. போர்த்தின தலைப்புக்குள் சம்பந்தா சம்பந்தமில்லாத நிறத்தில் தொளதொளவென்று ஜாக்கெட், எதிலும் சிரத்தையில்லாத மனப்பான்மை. சிரிப்பு குறைந்தது. பேச்சு குறைந்துவிட்டது. வெறித்தாற்போல் ஒரு பார்வை. கூப்பிட்டு சாப்பாடு போட்டால் சாப்பிடுவாள். இல்லையேல் ஒட்ட ஒட்டப் பட்டினி.

அண்ணிகளுக்கு பாத்திரம் தேய்த்துக் கொடுப்பாள். தன் துணிகளை கசக்கிப் போட்டுக் கொள்வாள். மற்றநேரம் முழுக்க இருட்டறையில் சுவரோரம் எஸ் வடிவில் மரவட்டை மாதிரி சுருண்டு கிடப்பாள்... அல்லது சுவரில் சாய்ந்து முழங்காலைப் பற்றிக்கொண்டு சிலைமாதிரி உட்கார்ந்திருப்பாள். புதிதாய் யாராவது அவளைப் பார்க்க நேர்ந்தால் பயந்துவிடுவார்கள்.

பவானிகூட முதலில் லேசாய் பயந்துதான் போனாள்.

''உனக்கென்னக்கா ஆச்சு?'' என்று அவள் கேட்ட கேள்விகளுக்கு இன்றுவரை சரளாவிடமிருந்து பதில் இல்லை.

''சரளாக்கு என்னாச்சுன்னு தெரியல, ஒரு மாதிரியா இருக்கா'' என்று பவானி பெரியண்ணனிடம் முதலில் சொன்னாள். பெரியண்ணன் ஒருநிமிடம் எதுவும் பேசவில்லை.

பிறகு "அதெல்லாம் ஒண்ணுமிருக்காது" என்று கூற பவானி அடுத்த அண்ணனிடம் சொன்னாள்.

"நீ பயப்படற அளவுக்கு அப்படி என்ன சரளாக்கு?" நடு அண்ணன் திருப்பிக் கேட்டார்.

"தெரியல. ஆனா பிரமை பிடிச்சாப்பல இருக்காளே. டாக்டர்ட்ட காட்டினா நல்லதுன்னு தோண்றது."

"அதெல்லாம் ஒண்ணுமிருக்காது, நீ அனாவசியமா பயப்படற."

"அதில்லண்ணா" என்று பவானி ஆரம்பிப்பதற்குள் அண்ணி குறுக்கிட்டாள்.

"தோ பார் பவானி, அப்டி என்ன எங்களுக்கில்லாத கவலை உனக்கு?" பவானிக்குக் கோபம் வந்தது. அண்ணியை முறைத்துப் பார்த்தாள்.

"அப்டி உங்களுக்கும் கவலை இருந்தா அவளை கவனிக்கறதுதானே?"

"அவளுக்கென்ன வியாதியா, வெக்கையா, கவனிக்க? மோட்டு வளையைப் பார்த்துக்கிட்டு கொழுப்பெடுத்து உட்கார்ந்திருக்கா. இவளை யாராவது பேசவேண்டாம்னு சொன்னோமா? சிரிக்க வேண்டாம்னு சொன்னோமா? கலகலன்னு இருந்துக்க வேண்டியதுதானே? மனுஷங்க வேண்டாம்னு ஒதுங்கிப் போறா அவ! அது தப்புன்னு போய் அவகிட்ட சொல்லு. அதை விட்டுட்டு வியாதி கொண்டாட வேண்டாம். டாக்டர்க்கு கொட்டியழ இங்க யார்கிட்டயும் கொட்டிக் கிடக்கல."

பவானியால் அண்ணிக்கு பதில் சொல்ல முடியவில்லை. ஒருக்கால் அண்ணி சொல்வதுபோல் சரளாதான் மனிதர்கள் வேண்டாம் என்று ஒதுங்கிப் போகிறாளோ? அப்படியே இருக்கட்டுமே. ஆனால் அதற்கும் ஒரு காரணம் வேண்டுமல்லவா? அந்த காரணம் என்னவென்று சரளாவிடம்

கேட்டுப் பார்த்தால்...? பவானி சரளாவிடம் மெல்ல பேசிப் பார்த்தாள். ஆனால் சரளா எதற்கும் வாய் திறக்கவில்லை. ஒரு கட்டத்தில் பவானிக்கு எரிச்சல் மேலிட்டது.

"ஏன்க்கா இப்டி இருக்க? உன்னால எல்லார்க்கும் நிம்மதியில்லாம போச்சு! எதுக்காக இப்டி எல்லாரையும் கொல்ற?" பவானி கோபம் தலைக்கேற கத்தினாள்.

சரளா கொஞ்சம் அசைந்து கொடுத்தாள். பவானியை ஒரு நிமிடம் உற்றுப் பார்த்தாள்.

"என்னை மாதிரி நீயும் ஆகறதுக்கு முந்தி நீயானம் சீக்கிரம் கல்யாணம் கட்டிக்கிட்டு போய்டு."

பவானி திடுக்கிட்டாள்.

"என்னக்கா சொல்ற...? உனக்கு இப்பொ என்ன வயசாய்டுச்சுன்னு இப்டி பேசற? உனக்கு முன்னால நா கல்யாணம் பண்ணிக்கத்தான் முடியுமா?"

"பண்ணிக்கோ பவானி. அதான் நல்லது. அண்ணன் அண்ணிங்க யாரையும் நம்பாத.. அவங்க கல்யாணம் பண்ணி வெக்க மாட்டாங்க, நீயா பார்த்து பண்ணிக்க. இங்கேர்ந்து தப்பிச்சு போய்டு."

அக்கா ஏன் இப்படி பேசுகிறாள் என்று பவானிக்குப் புரியவில்லை. ஆனால் அக்கா தெளிவாகத்தான் இருக்கிறாள் என்பது புரிந்தது. அவளுக்கு ஒன்றுமில்லை. அவள் மனசில் ஏதோ பலமாய் காயம்பட்டிருக்கிறது. எதனால், யாரால், என்பதுதான் புரியவில்லை. அக்கா அதுபற்றி மட்டும் ஏனோ வாய் திறக்கவேயில்லை.

அக்கா இப்படிப் பேசியது பத்து வருடத்திற்கு முன்னால். அப்போது அவளுக்கு இருபத்தி எட்டு வயது, பவானிக்கு இருபத்து மூன்று.

இன்று வரை அக்கா சொன்னதுபோல் அண்ணன்கள் அக்காவுக்கோ, அவளுக்கோ கல்யாணம் செய்துவைக்கப்

பாடுபடவில்லை. ஏதோ வரன் பார்ப்பதுபோல் பாவ்லா காட்டிக் கொண்டிருக்கிறார்கள். வந்த ஒன்றிரண்டு வரனும் அக்காவின் அழுதுவடிந்த சிரிப்பற்ற முகத்தையும் போர்த்தின புடவையையும் பார்த்துவிட்டு மறுத்துச் சென்றார்கள். அண்ணிகள் அக்காவின் போக்கையும், தோற்றத்தையும் குறைசொல்லித் தப்பித்துக்கொள்ள முயன்றார்கள். தவறு தங்கள் மீதில்லை என்று ஊருக்கெல்லாம் விளக்கினார்கள். அக்காவைக் காரணம் காட்டி பவானிக்கும் வரன் பார்க்க முயலவில்லை. அக்கா சொன்னதுபோல் தானாகத் தனக்கு வரன் பார்த்துக்கொள்ளும் எண்ணமோ துணிச்சலோ பவானிக்கு ஏற்படவில்லை.

வருடங்கள் ஓடி ஓடி அக்காவின் தோற்றமும் கவனிக்கப்படாத காரணத்தால், மிகவும் மூப்படைந்து விட்டாற்போல் ஆகிவிட்டது. முப்பத்திமூன்று வயசில் ஐம்பதை நெருங்கிவிட்டாற்போல் தளர்ச்சி தெரிந்தது. கண்கள் குழிவிழுந்து, முன்தலை முழுக்க நரைத்து, முகமெல்லாம் எண்ணை வழிந்து, கன்ன எலும்பு துருத்திக்கொண்டு கண்ணின் கீழ் கருவளையம் கட்டி, கழுத்துச் சதை சுருங்கி, மேனியின் நிறம் கறுத்து, கைகளில் நரம்புகள் புடைத்துக் கொண்டு... இனி அவளை யாரும் கல்யாணம் செய்துகொள்ள மாட்டார்கள் என்பது பவானிக்கு நன்றாகவே புரிந்துவிட்டது. யாரை நொந்துகொள்வது என்று அவளுக்குத் தெரியவில்லை. அக்காவின் மனோநிலையைச் சீர்செய்யவோ, உடல் நிலையை கவனிக்கவோ அங்கே யாரும் எந்த முயற்சியும் எடுக்கவில்லை. பவானி வேலைக்குப் போக ஆரம்பித்த பிறகு அக்காவை டாக்டரிடம் கூட்டிப்போக எடுத்துக் கொண்ட பிரயாசைகளும் வீணாயிற்று.

சரளா டாக்டரிடம் வருவதற்கு தீர்மானமாக மறுத்துவிட்டாள். அவளைக் கண்டு அழுவதா சிரிப்பதா என்று தெரியவில்லை. அவளுடைய இந்த நிலைக்கு மறைமுகமாக ஏதோ ஒருவிதத்தில் அண்ணன் அண்ணிகள்தான் காரணம்,

அவர்களுடைய பாசமற்ற குணம்தான் காரணம் என்பதனால் பவானிக்கு அண்ணிகள் மீதுதான் வெறுப்பு அதிகமாயிற்று.

வயது கடந்துவிட்ட இரண்டு நாத்தனார்கள் வீட்டில் இருக்கிறார்கள் என்று பிரக்ஞை துளியும் இல்லாமல், தான் தன் குடும்பம், தன் குழந்தைகள் என்ற ரீதியில் வாழ்ந்துவரும் அவர்களுடைய போக்கு, சுத்தமாய்ப் பிடிக்கவில்லை.

அக்கா மட்டும் அங்கு இல்லாமல் இருந்திருந்தால் பவானி தன் வாழ்க்கையை தைரியமாகத் தீர்மானித்துக் கொண்டிருப்பாள். ஆனால் இவளும் சுயநலமாய் தன் வழியைப் பார்த்துக் கொண்டு போய்விட்டால் அக்கா அனாதையாகி விடுவாளே என்ற காரணத்தினால்தான் அவளால் தன் வாழ்க்கை பற்றியும் நினைக்க முடியவில்லை.

அன்று மாலை கொஞ்சம் லேட்டாகத்தான் வந்தாள் சொன்னபடியே. கூடத்து ரேடியோமீது நீள கவர் ஒன்று இருந்தது. 'உனக்குத்தான்' என்றாள் சின்ன அண்ணி. பவானி எடுத்துப் பிரித்தாள். இப்போது இருப்பதைவிட நல்ல வேலை ஒன்று தேடிக் கொண்டிருந்தாள். ஊர்விட்டு ஊர் போனாலும் பரவாயில்லை என்று ஒரு நல்ல கம்பெனிக்கு விண்ணப்பம் போட்டிருந்தாள். பெங்களூரில் நேர்முகத்தேர்வு என்று கடிதத்தில் நாளும் நேரமும் குறிப்பிட்டிருந்தது.

'பெங்களூருக்கா...' என்று முகம் சுளித்தது வீடு. "அதெல்லாம் ஊர்விட்டு ஊர் போவக் கூடாது" என்றான் சின்னண்ணன்.

"சம்பளம் அதிகம்."

"பொல்லாத சம்பளம்! நீ சம்பாதிச்சுப் போட்டுதான் இங்க எல்லாம் நடக்கறாப்பல?"

"இல்லன்னு சொல்றியா?"

"அப்டின்னா நீதான் தாங்கறேன்றயா?"

“உங்க எல்லாரையும் நா தாங்கறேன்னா சொன்னேன்? எங்க ரெண்டு வயத்துக்கு துட்டு கொடுத்துட்டுதானே சாப்பிடறோம், அது நிஜம்தானே?”

பவானி இப்படிக் கேட்டதும் மூன்று அண்ணாக்களுக்குமே முகம் சிவந்தது. கையாலாகாத அண்ணன்கள் என்று அவள் பழிப்பதாகப்பட்டது. எதுவும் செய்யவும் மாட்டார்கள். ஆனால் பழியும் ஏற்பட்டுவிடக்கூடாது என்பது அவர்கள் குணம்.

“நீங்க உள்ள வாங்க, அவகிட்ட போய் வாயைக் கொடுத்து வாங்கிக் கட்டிப்பானேன்...? அவளுக்கு படிச்ச திமிர். சம்பாதிக்கற கொழுப்பு. கல்யாணமாகாத ஆத்திரம். என்ன வேணா பேசும் அந்த வாய். நாம் என்ன வரன் பார்க்காமயா இருக்கோம்..? இதுங்க மூஞ்சியக் கட்டிக்க எவன் வரேன்றான்?”

“சும்மா நிறுத்துங்க!” பவானி குரலெடுத்துக் கத்தினாள்.

“உங்க மூஞ்சிகளுக்கு எங்க அண்ணனுங்க கிடைச்சா மாதிரி எங்களுக்கும் எவனாவது கிடைப்பான். நா நாளைக்கு பெங்களூர்க்கு போறேன். அந்த வேலை கிடைச்சா அக்காவையும் அங்கயே கூட்டிட்டுப் போய் வெச்சுக்கப் போறேன்.”

“ஏன்...? ஊரும் உலகமும் எங்களைக் காறித்துப்பவா?”

“இப்ப மட்டும் பாராட்டுதாக்கும்?”

பவானி உள்ளே வந்து ஏர்பேக் ஒன்றில் இரண்டு புடவை, ஜாக்கெட், மற்ற சமாச்சாரங்கள் எடுத்துவைத்தாள். அக்காவிடம் “வேளாவேளைக்கு கேட்டு வாங்கி சாப்பிடு, பட்டினி கிடக்காதே” என்று பலமுறை சொன்னாள். விடியற்காலையில் பொதுவில் சொல்லிக்கொண்டு வீடு தாண்டி வெளியில் வந்து ஆட்டோ பிடித்து ஸ்டேஷன் வந்து பிருந்தாவனில் தாவி ஏறிய ஐந்தாம் நிமிடம் டிரெயின் புறப்பட்டது. நம்பர் தேடிக்

கண்டுபிடித்து சீட்டில் உட்கார்ந்து இழுத்து மூச்சுவிட்டபடி சாய்ந்துகொண்டாள்.

கோட்டும், டையும் முன்வழுக்கையும் மூக்குக்கண்ணாடியுமாக இரண்டு மூன்று பேர் அமர்ந்து இன்டர்வியூ நடத்தினார்கள். கேட்ட கேள்விகளுக்கு பளிச் பளிச்சென்று பதில் சொன்னாள் பவானி. விரைவில் கடிதம் வரும் என்று சொல்லி அனுப்பிவைத்தார்கள். அன்று மதியமே டிரெயின் பிடித்து ஊருக்கு வரவேண்டும் என்பதால் அவசர அவசரமாக ஆட்டோ பிடித்து, டிரெயின் பிடித்து அவள் ஏற, வண்டி புறப்படும் நேரத்தில் யாரோ அவசரமாக ஓடிவர நகர ஆரம்பித்துவிட்ட டிரெயினில் அந்த மனிதர் ஏற முயல, கால் தடுமாறியவரைச் சட்டென்று கைகொடுத்து மேலே இழுத்தாள். வண்டியில் ஏறியவர் அவளைப் பார்த்துவிட்டு கண்களை இமைக்காமல் பார்த்துக் கொண்டேயிருக்க, பவானி அவர் பார்வையைத் தவிர்த்து, முகத்தை மெல்லத் திருப்பிக் கொண்டாள்.

அத்தியாயம் 12

பரசுராமன் இருப்புக் கொள்ளாமல் தவித்தான். நிமிடத்திற்கொருமுறை கடிகாரத்தைப் பார்த்தான். முட்கள் அசங்கவே இல்லையோ என்று தோன்றியது. அப்பாவைப் பார்க்கும் துடிப்பு அதிகரித்தது. அப்பாவுக்கு இந்தத் துடிப்பு இருக்குமோ என்ற கேள்வி எழும்பியது. அப்பாவின் அறையைத் தானே சுத்தம் செய்தான். புத்தகங்களை ஒழுங்காய் அடுக்கிவைத்தான். கட்டிலின்மீது கிடந்த லுங்கியை மடித்து வைத்தான். பூச்சாடியில் புதுப்பூக்களைப் பறித்து அழகாய் வைத்தான். சமையல்கட்டுக்குப் போய் இரவுச் சமையலைப்பற்றி விசாரித்தான். அப்பாவுக்குப் பிடித்ததாய் இருப்பதாகப் பார்த்து மெனுவை மாற்றினான்.

ஏழுமணிக்குத் தானே ஸ்டேஷனுக்கு வண்டி எடுத்துக்கொண்டு சென்றான், டிரெயின் அரைமணிநேரம் தாமதமாக வந்தது. அதுவரை சென்ட்ரல் ஸ்டேஷன் கும்பலை வேடிக்கை பார்த்தான்.

பலவித பாஷைகளும், பல மாநிலத்து மனிதர்களுமாய் பிளாட்ஃபாரங்கள் அவியலாய் இருந்தது. எங்கு நோக்கினும் தலைகள். லக்கேஜ்கள், டிராலிகளின் சப்தங்கள். ஒலிபெருக்கியில் அறிவிப்புகள் ஒருபக்கம், மூட்டை மூட்டையாய் பதப்படுத்தப்பட்ட இறைச்சி வகையறாக்களின் நாற்றம், போர்ட்டர்களின் மிரட்டல்கள்.... எத்தனை விதமான முகங்கள்! வியந்து போனான் பரசுராமன்.

சென்ட்ரல் ஸ்டேஷன் தனி உலகமாய்த் தெரிந்தது. அரைமணிநேரம் அரை நிமிடமாய் நகர்ந்துவிட்டது.

பிருந்தாவன் எக்ஸ்பிரஸ் மெல்ல நுழைந்தது. பரசுராமன் பரபரப்பானான். வண்டி நின்றதும் இறங்கின கும்பலில் அப்பாவைத் தேடினான்.... தூரத்தில் ஒரு பெட்டியிலிருந்து இறங்கின அப்பாவைப் பார்த்ததும் குப்பென்று மலர்ந்தான். வேகமாய் அவரை நோக்கிச் சென்றான்.

"அப்பா..."

"அட... பரசு...!" அனந்தகிருஷ்ணன் பிள்ளையைப் பார்த்து மலர்ந்தார்.

"என்னடா நீயே வந்துட்ட?"

"உன்னை வரவேற்கத்தாம்பா" பரசு அப்பாவின் பெட்டியை வாங்கிக்கொண்டான். அனந்தகிருஷ்ணன் நடக்கும்போது இரண்டு மூன்று முறை திரும்பித்திரும்பிப் பார்த்தார்.

"யாரைப்பா பார்க்கற?" பரசு அவர் பார்த்த திசையில் தானும் ஒருமுறை பார்த்துவிட்டுக் கேட்டான்.

"ஒண்ணுல்ல... யாரோ தெரிஞ்ச முகமார்ந்துது... எந்த வண்டி கொண்டு வந்த?"

"சின்ன வண்டிதான்."

பெட்டியைக் காரில் வைத்துவிட்டு டிரைவிங் சீட்டில் அமர்ந்தான்.

"ரொம்ப போரடிச்சுதுப்பா."

"பொய்! பொய் சொல்ற! என்னல்லாம் திரிசமன் பண்ணின, நா இல்லாதப்பொ?"

"என்னைப் பார்த்தா திரிசமன் பண்றவனா தெரியறதா? அதுசரி... திரிசமன்னு எதைச் சொல்ற?"

"சினிமாக்கு போறது, புகை விடறது, பீர் அடிக்கறது. டாவடிக்கறது... எட்ஸட்ரா எட்ஸட்ரா."

"பெங்களூர்ல இத்தனையும் பண்ணினயா?"

"பின்னே?"

"முதல் மூணும் சரி... நாலாவதுதான் மோசம்."

"எது டாவடிக்கறதா? நீ லாயக்கே இல்லடா பரசு. உங்கிட்ட போய் சொன்னேன் பாரு! அதோ அங்க பாரு."

பரசு அப்பா காட்டின திசையில் பார்த்தான். அங்கு ஒன்றும் தெரியவில்லை.

"என்னப்பா? எதைக் காட்டின?"

"அதோ பாரேன்."

அவர் காட்டின் திசையில் ஒரு கழுதைதான் இருந்தது.

"கழுதை..."

"ஆமா. அதுவும் நீயும் ஒண்ணு"

"ஏன்... ஏன்...?"

"வாசனை தெரியாத ஜென்மங்கள்!" பரசு பக்கென்று சிரித்தான்.

"வர வர நீ என்னை ரொம்ப சீண்டறப்பா. ஒருநா பாரேன், உன்னை அசத்தறா மாதிரி ஒரு பொண்ணோட வரப் போறேன்."

"நீ.... ஒரு பொண்ணோட..! அட விஸ்வாமித்ரா..."

"ஏம்பா... இவ்ளோ பேசறயே, நானா விஸ்வாமித்ரன்? நீதான். அம்மா போனப்பறம் இன்னோரு கல்யாணம் பண்ணிக்க முடிஞ்சுதோ உன்னால?"

"என்னை யாரும் இம்ப்ரஸ் பண்ணல. நா பண்ணிக்கல!"

“அப்பொ இம்ப்ரஸ் பண்றா மாதிரி பொண்ணு கிடைச்சா இப்பகூட ரெடின்றயா?”

அனந்தகிருஷ்ணன் பதில் சொல்லாமல் சிரித்தார். வீடு வந்ததும் பேச்சு நின்றது.

“உன் எதிர்காலத் திட்டம் என்னடா பரசு?” சாப்பிடும்போது திடீரென்று கேட்டார்.

“இன்னும் தீர்மானம் பண்ணலை.”

“தப்புடா பரசு. பதினெட்டு வயசுல பாதையைத் தீர்மானம் பண்ணிக்கலன்னா நடக்க நடக்க தடுமாறும். குழப்பம் ஏற்படும். எல்லாத்துக்கும் மனசு அலைபாயும், அது நம்பளை முன்னேறவிடாது. அதைவிட இலக்கு இதுதான்னு தீர்மானம் பண்ணிட்டா, வழி புரிஞ்சுபோய்டும். அந்த வழியில் எத்தனை இடைஞ்சல் இருந்தாலும் உறுதியா முன்னேறிடலாம். பட்டம் வாங்கறவரை படிப்பு படிப்புன்னு ஒருவழிப் பாதைதான். ஆனா படிப்பு முடிஞ்சு அந்த பாதை முடியற இடம் நாற்சந்தி. நாற்சந்தில எந்த வழின்னு தீர்மானம் பண்ணிக்கலன்னா அப்புறம் அங்கயே நின்னுடவேண்டியதுதான்.”

“வழிகாட்டதான் நீயிருக்கயே.”

“நா சொல்றத நீ எங்க கேக்கற?”.

“ஏன் கேட்காம என்ன?”

“வயசுக்கேத்தா மாதிரி ஜாலியா இரு, நிறைய ஃப்ரண்ட்ஸ் பிடிச்சுக்கோங்கறேன், எங்க கேக்கற?”

“என்னால அப்டி டக்குனு எல்லாரோடயும் பழக முடியலப்பா, யாரையும் மனசுக்கு பிடிக்காம எப்டி சிநேகமாறது?”

“தப்பு உன்கிட்டதான் இருக்கு பரசு! மனுஷாளை அவாவா இயல்புகளோட ஏத்துக்கணும். உனக்குப்

பிடிச்சாப்பல எல்லாரும் இருந்துட முடியாது. இந்த உலகத்துல கோடிக்கணக்கான ஜீவராசிகள், கோடிக்கணக்கான தாவரங்கள் உண்டு. ஒண்ணைப் போல ஒண்ணு இருக்காது. ஒவ்வொண்ணுத்துக்கும் ஒவ்வொருவித உருவம், வடிவம், குணாதிசயம்! வானம் நீலநிறம், பசும்புல் பச்சைநிறம், காகம் கறுப்புநிறம், பட்டாம்பூச்சிக்கு பலவர்ணம். அதெல்லாம் அப்டியப்டியே ரசிக்கலையா? மனுஷாளுக்கும் அதுபோல பலவித இயல்புகள். இதுல மட்டும் ஏன் தயக்கம்?''

''நா எல்லார்கிட்டயும் உன்னைத் தேடறேம்ப்பா.''

''அது தப்பு. அந்த தேடலை நீ நிறுத்திக்கணும். தேனீக்கு தேன் மட்டும்தான் குறிக்கோள். எல்லா பூவுலயும் தேன் இருக்கு. பூ எப்டியிருந்தாலும் தேனீ தேனை மட்டும்தான் எடுத்துக்கும். அதை மாதிரி இருக்க முயற்சி செய்.''

''இருந்தாலும் யார்ட்ட பேசினாலும் பழகினாலும் என் மனசு அவாளை உன்னோட கம்ப்பேர் பண்ணிப் பார்க்கறதுப்பா. ஏதோ ஒரு குறையைக் கண்டுபிடிச்சு விலகிடறது.''

பிள்ளை இப்படிச் சொன்னதும் அனந்தகிருஷ்ணன் அவனை ஒரு வினாடி உற்றுப்பார்த்தார். இது பாசமா பிரமிப்பா?

''நா நிறைஞ்ச மனுஷன்னு தோண்றதா பரசு?''

''என்னைப் பொறுத்தவரை!''

''எங்கிட்டயும் குறையிருக்குடா.''

''இருக்கலாம். ஆனா என்னை பாதிக்கறதில்ல. எனக்கு நீ ஒரு நல்ல அப்பா!''

அனந்தகிருஷ்ணன் எழுந்து அவனருகில் வந்தார். உட்கார்ந்திருந்தவன் தலைமீது தன்முகத்தை வைத்துக் கொண்டார்.

"தேங்க்யூடா பரசு" என்றவர் குரலடைத்து கண் கசிந்தது. "எனக்கு பயம்மார்க்குடா" என்றார் கூடவே.

"எதுக்குப்பா...?"

"ம்? ஒண்ணும்ல, நா போகணும்டா பரசு. நிறைய வேலையிருக்கு."

"இப்பதானப்பா வந்த? அதுக்குள்ளயா?"

"முக்கியமான வேலை. ஒருமணி நேரத்துல வந்துடறேன்."

பரசு அப்பா போவதையே பார்த்தான்.

☆☆☆

பவானி, ஆட்டோவுக்கு பணம் கொடுத்துவிட்டு உள்ளே வந்தாள். ஒவ்வொரு நிலையாக எட்டிப் பார்த்தது.

"வேலை கிடைச்சுதா?"

"பெங்களூருக்கே போகப் போறயா?"

"இப்டி நீ தனி ஆளா போறது நல்லால்ல, சொல்லிட்டேன்."

பவானி நிதானமாக எல்லோரையும் ஒருமுறை பார்த்தாள்.

"உங்க வயித்தெரிச்சல்லாம் வீண் போகல. எனக்கு வேலை கிடைக்கல. போதுமா?"

"வயத்தெரிச்சல்னா சொல்ற?"

"இந்த திமிருக்குதான் வேலை கிடைக்கல."

"ஏதோ கல்யாணமாகாத பொண்ணு ஊர்விட்டு ஊர்போய் எப்படியிருப்பான்னு கவலைப்பட்டோம் பாரு, வேணும் எங்களுக்கு."

பவானி உள்ளே போனாள். சரளா இருட்டறையில் சுவரில் சாய்ந்து உட்கார்ந்திருந்தாள்..

“எப்படிக்கா இருக்க? சாப்ட்டயா?” சரளா அதிசயமாகச் சிரித்தாள்.

“உனக்கு கல்யாணமானா மாதிரி கனவு கண்டேன் பவானி, அதுவும் விடியற்காலேல.”

பவானி திகைத்தாள்.

அத்தியாயம் 13

விதானில் சில சாமான்கள் வாங்குவதற்காக காரை நிறுத்தினார் அனந்தகிருஷ்ணன். மே இருபத்தியேழாம்தேதி நண்பர் ஒருவரின் பிள்ளைக்கு பிறந்தநாள். கேக்கிற்கு ஆர்டர் செய்துவிட்டு பரசுவிற்கு அழகான ரிஸ்ட் வாட்ச் ஒன்றும் வாங்கினார். அரைக்கிலோ நேந்திரங்காய் வறுவலும் வாங்கிக்கொண்டு வெளியே வந்தவர் கண்கள் ஒருகணம் விரிந்தன. தன்னைக் கடந்து சென்றவளை மீண்டும் ஒருமுறை பார்த்தார். அவளேதான்.

"ஹலோ..."

பவானி திடுக்கிட்டவளாய் நின்று திரும்பினாள்.

"நானே! அனந்தகிருஷ்ணன்."

"சொல்லுங்க, என்ன வேணும்?"

"இல்ல சும்மாதான்... தெரிஞ்சவங்களாச்சேன்னு கூப்ட்டேன்."

"ப்ளீஸ்! ஏதோ ஒருநாள் டிரெயின்ல ஒண்ணா வந்த பழக்கத்துல இந்த மாதிரி நடுரோட்லல்லாம் கூப்ட்டு நிக்க வெச்சுடாதிங்க" பளாரென்று அறைந்தாற்போல் வந்துவிழுந்த வார்த்தைகளில் ஒருகணம் தடுமாறிவிட்டார் அனந்தகிருஷ்ணன்.

"சா... சாரி... டோண்ட் மிஸ்டேக் மி... ஏதோ ஒரு விபத்துலேர்ந்து காப்பாற்றினவங்களாச்சேங்கற உணர்வுல கூப்ட்டுட்டேன். நீங்க தப்பா நினைக்கலன்னா ஒண்ணு சொல்லலாமா?"

பவானி எதுவும் சொல்லாமல் அவரையே பார்த்தாள்.

"நா தப்பான ஆள் இல்ல. ரவுடியுமில்ல. சின்ன பையனுமில்ல. பதினெட்டு வயசு பிள்ளைக்கு தகப்பன். நீங்க பயப்படற அளவுக்கு மோசமான ஆள் இல்ல."

அனந்தகிருஷ்ணன் அவளைக் கடந்துசென்று கார்க்கதவைத் திறந்து ஏறிக்கொண்டார். மெல்ல ரிவர்ஸ் எடுத்துச் செலுத்தப்பட்ட கார் மறையும் வரை பார்த்தாள் பவானி. நோகடித்து விட்டோமோ? உள்ளே சின்னதாய்ப் பதறியது. தப்பென்ன அதில்? தெரிந்தவர்களை வழியில் அழைத்துப் பேசுவது மாபெரும் குற்றமா என்ன? எதற்காக இப்படி ஒன்றுமில்லாத விஷயத்திற்கு சிலநேரம் படபடக்கிறேன்? ஆண் என்றால் வெறுப்பாக இருக்கிறதா? வீட்டில் இருக்கும் அண்ணாக்களைப் பார்த்துப் பார்த்து ஆண்வர்க்கத்தின் மீதே நம்பிக்கை போய்விட்டதா? எல்லோரும் சுயநலமிகள் என்று நினைத்துவிட்டேனா?

பவானி பெருமூச்சு விட்டபடி நடையைத் தொடர்ந்தாள். உள்ளே தடக் தடக்கென்று ரயில் ஓடியது.

"ரொம்ப தேங்க்ஸ். நீங்க ஒரு கை குடுத்து இழுத்துப் போடலன்னா நாளைக்கு இந்த நேரம் ஜிகுஜிகுன்னு எரிஞ்சுண்டிருப்பேன். நாளன்னிக்கு பால்!"

பவானிக்கு சிரிப்பு வந்தது.

"தமிழ் தெரியாதா? கன்னடமா? நா பாட்டுக்கு தமிழ்ல பேசிண்ருக்கேன்! இருந்தாலும் எனக்கும் கன்னடம் தெரியாது."

பவானி பதில் சொல்லாமல் அவரையே லேசான வியப்போடு பார்த்தாள்.

"என்னங்க பேசவே மாட்டேன்றிங்க, ஊமையா?"

பவானி இல்லையென்று தலையசைத்தாள்.

"அப்பறம் என்ன? காப்பாத்திட்டு இப்டி பேசாம இருந்தா...? ஏன்டா காப்பாத்தினோம்னு இருந்தா சொல்லிடுங்க, குதிச்சுடறேன்."

பவானி வாய்விட்டுச் சிரித்தாள்.

"நா பண்ணினது ஒரு சின்ன உபகாரம்... யாராயிருந்தாலும் அந்த இடத்துல இந்த உதவியைச் செய்திருப்பாங்க. அதைப்போய் பெரிசு பண்ணவேண்டாம்"

"அப்பாடா... தமிழ் பேசறீங்க... தேங்க் காட்!"

"ஏன் தமிழ்னா ரொம்ப ஆர்வமா?"

"அதெல்லாம் இல்ல. இங்கிலீஷ் தமிழை விட்டா வேற பாஷை தெரியாது."

"அப்டின்னா தமிழ்ல ஆர்வமில்லையா?"

"இதுக்கு பதில் என் வீட்டுல இருக்கு."

"வீட்டுலன்னா...?"

"இது என் விஸிட்டிங் கார்டு. விலாசமிருக்கு. எப்பொ வேணா வரலாம்."

பவானி கைப்பை திறந்து டயரியில் செருகி வைத்திருந்த விலாச அட்டையை எடுத்து விலாசம் பார்த்தாள். ஃபோன் நம்பரும் இருந்தது. அந்த நம்பரை மனப்பாடம் செய்துகொண்டாள். மறுநாள் லன்ச்டைமில் ஃபோன் சுழற்றினாள்.

"மிஸ்டர் அனந்தகிருஷ்ணன்...?"

"அய்யா ஆபீஸ்ல இருப்பார். நீங்க யாரு?"

"ஆபீஸ் நம்பர்...? நா அவருக்குத் தெரிஞ்சவ."

எதிர்முனை சொன்ன நம்பரைக் குறித்துக்கொண்டு மறுபடியும் நம்பர் சுழற்றினாள்.

"மிஸ்டர் அனந்தகிருஷ்ணன்?"

"நீங்க யாரு?"

"நா... நா... தெரிஞ்சவ..."

"பேரு..."

"நீங்க லைன் கொடுங்க ப்ளீஸ். நா பேசிக்கறேன்."

"சாரி மேடம்! சார் மீட்டிங்ல இருக்கார்."

"எப்பொ முடியும் மீட்டிங்?"

"சரியாச் சொல்ல முடியாது. வேணும்னா நாலுமணிக்கு டிரை பண்ணிப்பாருங்க."

பவானி ஏமாற்றத்தோடு டெலிபோனை வைத்தாள். நாலு மணிக்கு மறுபடியும் முயற்சித்தாள்.

"சாரி, மூணரைக்கே மீட்டிங் முடிஞ்சு போய்ட்டார்."

"ஓ! இப்பொ எங்க இருப்பார்?"

"சொல்லிட்டு போகலை. உங்க பேர் சொன்னா நாளைக்கு வேணா சார் வந்ததும் சொல்றேன்."

"வேண்டாம். நானே பண்றேன்."

பவானி எரிச்சலோடு ஃபோனை வைத்தாள்.

ஃபோன்லகூட பிடிக்க முடியாத அளவுக்கு அப்படி என்ன பெரிய ஆள்... பேச முடியாததாலேயே நினைப்பு அதிகமாயிற்று. அவரைப் பிடிப்பது எளிதல்ல என்பது புரிந்ததும் பிரமிப்பு கூடிற்று.

ஒருவாரம் தொடர்ச்சியாக ஃபோன் செய்தும் அனந்தகிருஷ்ணனைப் பிடிக்க முடியவில்லை. ச்சிபோ.. என்றாயிற்று. ஏமாற்றம் உள்ளுக்குள் மெல்லிய ஏக்கத்தை ஏற்படுத்தியது. ஏக்கம் எண்ணங்களைத் தூண்டியது. எண்ண ஓட்டம் ஏதோ ஒரு ரசாயன மாற்றத்தை ஏற்படுத்தியது.

பெங்களூர் பிரான்ச் ஆரம்பிக்கும் வேலையில் மூழ்கிப்போயிருந்தார் அனந்தகிருஷ்ணன்.

சாப்பிடக்கூட நேரமில்லாமல் கோப்புகளைப் படித்துக்கொண்டிருந்தார். மீட்டிங் மீட்டிங் மீட்டிங் என்று மாற்றி மாற்றி ஓடிச்சோர்ந்து போனார்.

"யாருக்காகப்பா இவ்ளோ அவதிப்படற?" பரசுராமன் கேட்டேவிட்டான்.

"ஏன்டா?"

"எனக்கு போதும்ப்பா, இருக்கறது போதும். நீ உடம்பை கெடுத்துக்காத."

"சில விஷயங்களை நிறுத்திட முடியாதுடா பரசு. இப்பொ நமக்காக மட்டுமா சம்பாதிக்கறேன்னு நினைச்ச? நம்பளை நம்பி ஆயிரக்கணக்கான குடும்பம் இருக்குடா. நாம போதும்னு நிறுத்திட்டா அவாள்ளாம் எங்க போவா?"

"புரியறதுப்பா... ஆனா..."

"உன் படிப்பு முடிஞ்சதும் இந்த சுமையை உன் தோள்ல இறக்கிடமாட்டேன்...?"

"ஒருக்கால் எனக்கிது பிடிக்கலன்னா?"

"சத்தியமா வற்புறுத்தமாட்டேன். உண்மையா எதுல ஈடுபாடு தோண்றதோ அதுதான் உன் வழி."

"சும்மா ஒரு பேச்சுக்கு சொன்னேம்ப்பா."

"நிஜமாவே சொன்னாலும் இதுதான் என் பதில். வாழ்க்கைங்கறது சந்தோஷமா, மனசுக்கு, திருப்தி

ஏற்படறாப்பல வாழவேண்டிய சமாச்சாரம். பிறத்தியார் பசிக்காக நாம சாப்பிடமுடியாது. பிறத்தியார் வலிக்கு நாம மருந்து போட்டுக்கவும் முடியாது.''

''உன்னோட பேசி ஜெயிக்க முடியாதுப்பா. இருந்தாலும் நேரம் கிடைக்கும் போதெல்லாம் நானும் ஆபீஸ்பக்கம் வரப்போறேன். எனக்கு பிடிச்சாலும் பிடிக்காட்டாலும் உனக்கு உதவியா இருக்கறதுதான் என் குறிக்கோள்.''

''யூ ஆர் ஆல்வேஸ் வெல்கம்.''

''சார், பெங்களூர்லேர்ந்து உங்களுக்கு கால் வந்திருக்கு!''

அனந்தகிருஷ்ணன் டெலிபோனை எடுத்துப்பேசினார். பத்து நிமிடம் கழித்து ரிஸீவரை வைத்தார். செக்ரட்டரி உள்ளே வந்து அடுத்த மீட்டிங் பற்றி சொன்னாள்.

''அப்புறம் சார், ஒரு வாரமா ஒரு பெண் டெலிபோன்ல உங்களை ரொம்ப டிரை பண்றாங்க சார். பேட் லக்... அவங்க பண்ணும் போதெல்லாம் நீங்க இல்ல.''

''இஸ் இட்...? பேர் சொன்னாங்களா?''

''இல்ல, கேட்டேன். சொல்லலை.''

''ஆபீஸ் விஷயம்னாங்களா?''

''அதுவும் சொல்லலை.''

''போச்சுடா! யாரந்த லேடின்னு தெரியறவரை எனக்கு தூக்கம் வராதே.''

''பொம்பளைன்னுதானே?''

''உனக்கும் ஆம்பளை குரல்ல நீயில்லாதப்பொ டெலிபோன் வந்தா தூக்கம் வராது.''

செக்ரட்டரி சிரித்துக் கொண்டே வெளியேறினாள்.

''யாராயிருக்கும்?''

''சார் மீட்டிங்க்கு டைமாச்சு.''

"மீட்டிங் சமயத்துல ஃபோன் வந்தா தயவுசெய்து கனெக்ட் பண்ணு, புரிஞ்சுதா?" அனந்தகிருஷ்ணன் கான்ஃப்ரன்ஸ் ஹாலுக்குப் போனார்.

மீட்டிங் முடியும் தருவாயில் போன் வந்தது. அனந்தகிருஷ்ணன் பரபரப்போடு ரிஸீவரை எடுத்தார்.

"யாரு...?"

"மிஸ்டர் அனந்தகிருஷ்ணன்தானே?"

"அடியேனேதான்."

"அப்பாடா! ஒரு வழியா உங்களைப் பிடிச்சுட்டேன்."

"இல்லையே, யாரும் என்னைப் பிடிக்கலையே."

"அதில்ல, ஃபோன்ல பிடிச்சுட்டேன்னேன்."

"யாருன்னு சொல்லாமயே பேசினா எப்படி?"

"ரயில் சிநேகிதி."

"ஓ... ஓ... நீங்களா...? ஒரு வாரமா நீங்கதான் எனக்கு....."

"நானேதான் நரசிம்மராவ்கிட்டகூட பேசியிருக்கலாம் போலருக்கு. அவ்ளோ பிஸியா..?"

"என்ன விஷயம் சொல்லுங்க..."

"ஒண்ணுல்ல. அன்னிக்கு ரோடுல கொஞ்சம் படபடன்னு பேசிட்டேன். ஒரு சாரி சொல்லலாம்னுதான்."

"எங்க...? நல்லிலயா, குமரன்லயா?"

"என்னது...?"

"சாரி சொல்லணும்னிங்களே."

"இப்டி கடிப்பீங்கன்னு தெரிஞ்சிருந்தா ஒரு வாரமா டிரை பண்ணியே இருக்க மாட்டேன்."

"ஓ... சாரி ப்ளீஸ்."

"ஆம்பளைங்க சாரி கட்டிப்பாங்க?"

"பழிக்குப் பழியா?"

"சரி வெச்சுடவா...?"

"ஹலோ... ஹலோ..."

"என்ன...?"

"ஒருநாள் எங்க வீட்டுக்கு வாங்க."

"நா ரயில் சிநேகிதி சார். ரயில் சிநேகம் பிளாட்பாரத்தோட நின்னுடணும்."

"எங்க வீட்லயும் பிளாட்பாரம் இருக்கு. அங்க வேணா நின்னுக்கலாம் வாங்க."

பவானி பக்கென்று சிரித்தாள்.

"பார்க்கலாம்."

"எப்பொன்னு சொல்லுங்க."

"வரதா இருந்தா நானே மறுபடியும் போன் பண்றேனே... இப்ப வெச்சுடறேன்."

அனந்தகிருஷ்ணன் மேலும் பேசுவதற்குள் எதிர்முனையில் பவானி ரிசீவரைக் கீழே வைத்தாள்.

அனந்தகிருஷ்ணன் வியந்தார். காவிரியில் புதுவெள்ளம் வந்தாற்போல் தனக்குள் ஏற்பட்டிருக்கும் உற்சாகத்திற்கு என்ன காரணம் என்று யோசித்தார்.

அத்தியாயம் 14

பவானி வீடு திரும்பியபோது கூடத்தில் அண்ணன் அண்ணிகளின் பொதுக்கூட்டம் மும்முரமாக நடந்துகொண்டிருந்தது. பவானியைக் கண்டதும் பேச்சு தடைபட்டு நிசப்தம் சூழ்ந்தது. பவானி அவர்களை ஒரு பார்வை பார்த்துவிட்டு உள்ளே போனாள்.

''சொல்லப் போறீங்களா?'' பெரியண்ணி கிசுகிசுத்தாள்.

''சொல்லாம மறைச்சுட்டா தெரியாம இருந்துடப் போகுதா?''

''வீட்டுல வயசு தாண்டின ரெண்டு நாத்திக இருக்கும்போது உங்க பொண்ணுக்கு கல்யாணம் பண்ணினீங்கன்னா ஊர் என்ன சொல்லும்?'' நடு அண்ணி வெடித்தாள்.

''உனக்கும் ஒரு பொண்ணு இருக்குன்னு மறந்துட வேண்டாம். நாளைக்கு உம் பொண்ணுக்கு நல்ல வரன் வந்தா வேணாம்னா சொல்லிருவ?''

நடு அண்ணி வாய் பொத்திக் கொண்டாள்.

''நாம என்ன அதுங்களுக்கு வரன் பார்க்காமயா இருக்கோம்...? பெரிய மூதேவி, மூதேவியாட்டமே வந்து நின்னா எவனுக்கு மனசுக்கு பிடிக்கும்? இப்பொ வயசு முப்பத்தி எட்டு முடிஞ்சுபோச்சு. வயசுக்கேத்தா மாதிரிதானே வரன் பார்க்க முடியும்னு ஒரு வரன் கொண்டு வந்தோமே, என்ன சொல்லிச்சு பவானி? கிழவனைக் கூட்டியாந்திருக்கீங்கன்னு கத்திச்சு. இனிமே கிழவன் வராம வயசுப் பையனா கட்டிக்கறேன்னு ஓடியாருவான்?''

''சரி போன்னு பவானிக்காச்சும் ஒரு கல்யாணத்தைப் பண்ணுவோம்னா அதுக்கும் ஒத்து வரல அந்த பொண்ணு,

அக்காக்கு ஆகாம கட்டிக்க மாட்டேன்னு. இப்பொ ரெண்டு கழுதையும் முத்திப்போச்சு. இதுங்களுக்கு கய்யாணமாகலன்னு நம்ம பசங்க வளராமயே இருந்துடுவாங்களா? இன்னும் இதுகளைப்பத்தி கவலைப்பட்டுக்கிட்டோ, ஊர்ப்பேச்சுக்கு காதுகொடுத்துக்கிட்டோ நின்னோம்னா நம்ம பொண்ணுங்களுக்கும் வயசாய்ரும் சொல்லிட்டேன்."

"அப்போ அவங்களைப் பொண்ணு பார்க்க வரச்சொல்லிடவா?"

"சொல்லிடுங்க."

"யாருக்கு முதல்ல பிராப்தமோ அதுப்படி நடக்கட்டும். இந்த கல்யாணத்துலயாவது உங்க தங்கச்சிங்களுக்கும் ஏதாவது வரன் வருதான்னு பார்ப்போம்."

"பவானிகிட்ட ஒரு வார்த்தை சொல்லிடுங்க. பேய் மாதிரி குதிக்கப் போவுது அப்புறம்."

இரவுச் சாப்பாட்டிற்குப் பிறகு பெரியண்ணன் பவானியிடம் நிதானமாக விஷயம் சொன்னார். பவானி அதிர்ச்சியைக் காட்டிக்கொள்ளவில்லை.

"அதுக்கென்ன? உங்க பொண்ணுக்காவது காலாகாலத்துல கல்யாணம் பண்ணுங்க" என்றாள் விட்டேற்றியாக. பெரியண்ணனுக்கு உறைத்தாற்போல் தெரியவில்லை. எழுந்து போய்விட்டார்.

சரளா வழக்கம்போல் சுவரோரம் சுருண்டு படுத்திருந்தாள். அக்காவையே இரக்கத்தோடு பார்த்தாள் பவானி.

"தூங்கிட்டயாக்கா?"

சரளா கண்விழித்துப் பார்த்தாள். பவானி அவள் அருகில் வந்து உட்கார்ந்தாள். மெல்ல அவள் தலையை தடவிக்கொடுத்தாள்.

"ஏங்க்கா இப்டியிருக்க, உனக்கென்ன கஷ்டம்? நல்லா டிரஸ் பண்ணிக்கக் கூடாதா? கலகலன்னு பேசக் கூடாதா?

எல்லாரைப் போலவும் இருக்கக் கூடாதா? ஏங்க்கா இப்டி குத்துக்கல்லா ஆய்ட்ட? பெரியண்ணன் தன் பொண்ணுக்கு கல்யாணம் பண்ணப் போறார் தெரியுமா உனக்கு? உன் தலையில் நீயே மண்ணை வாரிப் போட்டுக்கிட்டன்னு சொல்றாங்க அவங்க. இனிமேலாவது நீ மாறணுங்க்கா, மனசுல என்ன துக்கம் இருந்தாலும் கொட்டிடு. பாரம் குறைஞ்சுட்டா நார்மலாய்டுவ. உள்ளுக்குள்ள போட்டு புழுங்காதக்கா ப்ளீஸ்..."

சரளா எந்த பதிலும் சொல்லவில்லை.

பவானி அவளை மெல்ல உலுக்கினாள்.

"ஏதாவது பேசுக்கா."

"எனக்கு ஒண்ணுமில்ல பவானி."

"பின்ன ஏங்க்கா... இப்டி? ஏனிந்த வேஷம்?"

"பிடிக்கல பவானி. மனுஷங்களைப் பார்க்கவே பிடிக்கல."

"ஏங்க்கா? என்ன காரணம்?"

"......"

"எங்கிட்ட சொல்லக் கூடாதா?"

"......"

"சரி சொல்லுக்கா, உனக்கு கல்யாண ஆசையே இல்லையா? இல்ல அடக்கிக்கிட்டயா?"

"......"

பவானிக்கு எரிச்சல் வந்தது.

"இப்படி மௌன நாடகம் நடத்தி நடத்தி என்னைக் கொன்னுடறதுன்னு முடிவு பண்ணிட்டயா? உனக்காகத்தானே நானும் இப்படி நிக்கறேன்! புரிஞ்க்க மாட்டேங்கிறயே... உன் மனசுல என்னதான் இருக்குன்னு சொல்லித் தொலையேன்!

இல்ல இப்படித்தான் இருப்பேன்னு சொல்லிடு. நா செத்துத் தொலையறேன். அப்பறம் எக்கேடும் கெட்டு ஒழி!''

சரளாவின் முதுகு குலுங்கியது.

''அழறயா...? அழறயாக்கா?'' பவானி லேசாய்ப் பதறினாள்.

''பின்ன என்னக்கா... உன் கவலை உனக்கு பெரிசா போச்சு. என்னைப்பத்தி நினைச்சு பார்த்திருக்கயா நீ? உன் மனசுல என்ன இருக்கு, எதனால இப்டி கோலம் மாறி நீ முடங்கி கிடக்கன்னு காரணம் தெரிஞ்சாதானே அந்த கஷ்டத்துக்கு என்ன நிவர்த்தின்னு யோசிக்க முடியும்? எதுவும் சொல்லாட்டா என்ன செய்ய?

உன்னால மத்தவங்களுக்கும் கஷ்டம்னு நினைச்சு பார்த்தயா? யாருக்குத்தான் இல்ல பிரச்சனை? பிரச்சனை பிரச்சனைன்னு எல்லாரும் உன்னை மாதிரி இருட்டறைக்குள்ள முடங்கிப் போய்ட்டா என்ன ஆகும்னு யோசி! உலகமே இயங்காது.

எல்லா பிரச்சனைகளையும் மனசுல சுமந்துக்கிட்டுதான் எல்லா மனுஷங்களும் வளைய வராங்க, சிரிக்கறாங்க. பேசறாங்க. டிரஸ் பண்ணிக்கறாங்க, அந்த பிரச்சனையை எப்டி சமாளிக்கறதுன்னு வழி தேடறாங்க. என்னமோ உலகத்துலயே உன் ஒருத்திக்கு மட்டும்தான் தலையே போற அளவுக்கு கஷ்டம்னு நினைச்சு மத்தவங்களை இந்த மாதிரி வேஷம் போட்டு சித்ரவதைப்படுத்தாதே.

சந்தோஷம் தனக்கு கிடைக்காட்டாலும், பிறத்தியாரை சந்தோஷப்படுத்தறவன்தான் மனுஷன். தனக்கு கிடைக்கலன்னு மனசு புழுங்கி தன்னைச் சுத்தி இருட்டாக்கிக்கறது மனுஷத்தன்மையில் சேர்த்தியில்லக்கா.''

நா இவ்வளவு சொன்னப்பறமும் நீ இப்டித்தான் இருப்பேன்னா இருந்துக்கோ, அது உன் இஷ்டம். இல்ல... யோசிச்சு பார்த்து என் வார்த்தைகள்ல நியாயம் இருக்குன்னு

தோணித்துன்னா நாளைக்கு காலேல நீ பளிச்சுனு டிரஸ் பண்ணிக்கிட்டு பளிச்சுனு சிரிச்சு பேசி சகஜமா நடமாடணும். நமக்காக இல்லன்னாலும் பிறத்தியாருக்கு பிரயோஜனமா வாழ்ந்து வாழ்க்கையை அர்த்தப்படுத்திக்கணும். இல்லாட்டா மிருகத்துக்கும் நமக்கும் எந்த வித்யாசமும் இல்லாம போய்டும்.'' பவானி எழுந்து கொண்டாள்.

சரளா இன்னும் குலுங்கிக் கொண்டிருந்தாள்.

பவானி மொட்டை மாடியில் வந்து மல்லாந்து படுத்துக்கொண்டிருந்தாள். 'அக்கா மட்டும் சம்மதித்து விட்டால் அவளுக்கொரு வாழ்க்கையைத் தேடிக் கொடுத்துவிடலாம். இத்தனை வயதுக்குப்பிறகு முதல் மனைவியாய் போவதென்பது நடக்காத விஷயம். மனைவியை இழந்த யாருக்காவது இரண்டாம் மனைவியாகவாவது ஒரு கல்யாணம் செய்துவைக்கலாம். சம்மதிப்பாளா தெரியவில்லை. அக்காவைச் சொல்கிறேன். எனக்கு மட்டும் வயதாகவில்லையா? எனக்கே முப்பத்தினான்கு வயது. என் வயசுக்கு எனக்கு மட்டும் இளைஞனா கிடைப்பான்...? இரண்டாவது ஸ்தானம்தான் எனக்கும் கிடைக்கக்கூடும். ஒருக்கால் நாற்பது ஐம்பதுவரை கல்யாணத்தைப் பற்றி யோசிக்காத வயது கடந்த ப்ரும்மச்சாரி இருந்தால் கிடைக்கக்கூடும். இருப்பினும் இருபது வயதில் நடக்கும் திருமணத்தில் இருக்கும் எதிர்பார்ப்புகளும் இன்பமும் இனி இருக்குமா? வயது முற்றின திருமணத்தில் இனிமை எங்கிருந்து தாலாட்டும்? இதில் என்ன சாரமிருக்கும், சீண்டல் இருக்குமா? குறும்பும் குறுகுறுப்பும் இருக்குமா? காதல் சுவாரசியம் இருக்குமா? எல்லா ஆர்வமும் அடங்கி, மிதமாகி, வயதாகி விட்டதே என்ற உணர்வோடு எல்லாவற்றையும் அடக்கிக்கொண்டு... என்ன இனிமை இருக்கும்?

முப்பத்தி ஐந்து வயதுக்குப் பிறகு கல்யாணமாகி, எப்போது குழந்தை பெற்று அந்தக் குழந்தையை வளர்த்து.... அந்தக் குழந்தையின் கல்யாண வயதில் மிகவும் தளர்ந்து

போய்விடுவோமோ? பிறத்தியார் உதவியின்றி எதுவும் செய்ய இயலாத அளவுக்கு தேகநிலை ஆகிவிடுமோ? அதுசரி... எதற்காக நான் திருமணத்தைப்பற்றி யோசித்துக் கொண்டிருக்கிறேன்? இன்னும் எனக்குள் அந்த ஆசை இருக்கிறதா?

இத்தனை வயதுக்குப் பிறகு எதற்குத் திருமணம்? அக்காவின் நிலை வேறு. அவள் படிப்பறிவில்லாதவள். யாரையாவது சார்ந்தே இருந்தாக வேண்டிய கட்டாயத்தில் இருப்பவள். அண்ணன் அண்ணிகளை எத்தனை நாள் நம்ப முடியும்? அதனால் இரண்டாம் மனைவி என்றாலும் அவளுக்கென்று ஒரு வாழ்க்கை கிடைத்துவிட்டால் நல்லதுதான். ஆனால் எனக்கென்ன? சுயமாய் நிற்கும் துணிச்சலும் வலுவும் எனக்கிருக்கிறது. என் சம்பாத்யம் இறுதிவரை என்னைக் காப்பாற்றும். பின் எதற்குக் கல்யாணம்? அப்படியானால் கல்யாண ஆசையே இல்லையா எனக்கு? ஏன் இல்லாமல்? இருபது வயதில் நான் காணாத கனவுகளா? முகம் தெரியாத ஒரு உருவத்தோடு நான் நடத்திய காதலும், கற்பனை வாழ்க்கையும் மறக்க முடியுமா என்ன? வயதில் இருந்த இளமையில் மனமும் இளமையாய்த் துள்ளியது. இன்று அடுத்தடுத்து ஏற்பட்ட பிரச்சனைகளிலும் அவலங்களிலும் மனசுக்கும் மூப்பு வந்துவிட்டது. இனி இளமைத் துள்ளலுக்கு சாத்தியமே இல்லை...!'

'பொய் சொல்லுகிறாய் பவானி' பவானி ஒரு வினாடி திடுக்கிட்டாள்.

உள்ளே யாரோ 'களுக்'கென்று சிரித்தார்கள்.

மனசில் இளமைத் துள்ளல் இல்லையா? யாரிடம் கதை விடுகிறாய்? அனந்தகிருஷ்ணனிடம் போனில் பேசும்போது உன் உணர்வுகள் எப்படியிருந்தது என்று யோசித்துப் பார்!

பவானி சடக்கென்று எழுந்து உட்கார்ந்தாள். நெஞ்சு படபடவென்று அடித்துக்கொண்டது. குபுக்கென்று சூடாக

உடம்பு முழுக்க ஏதோ பரவியது இதுதான் துள்ளலா? சிரிப்பு வந்தது அவளுக்கு.

எத்தனை வயதிருக்கும் அந்த மனிதருக்கு? நாற்பது? நாற்பதுக்கு மேல்தான் இருக்கவேண்டும். பதினெட்டு வயசில் பிள்ளையிருக்கிறது என்றால் நிச்சயம் நாற்பத்தி ஐந்தாவது இருக்க வேண்டும். பார்த்தால் தெரியவில்லை. நகைச்சுவை உணர்வு மிகுந்தவராயிருக்க வேண்டும். பேச்சில் நன்றாகவே தெரிகிறது. நல்ல மனைவி, நல்ல பிள்ளை, வசதியான வாழ்க்கை. பிறகு இளமைக்கும் உற்சாகத்திற்கும் கேட்க வேண்டுமா? வீட்டிற்கு வாருங்கள் என்று அழைத்தாரே, சும்மா பேச்சுக்கோ அல்லது நிஜமாகவேவா? போவோமா? ச்சட்!

யாரோ ரயிலில் சந்தித்தவர் ஏதோ ஒப்புக்கு அழைத்தால் உடனே போய்விடுவதா? கேவலமாய் நினைத்து விட்டால்? மீண்டும் அவரைச் சந்திக்கும் வாய்ப்பு கிட்டுமா? எப்படிக் கிட்டும்? நிச்சயம் எந்த வாய்ப்புமில்லை. பவானியின் முகம் மெல்ல மாறியது. மனசுக்குள் சின்னதாக ஒரு குமிழ் வெடித்தது. ஆசைக்குமிழோ? அவ்வளவுதான் ஆயுசா? எதற்காக அந்த மனிதனைப் பற்றி நினைக்கிறேன்?

சுவாரசியமான மனிதர் அவர்! அவ்வளவுதானா? வேறென்ன? ஆம் வேறொன்றுமில்லை. அவர் மணமானவர். அழகான பெண்ணைத்தான் தேர்ந்தெடுத்து மணந்திருப்பார். பதினெட்டு வயசில் ஒரு பிள்ளையிருக்கிறான். நாற்பது வயதைக் கடந்த நிலையில் ஆணுக்குப் பெண்ணிடம் ஈர்ப்பு அதிகமிருக்கும். எந்தப் பெண்ணைப் பார்த்தாலும் பேசத்தோன்றும். எல்லாப் பெண்களிடமும் சிநேகமாயிருக்கத் துடிக்கும். அப்படி ஒரு ஈர்ப்பில்தான் இவளிடமும் பேசி இருப்பார். ஒரு ஆண் சற்று கலகலவென்று பேசிவிட்டால் உடனே அவனை நினைத்துத் தவிக்க வேண்டுமா? கல்யாணமாகவில்லையே என்ற ஏக்கத்தினால் இந்த

நினைப்பா? நேசிக்க ஆண் கிடைக்க மாட்டானா என்று அலைகிறதா மனசு?

பவானி பெருமூச்சு விட்டாள்.

மறுபடியும் மல்லாந்து படுத்தாள். வானத்து நட்சத்திரங்களை எண்ண முயன்றாள். ஒவ்வொரு நட்சத்திரத்திலும் அந்த முகம் கண்சிமிட்டிச் சிரிப்பதுபோல் தோன்றியது. அழுகை வந்தது. கண்களை இறுக்க மூடிக் கொண்டார். கண்ணீர்த் துளிகள் விடுபட்டுக் கசிந்து வழிந்தது.

அத்தியாயம் 15

வீடு வியந்தது, பிரமித்தது. எப்படி எப்படி என்று யோசித்தது. உற்று உற்றுப் பார்த்தது. நீதானா என்று கேட்டது. பவானியால் நம்ப முடியவில்லை. ஓடி வந்து கட்டிக் கொண்டாள். ‘தேங்க்யூக்கா’ என்று தழுதழுத்தாள். எத்தனை அடக்கியும் மீறி கண்ணீர் வழிந்தது. கேவல் வெளிப்பட்டது. சரளா பளிச்சென்று புதுப்புடவை கட்டியிருந்தாள். தலைப்பை இழுத்துப் போர்த்திக் கொள்ளவில்லை. தொளதொளவென்றிருந்த ரவிக்கை ஊசிநூலால் அங்கங்கு இழுத்துப் பிடித்துத் தைத்திருந்தது. கோடாலி முடிச்சு அவிழ்ந்து பின்னலாக நீண்டிருந்தது. ஒரு துண்டு மல்லிகைப் பூ உச்சியில் அலங்கரித்தது. காதில் அம்மாவின் தங்க ஸ்டட் மின்ன, மூக்கிலும் ஒரு பொட்டுத்தங்கம் சிரித்தது. கழுத்தில் மணிமாலை, முகத்தில் பவுடர் பூச்சு, நெற்றியில் பளிச்சென்று பொட்டு... கல்யாணமாகாமலே தான் போட்டிருந்த விதவைக் கோலத்திலிருந்து, பதினேழு வருடம் கழித்து வெளிவந்திருக்கிறாள்.

“உனக்கு மாப்பிள்ளை பார்க்கவாக்கா?” இரவு சரளாவின் அருகில் படுத்தபடி கேட்டாள்.

“இத்தனை வயசுக்கு என்னை யார் கட்டிப்பா?”

“உனக்குன்னு யாராவது இருப்பான். நாம தேடுவோம். அவனைக் கண்டு பிடிப்போம். சரியா?”

“உன் இஷ்டம்.”

“இப்பக்கூட சொல்லமாட்டயா?”

"எதை?"

"நீ ஏன் இத்தனை நாள் இப்டி..."

"பவானி ப்ளீஸ்... பழச கிளறாத!"

"சரி சரி... உனக்கு பிடிக்கலன்னா விட்டுடு. ஆனா நீ இப்பொ எவ்ளோ அழகார்க்க தெரியுமா?"

"ஆமா...! தலையெல்லாம் நரைக்க ஆரம்பிச்சுடுச்சு."

"ரசிச்சு பார்க்கற கண்ணுக்கு எல்லாமே அழகாதான் தெரியும்."

"என் கல்யாணத்தை விடு பவானி. நல்ல பையனா பார்த்து நீயாவது கட்டிக்க."

"பையனா..." பவானி பக்கென்று சிரித்தாள்.

"உனக்கும் எனக்கும் எத்தனை வயசு வித்யாசம்ங்கற... ஐந்துதான். எனக்கும் தலை நரைக்கத் தொடங்கிடுச்சு. வெளிய தெரியல. உள்ளுக்குள்ள ஒண்ணு ரெண்டு இருக்கு."

"என்னால எல்லாருக்கும் கஷ்டம் இல்ல? என்னாலதானே உனக்கும் கல்யாணமாகல..."

"அதெல்லாமில்ல! என் ஆளும் இன்னும் வரல. தட்ஸ் ஆல். நேரம் வரும்போது ஆளு தானா வருவான்."

"இனிமே காத்திருக்காத பவானி. உன்னைக் கட்டிக்கறேன்னு எவனாவது வந்தா என்னைக் காரணம் காட்டி மறுத்துடாத, தயங்காம கட்டிக்க. நீ மட்டும் அப்டி மறுத்தேன்னா நா பழையபடி ஆய்டுவேன் நிச்சயமா!"

"வேணாம் வேணாம்! வரட்டும் பார்ப்போம்."

பவானி திரும்பிப் படுத்துக் கொண்டாள். தூக்கம் வரவில்லை. டிரான்சிஸ்டரைத் திருகினாள்.

"தூது செல்ல ஒரு தோழியில்லையென
துயர் கொண்டாயோ தலைவி
துள்ளும் காற்று வந்து மெல்ல சேலை தொட
சுகம் கண்டாயோ தலைவி...?
அன்று சென்றவனை இன்னும் காணவில்லை
என்ன செய்வதடி தோழி?"

பாட்டு கேட்ட க்ஷணத்தில் அனந்தகிருஷ்ணனின் நினைவு வந்தது. கூடவே வியப்பும் வந்தது. இந்தப் பாட்டுக்கும், தனக்கும், அனந்தகிருஷ்ணனுக்கும் என்ன சம்பந்தம் என்று அவர் நினைப்பு வருகிறது... இந்தப் பாட்டு தனக்குப் பொருந்துவதாக திடீரென்று ஏன் தோன்றுகிறது? இத்தனை நாளாய்ப் பாட்டு கேட்டதில்லையா? பாட்டின் அழகும் இசையும் மட்டும்தான் தெரியும். எந்தப் பாட்டோடும் தன்னை இணைத்துப் பார்த்துக் கொண்டதில்லை. எந்தப் பாதிப்பும் ஏற்பட்டதுமில்லை. இன்று மட்டும் எதனால்? நூலிழை அளவுக்கு ஒரு ஹிம்சை, அதோடு இணைந்த பரவசம். இதற்குப் பெயர் என்ன? அந்த மனிதரை மீண்டும் எப்போது சந்திக்கப் போகிறோம் அல்லது எப்படி சந்திக்கலாம் என்று ஏன் தோன்றிக்கொண்டே இருக்கிறது?

ச்சட்! வேண்டாம் பவானி. இளமைக்கும் முதுமைக்கும் இடையில் அல்லாடும் வயசில் ஏன் கண்ட எண்ணமும்? உன் உடம்பு முற்றிவிட்டது. முப்பத்தி ஐந்து வயதில் இளமை ஊஞ்சலாடாது. இன்னும் ஐந்தாறு வருடத்தில் மெனோ பாஸ் வந்துவிடும். வெள்ளெழுத்து ஆரம்பித்துவிடும். மணிக்கட்டு நரம்புகள் புடைத்து, கழுத்துச்சதை இளகி, கண்ணுக்கு கீழே பை கட்டிவிடும். உச்சி வெய்யிலில் விடிவெள்ளியைத் தேடுவது அறிவீனம். எல்லாவற்றையும் ஒதுக்கி வை. எப்போதும் போல இரு. எத்தனை முகத்தை தினமும் பார்க்கிறாய். அதுபோல் இதுவும் ஒன்று. இதற்குமேல் முக்கியத்துவம் கொடுத்து ஹிம்சைப்படாதே.

பவானி கண்களை இறுக மூடிக்கொண்டாள்.

"எதிர்பாராமல் நடந்ததடி!
முகம் கண்ணுக்குள் விழுந்ததடி!
புதிய சுகம் ஒன்று புகுந்ததடி
அது பொழுதுக்கு பொழுது வளருதடி!"

பவானி டிரான்சிஸ்டரை நிறுத்தினாள். உறங்க முயற்சித்தாள். எத்தனைப் பிரயத்தனப்பட்டாலும் கண்கள் அலைபாய்ந்தது. சென்ற இடத்தில் எல்லாம் அந்த முகம் தெரிகிறதா என்று தேடியது. திடீரென்று எதிரில் வராதா என்று ஏங்கியது. பஸ்ஸில் போகும்போது கடந்துசென்ற கார்களை எல்லாம் உற்று உற்றுப் பார்த்தாள். பாங்க் வாசல், கம்பெனி வாசல்கள். ஷாப்பிங் காம்ப்ளெக்ஸ் என்று எல்லா இடத்திலும் நடமாடிய மனிதக் கூட்டத்துக்குள் அந்த முகத்தை தேடித்தேடிக் களைத்துப் போனாள்.

ஃபோன் நம்பர்தான் கையில் இருக்கிறதே, ஃபோன் செய்யலாமா? நம்பர் சுழற்ற விரல் துடித்தது. என்ன பேசுவாய்? 'என்ன விஷயம்? எதற்கு ஃபோன் செய்தாய்' என்று கேட்டால்... என்ன சொல்லுவாய்? 'வீட்டுக்கு அழைத்தீர்களே அதற்குத்தான்' என்று சொல்லிவிட்டால் போகிறது 'ஓஹோ! தாராளமாய் சொல்லிக்கொள். ஆனால் இப்படி அழைத்ததும் வீட்டுக்குவரத் தயாராகிவிட்ட பெண் எதற்குத்தான் துணியமாட்டாள் என்று நினைத்துவிட்டால்...? உன் மரியாதையைக் காப்பாற்றிக்கொள்.'

பவானிக்கு குழப்பமாயிருந்தது. இந்த ஹிம்சை புதிதாயிருந்தது. பயமாயிருந்தது. வயதாகிவிட்டதென்ற உண்மை ஒருபக்கம் சுட்டது.

பதினெட்டு வயதில் பிள்ளையிருக்கிறான் பவானி. இன்னொருத்தியின் புருஷன். ஒரு நல்ல குடும்பத்தில் புயலாய்

நுழைய முயற்சிக்காதே. உலகம் உன்னைத் தூற்றும். முகத்தில் எச்சில் உமிழும். அலைகிறாயா என்று ஏளனம் செய்யும். உன்னைப் போல் ஒரு பெண் கண்கலங்கி உன்னை சபிப்பாள். இளகியிருக்கும் மனசை இழுத்துக்கட்டு. இறுக்கிக்கொள். கல்லாகிவிடு. அதுதான் நல்லது.

நவசக்தி வினாயகர் கோயிலில் நிற்கையில் கண்கலங்கியது. தம்பிக்கு உதவினாயே கணேசா. எனக்கென்ன செய்யப் போகிறாய்? விட்டுவிடவா? இறுகிவிடவா?

நீயே சொல். கண்மூடி பிரசாதத் தட்டில் கைவைக்கிறேன். குங்குமத்தில் கை வைத்தால் நன்று. விபூதியில் வைத்தால் இனி நான் கல்! சரியா? நீதான் சாட்சி. பவானி கண்ணை மூடிக்கொண்டு குனிந்தாள். கை ஒருகணம் அலைந்து ஏதோ ஒரு கிண்ணத்தில் நுழைந்தது. கண்ணைத் திறக்கவே பயமாக இருந்தது.

"கண்ணை மூடிண்டு சாமியைக் கும்பிடுவாங்க. கண்ணைத் திறந்துண்டு பிரசாதம் எடுத்துப்பாங்க, பார்த்திருக்கேன்! இதென்ன தலைகீழா இருக்கு!"

பின்னால் குரல் ஒலிக்க சட்டென்று கண்திறந்தாள். விரல் முழுக்க குங்குமம். பின்னால் சிரித்தபடி அனந்தகிருஷ்ணன்.

காலோடு தலை அலையலையாய்ப் பொங்கிவந்த வியப்பும் மலர்ச்சியும் கண் வழியே வெளிப்பட அவரையே பார்த்தபடி நின்றுவிட்டாள். வாயடைத்துப் போனது. மனசுக்குள் பொங்கின உணர்ச்சிகளை சொல்லத் தெரியாமல் திகைத்தாள்.

"என்னாச்சு? இவ்ளோ ஷாக்காய்ட்டீங்க?" அனந்தகிருஷ்ணன் சிரித்தார்.

பவானி சமாளித்துக்கொண்டு பதிலுக்குச் சிரித்தாள்.

"பிள்ளையார்கிட்ட பலமான வேண்டுதலோ?"

"ம்..."

"உங்கள் வேண்டுதல்கள் பலிக்கட்டும்."

"வரம் கொடுக்க நீங்கள் என்ன பிள்ளையாரா?"

"இல்லவே இல்லை. நான் கிருஷ்ணன். அனந்த கிருஷ்ணன்."

"கோயிலுக்கு வந்தீங்களா?"

"இல்லை. உங்களைப் பார்த்தேன். வண்டியை நிறுத்திட்டு வந்தேன்."

"என்ன விஷயம்?"

"விஷயம் இருந்தாதான் வந்து பேசணுமா?"

"அப்பறம் எதுக்கு?"

"சில கேள்விகளுக்கு பதிலே கிடையாதுங்க பவானி."

"நா நினைச்சேன், என்னை வீட்டுக்கு கூப்டத்தான் வந்தீங்களோன்னு."

"அப்பொ வீட்டுக்கு வரணும்ங்கற எண்ணமிருக்கு!"

"அப்டியெல்லாம் இல்ல."

"அப்பொ வர விருப்பமில்ல"

"அதில்ல..."

"அப்பொ வரேன்றீங்க!"

ச்சட்! பவானி லஜ்ஜையோடு சிரித்தாள்.

"என்னடா, ஒருநாள் பழக்கத்துல வீட்டுக்கெல்லாம் கூப்பிடறானேன்னு பயமா இருக்கா? அப்டி எல்லாரையும் சட்டுனு வீட்டுக்கு கூப்பிடறவன் இல்ல நான்."

"நான் மட்டும் என்ன விதிவிலக்குன்னு தெரிஞ்சுக்கலாமா?"

"உங்களுக்கு கல்யாணமாய்டுத்தா?"

"இன்னும் இல்ல."

"அப்போ அதான் விதிவிலக்கு."

"கொழுப்புதானே?"

"எத்தனை வயசிருக்கும்?"

"எவ்ளோன்னு தோண்றது?"

"ஒரு இருபது..."

"ஐஸ்..."

"இருபத்தி அஞ்சு?"

"ம்ம்"

"நாப்பத்தஞ்சு?"

"மை காட்! அவ்ளோ வயசாவா தெரியறேன்?"

"அப்டின்னா முப்பத்தி அஞ்சு சரியா?"

"ரொம்ப சரி."

"எனக்கு நாப்பது முடியப்போறது. அதுசரி. இதுவரை ஏன் கல்யாணம் பண்ணிக்கலன்னு தெரிஞ்சுக்கலாமா?"

"நானா பண்ணிக்க மாட்டேன்னு சொன்னேன்? எவனும் வரல. பண்ணிக்கல."

"ஆச்சரியமார்க்கு"

"எது..."

"உங்களைக் கல்யாணம் பண்ணிக்காம எந்த மடையன் விட்டு வெச்சிருக்கான்னு!"

பவானி அவரை ஏறிட்டுப் பார்த்தாள். அந்த வார்த்தைகள் அவளை என்னமோ செய்தன. இதற்கு என்ன அர்த்தம்? புரியவில்லை. ஆனால் அதனடியில் தெரிந்த புகழ்ச்சி பிடித்திருந்தது.

"போலாமா?"

"எங்க...?"

"வீட்டுக்குதான்."

"இ... இல்ல இன்னோரு நாள்..."

"ஏன் உடனே வந்துட்டா மரியாதைக் குறைவா நினைச்சிடுவேன்னா? பயப்படாம வாங்க."

பவானியால் மறுக்க முடியவில்லை. அவரோடு பேசிக்கொண்டிருப்பது பிடித்தது. அந்த நகைச்சுவை கலந்த சம்பாஷணை பிடித்தது. அவருடன் பயணிக்கும் சந்தர்ப்பத்தை இழக்கப் பிடிக்கவில்லை. என்ன ஈர்ப்பு என்று தெரியவில்லை. எதனால் என்று தெரியவில்லை. ஏன் போகிறோம் என்று புரியவில்லை. தப்போ என்று மிக பலவீனமாய் உள்ளே தோன்றிய எண்ணத்தை முழு வேகத்தோடு அடக்கினாள். தப்பில்லை. இதுவரை ஆணின் அருகாமைக்கோ சிநேகத்துக்கோ ஆசைப்பட்டதும் இல்லை, கிடைத்ததுமில்லை.

முப்பத்தி ஐந்து வயதில் ஒரு நல்ல சிநேகம் கிடைக்கிறது. வறட்சியாய்ப் போய்க் கொண்டிருக்கும் வாழ்வில் ஜிலீரென்று தூறல் விழுந்ததுபோல் இருக்கிறது. ஒரு ஆணும் பெண்ணும் சிநேகமாயிருப்பதில் என்ன தவறு?

அவர் கார்க்கதவைத் திறந்து கைகாட்ட லேசான கூச்சத்தோடு அமர்ந்தாள். மனசுக்குப் பிடித்து எந்த காரியம் செய்தாலும் அதில் தவறில்லை என்று நினைப்பது மனித சுபாவம். எந்தப் பெண்ணும் மனசுக்குப் பிடித்தவர் அழைத்தால் தப்பாக எண்ணமாட்டாள். தவறென்று நினைக்கமாட்டாள். உடன் செல்ல விரும்புவாள்.

கார் செல்லச் செல்ல காற்று முகத்தில் அறைந்தது. எதனால் என்னை மட்டும்...? என் மீது என்ன விதமான அன்பு! அதைத் தெரிந்துகொள்ளத் துடித்தது.

அத்தியாயம் 16

“எங்க இருக்கு வீடு?”

“பெஸன்ட் நகர்.”

“உங்க மனைவி என்ன செய்யறாங்க?”

“தெரியல.”

“அதாவது இப்பொ என்ன செய்யறாங்கன்னு கேக்கல... அவங்களும் உங்களை மாதிரி ஆபீஸரான்னு கேட்டேன்.”

“இருந்தா எனக்கு ஆபீஸராதான் இருந்திருப்பா.”

பவானி அவரைத் திரும்பிப் பார்த்தாள்.

“என்ன புரியலையா? இதுக்கு பதில் வீட்டுல கிடைக்கும்.”

“உங்களுக்கு பதினெட்டு வயசுல பையன் இருக்கறதா சொன்னிங்க. அவர் என்ன செய்யறார்?”

“படிக்கறான்.”

“என்ன படிக்கறார்?”

“பி. ஈ. பண்றான்.”

“ஒரே சன்தானா?”

“அவ்ளோதான் முடிஞ்சுது.”

சட்டென்று சிரிப்பு வந்தது.

“ஏன் உங்க பாஸூம் போதும்னுட்டாங்களா?”

“போறேன்னுட்டாங்க!”

பவானி குழப்பத்தோடு அவரைப் பார்த்தாள்.

"நேத்து ஒரு பாட்டு கேட்டேங்க பவானி. ஜெனரலா சினிமா பாட்டே கேக்க மாட்டேன். நேத்து எதேச்சையா கேஸட் கடைல கேட்டேன். நல்லார்ந்துது. அது கேட்டப்போ உங்க ஞாபகம்தான் வந்துது. ஏன்னு தெரியல. சரின்னு அந்த கேஸட் வாங்கிட்டேன். நேத்து முழுக்க முன்னூறு தரம் கேட்டிருப்பேன்."

ஜிவ்வென்று உடம்பு சுட்டது. மனசு படபடத்தது. என்ன பாட்டு...?

"இங்கதான் இருக்கு போடவா?" அனந்தகிருஷ்ணன்.

கேஸட் பிரித்து காரில் இருந்த பிளேயரில் பொருத்தினார். ஸ்டீரியோவின் வால்யூமை சரி பண்ண மிதமான ஒலியில் பாடல் ஒலித்தது.

"தென்மேற்குப் பருவக்காற்று
தேனிப்பக்கம் வீசும்போது சாரல் – இன்பச்சாரல்
தெம்மாங்கு பாடிக்கொண்டு சிலுசிலுவென்று
சிந்துதம்மா தூறல் - முத்துத் தூறல்...."

இந்தப் பாட்டா...? பவானி வியந்தாள். இதற்கும் என் நினைவு வருவதற்கும்... என்ன சம்பந்தம்? எத்தனையோ முறை இந்தப் பாட்டு போகிற போக்கில் காதில் விழுந்திருக்கிறது. ஊன்றிக் கேட்டதில்லை. இப்போது கேட்டாள்.

"வானோடும் மண்ணோடும் இல்லாத வண்ணங்கள்
பெண்ணோடும் கண்ணோடும் நான் காண்கிறேன்."

மை காட்! இதைக் கேட்டு, என் நினைவு வந்ததா? கடவுளே, வயிறு திடீரென்று குழைந்தது. தொண்டைக் குழியில் ஏதோ புரண்டது. இதுதான் சந்தோஷமா? ஆண் நினைக்கிறான் என்பது பெண்ணுக்கு சந்தோஷமான விஷயம்.

இது அவளை ஹிம்சைப்படுத்தும். கல்யாணமாகாத பெண் எனில் இது சந்தோஷமான ஹிம்சை. கல்யாணமான பெண் எனில் சங்கடமான ஹிம்சை. மொத்தத்தில் நேசிக்கப்படுவதும், நினைக்கப்படுவதும் பெண்ணுக்கு சந்தோஷத்தைக் கொடுக்கும். அவளுக்கும் அவன்மீது ஈடுபாடு இருந்துவிட்டால் அவன் தன்னை நினைப்பது இன்னும் சந்தோஷத்தைக் கொடுக்கும்.

பாட்டு முடிந்திருந்தது.

''ரீவைண்ட் பண்ணுங்களேன்.''

''நல்லார்க்கு இல்ல?''

''சரியாவே கேக்கல. அதான்.''

அனந்தகிருஷ்ணன் இடது கையால் ஒலி நாடாவை ரீவைண்ட் செய்து மறுபடியும் போட்டார்.

''தாலாட்டில் இல்லாத சங்கீத சாரங்கள்
பாராட்டும் உன் பாட்டில் நான் கேட்கிறேன்.''

உண்மைதான். இவர் பேசுவதும் உன்னை நினைக்கிறேன் என்று சொல்வதும் எத்தனை இனிமையான விஷயம்!

''வெங்காட்டு பொட்டல் கள்ளி, சட்டென்று மொட்டு விட
செங்காட்டுச் சில்லிச் செடி, சில்லென்று பூவெடுக்க''

எதுவும் பேசாமல் மௌனமாய் பாட்டுக் கேட்பது, சொர்க்கத்திலிருக்கும் சுகத்தை கொடுத்தது. இந்த க்ஷணமே போதும் போலிருந்தது. இந்த சந்தோஷத்தோடு செத்துவிடவேண்டும். 'எனக்கும் ஒரு பாட்டு கேட்டபோது உங்கள் நினைவு வந்தது' என்று சொல்வோமா? நான் சொன்னதால் பதிலுக்கு நீயும் என்னை திருப்திப்படுத்துவதற்காக பொய் சொல்கிறாயா என்று கேட்டுவிட்டால்? பொய்யா சொல்கிறோம்? நிஜம்தானே.

பாட்டு முடிந்தது.

"திரும்ப போடவா?"

"வேணாம்" என்றபடி வெளியே பார்த்தாள்.

"என்ன யோசனை?"

"ஆச்சரியமார்க்கு."

"எதைப்பத்தி?"

"நாலு நாள் முந்தி ராத்திரி ரேடியோல பாட்டு கேட்டேன். ரேடியோ போட்டதுமே ஒரு பாட்டு காதுல விழுந்துது. நான் உங்களை நினைச்சேன்..."

"இஸ் இட்...! என்ன பாட்டு?"

"அது எதுக்கு இப்பொ?"

"இதானே? நா பளிச்சுனு பாட்டு போட்டு காட்டல?"

"என்னால முடியாதுப்பா."

"ஓ.கே. அப்புறம் உங்க இஷ்டம், வீடு வந்தாச்சு."

காரை வளைத்துத் திருப்பி, விரியத் திறந்து கேட்டுக்குள் நுழைந்து போர்டிகோவில் நிறுத்தி முதலில் தான் இறங்கி அவளுக்கும் கதவு திறந்துவிட்டார்.

இவ்வளவு பெரிய பங்களாவா? பிரமித்தாள். ஒரு கணம் தடுமாறினாள். அந்தஸ்தை காட்டி அலட்டிக்கொள்ளத்தான் அழைத்தாரா? அதற்குக்கூட ஏன் என்னைத் தேர்ந்தெடுக்க வேண்டும்? ஊரில் பெண்களா இல்லை? என்னை மட்டும் என்பது நிஜமா பொய்யா? ஆழம் தெரியாமல் இறங்குகிறேனா? என் கட்டுப்பாடெல்லாம் எங்கே போயிற்று? எதனால் இந்தக் கிறக்கம். அழைத்ததும் ஓடிவரும் அளவுக்கு? இரண்டுமுறை பார்த்துப் பேசியிருக்கிறேன், அவ்வளவே! அதற்குள்

இத்தனை மாற்றமா? யுக யுகமாய்ப் பழகியதுபோல், ஜென்ம ஜென்மமாய் சிநேகம் தொடர்வதுபோல் என்ன விந்தையிது! சரியா தவறா....?

"ஹலோ...! என்ன யோசனை? உள்ள போலாமே."

சமையல்காரம்மா மெல்ல எட்டிப்பார்த்து வியப்பது தெரிந்தது.

"அன்னம் மாமி, எனக்குத் தெரிஞ்சவங்க. நல்ல காப்பி வேணும் முதல்ல. பரசு வந்தாச்சா?"

"வந்துட்டு வெளியே எங்கயோ போனான்."

"உட்காருங்க பவானி. இதோ வந்துடறேன்" அனந்தகிருஷ்ணன் ப்ரீஃப்கேஸோடு மாடிக்குப் போனார். பவானி வீட்டைச் சுற்றிக் கண்களை சுழலவிட்டாள். எங்கு திரும்பினாலும் கலைநயம் தெரிந்தது. உயர்ந்த ரசனை வெளிப்பட்டது. கர்ட்டன்களின் நிறத்தில் கண்ணியம் தெரிந்தது. டிஸ்டெம்பர் பூச்சுகளில் அமைதியும் கம்பீரமும் தெரிந்தது. இந்த வீட்டில் இருப்பவர்கள் நல்லவர்களாயிருப்பார்கள் என்ற நம்பிக்கை வந்தது.

பத்து நிமிடத்தில் கீழே வந்தார் அனந்தகிருஷ்ணன். குளித்திருந்தார். தும்பைப் பூ நிறத்தில் வேட்டியும் மேலே ஜிப்பாவும் அணிந்திருந்தார். சோப்பு வாசனை மிதமாய் நாசியைத் தாக்கியது.

"போரடிச்சுதா?"

"வீடு நல்லார்க்கு"

"முழுசும் பார்க்கலையே... வாங்க சுத்திக் காட்றேன்" அவர் முன்னால் போக மெல்லப் பின்னே சென்றாள்.

நீ போகும் இடமெல்லாம் நானும் வருவேன் போ... போ... போ... வாய்விட்டுச் சிரித்து விட்டாள்.

"என்னாச்சு?"

"ஒண்ணுல்ல."

"பொய்! ஏதோ இருக்கு எதுக்கு சிரிச்சீங்க?"

"நிஜமா ஒண்ணுல்ல."

"நம்ப மாட்டேன்."

ஒவ்வொரு இடமாய் வீட்டைச் சுற்றிக் காட்டினார். 'இது என்னோட ரூம்' என்று அவர் காட்டின அறையைக் கண்டதும் பிரமித்துப் போனாள். அழகான வால்பேப்பர் அலங்காரம். ஒரு பக்கத்துச்சுவர் முழுக்க அருவி கொட்ட அருவிக்கு முன்னால் கம்பீரமாய் ஒரு குதிரை பிடரி சிலுப்பி நின்றிருந்தது. கண்ணாடி அலமாரி நிறைய சங்கீத காஸெட்டுகள். மதுரை மணி, எம்.டி. ராமநாதன் முதல் இன்றைய உன்னி கிருஷ்ணன், ஜெயஸ்ரீ வரை அடுக்கி வைத்திருந்தது. பெரிய கட்டிலின் தலைமாட்டில் சின்ன ஸ்பீக்கருடன் கூடிய டூ இன் ஒன். அதுதவிர அறையின் மூலையில் கண்ணாடிப் பெட்டிக்குள் ஃபிலிப்ஸ் பவர்ஹவுஸ். கண்கள் மறுபடியும் குதிரையில் வந்து நின்றது.

"உங்களுக்கு குதிரைன்னா ரொம்ப பிடிக்குமா?"

"பிடிக்கும்."

"எதனால எல்லாத்தையும் விட்டுட்டு குதிரைய?"

"குதிரைக்கு கம்பீரம் அதிகம். குரூரம் இல்லாத கம்பீரம் அதனாலதான்."

அவர் சொன்ன பதிலுக்குப் பிறகு குதிரை இன்னும் கம்பீரமாய்த் தெரிந்தது. அவளுக்கும் குதிரை பிடித்தது.

"பாலகுமாரன் படிப்பீங்களா?"

அவள் குதிரையிலிருந்து கண் திருப்பி அவரைப் பார்த்தாள்.

"என்ன கேட்டீங்க?"

"பாலகுமாரன் படிப்பீங்களா?"

"படிச்சிருக்கேன். ஒண்ணு ரெண்டு."

"இது படிச்சிருக்கீங்களா?"

அவர் தன் புத்தக அலமாரி திறந்து ஒரு புத்தகத்தை நீட்டினார். 'இரும்புக் குதிரைகள்' என்று போட்டிருந்தது.

"படிச்சதில்ல."

"படிச்சுப் பாருங்க. குதிரை பத்தி நிறைய கவிதை எழுதியிருக்கார். என்னை மாதிரி அவருக்கும் குதிரை பிடிக்கும்னு தெரிஞ்சுது. அதனாலயே அவரையும் அவர் நாவலையும் நிறைய படிக்க ஆரம்பிச்சு பரம ரசிகனாய்ட்டேன்."

"படிச்சுட்டு தரலாமா?"

"கொண்டாங்க இங்க." அனந்தகிருஷ்ணன் அவளிடமிருந்து நாவலை வாங்கி அட்டை பிரித்து முதல் பக்கத்தில் 'இனிய பவானிக்கு, என்றென்றும் அன்புடன்' என்று எழுதி கையெழுத்துப் போட்டுக் கொடுத்தார்.

"நீங்களே வெச்சுக்கோங்க. என் நினைவா."

"இது இருந்தாதான் நினைப்பேனா?"

"இது பார்க்கும்போது இன்னும் அதிகம் நினைப்பீங்க."

"எதுக்காக நினைக்கணும்?"

"பாட்டு கேக்கும்போது நினைப்பு வருதுன்னு சொன்னாப்போல ஞாபகம்"

"நீங்களும்தான் சொன்னீங்க."

"நா என்ன பாட்டுன்னும் சொன்னேன்."

பவானி உதடு பிரிக்காமல் சிரித்தபடி அவரைப் பார்த்தாள்.

"அவசியம் தெரிஞ்சுக்கணுமா?"

"ரொம்ப அவசியம்!"

"தூது செல்ல ஒரு தோழி இல்லையென
துயர் கொண்டாயோ தலைவி
துள்ளும் காற்று வந்து மெல்ல
சேலை தொட, சுகம் கொண்டாயோ தலைவி
அன்று சென்றவரை இன்னும்
காணவில்லை என்ன செய்வதடி தோழி?"

பவானி சன்னமாய் பாடிக் காட்டினாள்.

"யப்பா! நல்ல குரல். பாட்டு நிறைய பாடுவீங்களா?"

"எப்பொவாவது."

"இனிமே நிறைய பாடணும். கர்னாடிக் தெரியுமா?"

"தெரியாது. ஆனா பிடிக்கும். அது சரி உங்க மனைவியைப் பத்தி கேட்டா குழப்பறிங்களே... வீட்ல இருக்காங்களா? இல்லையா?"

"உள்ள இருக்கா. வாங்க காட்டறேன்"

அனந்தகிருஷ்ணன் அவளைப் பூஜை அறைக்கு அழைத்து வந்தார். சந்தனமாலை சகிதம் கோல்டு ஃபிரேமுக்குள் சிரித்த லலிதாவைக் காட்டினார். பவானி அதிர்ந்துபோனாள்.

"செத்துட்டாங்களா?" என்று முணுமுணுத்தாள்.

"எப்பொ?"

"கல்யாணமான மூணே வருஷத்துல"

"மை காட்... மை காட்...!" பவானி இன்னும் பலமாய் அதிர்ந்தாள்.

"இத்தனை வருஷமா தனியாவா இருக்கீங்க?"

"யெஸ்"

"ஏன், இன்னொரு கல்யாணம் பண்ணிக்கலாமே"

"கல்யாணங்கறது கடமைக்காகவோ தேவைக்காகவோ இருக்கக்கூடாது. உண்மையான நேசம் வரணும். என் பதினெட்டு வயசுல லலிதா என் மனசைத் தொட்ட இடத்தை அவ போனதுக்குப் பிறகு பதினெட்டு வருஷமா வேறெந்தப் பெண்ணாலும் தொட முடியலை. ஸோ நானும் இன்னோரு கல்யாணத்தை பத்தி நினைக்கல."

"தனிமை போரடிக்கலையா?"

"நிறைய படிப்பேன். பாட்டு கேட்பேன். பிள்ளையோட பேசுவேன். தவிர பிஸினஸ். இதுலயே பதினெட்டு வருஷம் ஓடிப் போச்சு. ஆனா?" அனந்தகிருஷ்ணன் லேசாய்த் தயங்கி நிறுத்தினார்.

"என்ன, ஆனா...?"

"இந்த டைம் டேபிள்ள கொஞ்ச நாளா ஒரு தடுமாற்றம். ஏன்னு புரியல. பாட்டு கேட்க முடியல. புக்ஸ் படிக்க முடியல. உள்ள ஏதோ ஹிம்சை."

"எதனால?"

"நீங்க ஃபோன் பண்ணினதுக்குப் பிறகுதான் எல்லா ஹிம்சையும்."

"எ... என்ன சொல்றீங்க?"

"உண்மையைச் சொல்லணும்னா எனக்கே ரொம்ப ஆச்சரியமார்க்கும். நீங்க யாரு என்னன்னு தெரியாது. எதேச்சையா டிரெயின்ல பார்த்தோம். போனோம்னு நிம்மதியா இருக்க முடியல. ரொம்பநாள் பழக்கம் மாதிரி தோண்றது. உங்களோட பேசிண்டு இருந்தா சந்தோஷமார்க்கு. உங்களைப்

பார்க்கும்போது குப்புனு உள்ள மலர்றது. என்ன தைரியத்துல வீட்டுக்கு கூப்ட்டேன்னு எனக்கே தெரியல. பதினெட்டு வருஷத்துக்கப்பறம் இந்த வீட்டுல நுழைஞ்சிருக்கற பெண் நீங்கதான்."

அவர் பேசப்பேச பவானிக்கு காலோடு தலை நடுங்கியது. ஓட்டப் பந்தயத்தில் ஓடினாற்போல இதயம் அடித்துக்கொண்டது. அதையும் மீறி அந்தநிலைகூட சுகமாகத்தான் தோன்றியது.

அத்தியாயம் 17

நல்ல காதலுக்கு, பார்த்த க்ஷணத்தில் பார்வை பரிமாற்றத்தின்போதே விதை ஊன்றப்படுகிறது. நினைப்பென்பது இங்கு நீர். ஒருவரை ஒருவர் நினைக்க நினைக்க விதை ஊறி முளைக்கத் தயாராகிறது. பரஸ்பர நம்பிக்கை என்பது வளமான பூமிக்கு சமானம்.

இந்த நம்பிக்கை சரியில்லையெனில் முளைக்கும் செடி பலவீனமாய் இருக்கும். பார்வைப் பரிமாற்றம் சூரிய ஒளி. பேச்சு வார்த்தைகள் உரங்கள். பேசப் பேச நட்பு இறுகும். நேசம் வளரும். பேச்சில் உண்மையிருக்க வேண்டும். தெளிவிருக்க வேண்டும். சுய உணர்தல் வேண்டும். எதிராளிக்கு நம்பிக்கை ஏற்படல் வேண்டும்.

இதில் எது ஒன்று குறைந்தாலும் காதல்செடி பட்டுப் போய்விடும். அனந்தகிருஷ்ணன் தெளிவாய்ப் பேச விரும்பினார். அதற்குமுன் தனக்குள்ளேயே நிறைய கேள்வி கேட்டுக்கொண்டார். தன்னிடம் புரிந்ததும், உள்ளே தெளிவு வந்ததும் பேச்சிலும் தெளிவு வந்தது. காதல் நாசூக்காய் வெளிப்பட்டது. முகத்தில் அறைந்தாற்போல் சொல்லவில்லை. மிருதுவாய் சொல்லப்பட்டது.

பவானி அவரையே ஒரு கணம் பார்த்தாள். போட்டோவுக்குள் சிரித்த லலிதாவையும் பார்த்தாள். பிறகு எதுவும் பேசாமல் வெளியில் வந்தாள். இவர்கள் தலையைக் கண்டதும் அன்னம் மாமி கொண்டு வந்த காப்பியை வாங்கிக் குடித்தாள். காப்பிக் கோப்பைகள் கொண்டு செல்லப்படும்வரை மௌனமாயிருந்தாள். பிறகு, "நா புறப்படறேன், நேரமாச்சு" என்றபடி கிளம்பினாள்.

"நா கொண்டு விடறேன்" அனந்தகிருஷ்ணன் கார் சாவி எடுத்துக்கொண்டு கிளம்பினார்.

"இல்ல வேண்டாம். நா போயிடறேன்."

"திடீர்னு என்னாச்சு... நா ஏதாவது தப்பா சொல்லிட்டேனா?"

"அதெல்லாம் இல்ல. நா கிளம்பறேன்."

"ப்ளீஸ் பவானி! நா பேசினது பிடிக்கலன்னா பிடிக்கலன்னு பளிச்சுனு சொல்லிடலாம். இப்டி ஒதுக்கித் தள்ளிட்டு போறது சரியில்ல. கார்ல ஏறுங்க. எங்கேர்ந்து ஏத்தினேனோ அங்கயே இறக்கிவிடறவரை நீங்க என் பொறுப்புல இருக்கீங்க."

"அப்டின்னா அங்கயே இறக்கிடுங்க." பவானி காரில் ஏறிக்கொள்ள அனந்தகிருஷ்ணன் கதவைச் சார்த்திவிட்டு சுற்றிவந்து டிரைவிங் சீட்டில் அமர்ந்து காரைக் கிளப்பினார். மெயின்ரோடு வரும்வரை இருவரும் எதுவும் பேசவில்லை. அனந்தகிருஷ்ணன் ரெக்கார்டர் பட்டனை அழுத்தினார்.

"தென்மேற்குப் பருவக் காற்று..."

"ப்ளீஸ்..."

பவானி பரிதாபமாய் அவரைப் பார்த்தாள்.

"நிறுத்திடுங்க!"

"இது பாட்டுதானே?"

"வேணாம் நிறுத்திடுங்க." அனந்தகிருஷ்ணன் நிறுத்திவிட்டார்.

"நாம குழந்தைகள் இல்ல மிஸ்டர் கிருஷ்ணன். எனக்கு துள்ளி குதிக்கற வயசு இல்ல. முப்பத்தி அஞ்சு. பாதி கிழவி, கனாக்காண்ற பருவம் போயாச்சு. கற்பனையில் மகிழற வயசும் இல்ல. என்னை சோதிக்க வேண்டாம். உங்க அழகுக்கும் அந்தஸ்துக்கும் உங்களுக்கு ஆயிரம் பெண்கள் கிடைப்பார்கள். என் வீடு பத்தி உங்களுக்குத் தெரியாது. என் பிரச்சனைகள்

பத்தி தெரியாது. முக்கியமான ஒண்ணு சொல்லிடறேன். எனக்குமேல முப்பத்தி ஏழு வயசுல எனக்கொரு அக்கா இருக்கா. அவளுக்கே இன்னும் கல்யாணமாகல. எங்க வீடு இப்போ இருக்கற இருப்புல என் மனசுல எந்த ஆசைக்குமே இடம் கொடுக்க முடியாத நிலையில் இருக்கேன். தயவுசெய்து புரிஞ்சுக்கோங்க. வேற ஒரு நல்ல பெண்ணா பார்த்து...''

''ஸ்டாப் இட்...'' அனந்தகிருஷ்ணன் சட்டென்று காரை நிறுத்தினார்.

''நீங்கதான் புரிஞ்சுக்கல பவானி. இது பெண்ணாசை இல்ல. உடம்பாசை இல்ல. இருபது வருஷத்துக்கப்பறம் என் மனசு இரண்டாம் காதலுக்கு தயாராகியிருக்கு. பதினெட்டு வருஷமா தனியாளாதான் நின்னேன். துணை தேடிக்கலை, சரீரசுகத்துக்காக தப்பான வழிக்குப் போனதில்ல. மொத்தத்துல தனியார்க்கற உணர்வுகூட எனக்கு இருந்ததில்ல. இப்பதான் திடீர்னு ஏற்பட்டிருக்கு. அதாவது உங்களைப் பார்த்தபிறகு. நீங்க ஒண்ணும் பெரிய அழகியில்ல. ஆனா இது அழகு பார்த்து வரதில்ல. வயசு பார்த்து வரதில்லை. உங்களுக்கும் இந்த உணர்வுகள் இருந்தா தைரியமா அக்ஸெப்ட் பண்ணுங்க. அல்லது பளிச்சுனு முடியாதுன்னு சொல்லுங்க. அதை விட்டுட்டு வேற ஒரு பெண்ணப் பார்த்து...ன்னு அட்வைஸ் பண்ற உரிமை உங்களுக்கில்ல. எனக்கு வேற ஒரு பெண் தேவையுமில்ல''

அனந்தகிருஷ்ணன் கர்ச்சிப்பால் முகம் துடைத்துக்கொண்டு மறுபடியும் வண்டியைக் கிளப்பினார். பவானி உதட்டைக் கடித்துக்கொண்டு வெளிப்புறம் பார்த்தாள்.

கார் நவசக்தி வினாயகர் கோயில் வாசலில் நின்றது. பவானி இறங்கிக்கொள்ள அனந்தகிருஷ்ணன் அவளையே பார்த்தார்.

''மறுபடியும் நா உங்களை எங்க பார்க்கறது?''

பவானி பதில் சொல்லவில்லை.

"பிடிக்கலையா?"

"......"

"இஷ்டமில்லையா?"

"....."

"இனிமே பார்க்கக் கூடாதா?"

"பதில் சொல்லுங்க பவானி. எதுவாயிருந்தாலும் தெளிவா சொல்லுங்க. எனக்கும் பதினெட்டு வயசில்ல. தாடி வளர்த்துண்டு சுத்தமாட்டேன்.. தாங்கிப்பேன். மனசுக்குள்ள புதைச்சு வெச்சு நேசிப்பேன்."

"நா தெளிவா இருந்தாதானே பதிலும் தெளிவாயிருக்கும்!" பவானி முணுமுணுத்தாள்.

"அடுத்த வாரம் இதேநாள் சாயங்காலம் ஆறுமணிக்கு இதே கோயில்ல நா காத்திருப்பேன் பவானி. உங்க பிரச்சனைகளுக்காகத்தான் தயங்கறீங்கன்னா உங்களுக்கு ஒரே ஒரு தைரியம் கொடுப்பேன். உங்க பிரச்சனைகள் இனி என்னோடதும் கூட. நானும் பாதி தோள் கொடுப்பேன். விட்டுடமாட்டேன். உங்க குடும்பத்தை சமாளிக்கவும் என்னால முடியும். ஜாதிபத்தி பயப்பட வேண்டாம். காதலிக்கறது மனுஷாதான் ஜாதியில்ல!"

பவானி விரைந்து செல்லும் வண்டிகளை வெறித்துப் பார்த்தாள்.

"அடுத்த வாரம் மறந்துட வேண்டாம்."

"நா வரலைன்னா...?"

"அதுக்கடுத்த வாரம் வருவேன். உண்டு இல்லன்னு பதில் தெரியறவரைக்கும் வாரா வாரம் வருவேன்"

அனந்தகிருஷ்ணன் வண்டியைக் கிளப்பிச் செல்ல பவானி அதையே பார்த்தபடி பிரமித்துப் போய் நின்றாள்.

☆☆☆

வேண்டும் போல் ஒரு மனசு. அதைரியமாய் ஒரு மனசு. எந்த ஆதிக்கத்திற்குப் பணிவது என்று குழம்பியது. எதற்கு அதைரியம்? புரியவில்லை. என்ன தவறு இதில்? அக்காவை நினைத்து இரக்கமா? அக்கா இருக்க நான் மட்டும் எப்படி என்ற எண்ணமா? வயது கடந்து வந்தாலும் காதல் காதல்தானே. ஹிம்சைதானே? நேசப்பட்ட நெஞ்சில் நிம்மதி ஏது? உடம்பு முழுக்க மோகமுள் மெல்ல மெல்லக் குத்த ஆரம்பித்தபின் உறக்கம் எப்படி வரும்? பதினெட்டு வருடமாய் எவருக்கும் கிடைக்காத அன்பு, விட்டகுறை தொட்டகுறையாய்க் கிடைத்திருக்கிறது. எவ்வளவு பாக்கியசாலி! என்று ஒருபக்கம் கர்வம். பதினெட்டு வயசுப் பிள்ளையை வைத்திருக்கிறார், அந்தப் பிள்ளை என்ன நினைக்கும் என்ற சங்கடம் ஒரு பக்கம்.

பவானி வீட்டுக்கு வந்து சேர்ந்தபோது ஏழு மணியாகியிருந்தது. வராண்டாவிலும் கூடத்திலும் மல்லிகைப் பூக்கள் இறைந்து கிடந்தது. கூடத்தில் அண்ணன் அண்ணிகள் சத்தம் போட்டுப் பேசிக் கொண்டிருந்தார்கள். பவானி உள்ளே வந்ததும் வழக்கம்போல் பேச்சு பட்டென்று நின்றது.

"எங்க போய்ட்ட பவானி? இன்னிக்கு சாந்தியைப் பார்க்க வராங்கன்னு சொன்னேன் இல்ல?"

"மறந்து போச்சு." பவானி சுரத்தின்றி பதில் சொல்லிவிட்டு உள்ளே நடந்தாள்.

"பொறாமை!" அண்ணியின் குரல் காதில் விழ, சட்டென்று நின்று திரும்பினாள். அண்ணியைப் பார்த்தாள்.

"பொறாமையில்ல! நல்ல எண்ணம்தான். உங்க பொண்ணுக்காச்சும் கல்யாணம்னு ஒண்ணு நடக்கட்டுமேன்னுதான் கோயில்ல உட்கார்ந்துட்டுவரேன்."

அண்ணியின் முகம் சுருங்கியது.

"நில்லு பவானி" அண்ணன் அழைத்தார்.

"அவ கிடக்கா! அவ சொல்றதை எல்லாம் மனசுல வெச்சுக்காதே. இங்க வா உட்காரு."

பவானி திரும்பி வந்து அவரருகில் அமர்ந்தாள்.

"பையனுக்கு சாந்தியைப் பிடிச்சிடுச்சு பவானி."

"சந்தோஷம்."

"படிச்சிருக்கான். கவர்ன்மெண்ட் வேலை. சாந்திக்கும் பிடிச்சிருக்கு. தை மாசம் கல்யாணம் வெச்சிருக்கு."

"எதுக்கு அவ்ளோ நாள் தள்ளி?"

"பணம் வேணுமே, கல்யாணம்னா லேசா? பணத்துக்கு ஏற்பாடு செய்யத்தான். இத்தனை மாசம் தள்ளி வெச்சிருக்கு. இன்னும் பத்து நாள்ள நிச்சயதார்த்தம் வெச்சிருக்காங்க. பிள்ளை வீட்டுல. இந்த கல்யாணம் முடிஞ்சதும் உங்க ரெண்டுபேர் கல்யாணத்தையும் எப்படியாவது முடிச்சுடறோம்."

பவானி சிரித்தாள்.

"நாங்க கல்யாணம் வேணும்னு கேட்டோமா?"

"நீங்க கேக்காட்டாலும் அது எங்க கடமையில்லையா?"

"உங்க பொண்ணுக்கு கல்யாண வயசு வந்தப்பறம்தான் எங்க கடமை நினைவுக்கு வரதா?"

"குத்திக்காட்டாத பவானி. தப்பு உங்கக்கா மேலதான். நாலு பேர்க்கு பிடிக்கறா மாதிரியா அவ கோலம் இருந்துது? அவளால உனக்கும் செய்யமுடியல. பித்துப் பிடிச்சாப்போல அவ இருந்தாக்க நாங்க என்ன செய்ய முடியும்?"

"அப்டியே விட்டுட்டீங்களே, அதான் தப்பு. அவ கஷ்டம் என்ன? சங்கடம் என்ன? எதனால அப்டியிருந்தான்னு தெரிஞ்சுக்க முயற்சி பண்ணினீங்களா? அட்லீஸ்ட் ஆறுதலா நாலு வார்த்தையாவது பேசியிருப்பீங்களா? எல்லாரும்

இருந்தும் அம்மா அப்பா இல்லைன்னா அனாதை அனாதைதான். அண்ணன் இருந்தென்ன? யாரிருந்தென்ன?''

''ஏங்க... இவகிட்ட எதுக்குங்க வாய் குடுக்கறீங்க எல்லா குத்தமும் நம்ம மேலதான்னுவா இவ. தேவையா?''

''நானா இங்க வந்து உட்கார்ந்தேன்?'' பவானி எழுந்து கொண்டாள்.

''இந்த கொழுப்புக்குதான் இன்னும் நல்ல நேரம் வரல.''

பவானி நின்று திரும்பினாள்.

''நல்ல நேரம்தானே? வரும்! வராமே போய்டாது. உங்க சாபத்தையும் பொருமலையும் மீறி எனக்கும் கல்யாணம் நடக்கும்.''

பவானி விறு விறுவென்று மாடிக்கு வந்தாள். முகம். கழுவினாள். புடவை மாற்றினாள். மொட்டைமாடிக்கு வந்து நின்றாள்.

''காதலென்னும் மந்திரத்தின் மாயம் என்ன? கல்லும் முள்ளும் இப்போது பூவானதே'' கண்களை மூடிக்கொண்டாள். கண்ணீர் கசிந்தது. அவளை நேசிக்கவும் ஒரு மனிதன் இருக்கிறான் என்ற உணர்வு நெகிழவைத்தது.

வாடிப் போயிருக்குமோ அந்த மனசு? உடனே சம்மதம் என்று சொல்லியிருக்கலாமே? ஏன் சொல்ல முடியவில்லை?

சொல்லிவிட்டால் மதிப்பு குறைந்துவிடும் என்று பயந்து விட்டேனா? பரஸ்பர அன்பில் மதிப்பும் மரியாதையும் எதற்கு? அப்படியானால் அடுத்த வாரம் போவோமா? போகத்தான் வேண்டும். அந்த முகத்தைப் பார்க்காமல் என்னால் மட்டும் இருந்துவிட முடியுமா என்ன? பவானியை யாரும் சாப்பிடக் கூப்பிடவில்லை. அக்காவைப் போய்ப் பார்த்து சாப்பிட்டாயா என்று கேட்கக்கூட பவானிக்குத் தோன்றவில்லை.

மொட்டைமாடிக் காற்று உடம்புக்கு இதமாயிருந்தது. காதல் வசப்பட்ட மனசினால் வயிற்றில் பசியில்லை. கண்மூடி மல்லாந்து படுத்தாள். காருக்குள் போவதுபோல் தோன்றியது.

"வானோடும் மண்ணோடும் இல்லாத வண்ணங்கள்
பெண்ணோடும் கண்ணோடும் நான் காண்கிறேன்"

உடம்பு சிலிர்த்தது. பாட்டுச்சத்தம் அட்சரசுத்தமாய் சன்னமாய் தாள சப்தத்தோடு காதுக்குள் எதிரொலிக்க அந்த இனிமையை அணு அணுவாய் அனுபவித்தபடி தூங்கிப் போனாள்.

விடியலில் முழிப்பு வந்தபோது வெறுந்தரையில் படுத்திருந்த உடம்பு வலித்தது. காலியாயிருந்த வயிறு இரைந்தது.

எழுந்து அறைக்கு வந்தாள். மூலையில் சுருண்டுகிடந்த அக்காவைப் பார்த்தவள் தூக்கிவாரிப்போட நின்றுவிட்டாள்.

அத்தியாயம் 18

"அப்பா இன்னும் வரலையா?" பரசு அடுக்களை வாசலில் நின்று கேட்டான்.

"வந்தார். யாரையோ கூட்டிண்டு வந்திருந்தார். அவர்களைக் கொண்டுவிட போயிருக்கார்."

"யாரை?"

"யாரோ பொம்மனாட்டி. தெரியலை."

"பொம்மனாட்டி!" பரசு வியந்தான்.

அப்பா வீட்டுக்கு அழைத்துவரும் அளவுக்கு அவருக்கு நெருக்கமானவர்கள் யாரும் இல்லை. ஆபீஸில் எத்தனையோ பெண்கள் வேலை செய்கிறார்கள். உத்யோக விஷயமாய்க்கூட அவசர நிமித்தம் யாரையும் வீட்டுக்கு வரச்சொன்னதோ அழைத்து வந்ததோ கிடையாது. உறவுக்காரப் பெண்கள் என்றால் மாமிக்குத் தெரிந்திருக்கும். அதிலும் அப்பாவழி உறவு என்று யாருமில்லை. அம்மா வழி உறவுகளும் அடிக்கடி வந்து போவதில்லை. அப்படியிருக்க, யார்? பரசு யோசித்தபடி அமர்ந்தான்.

போர்டிகோவில் கார் நிற்கும் சப்தம் கேட்டது. இரண்டு நிமிடத்தில் உள்ளே வந்தார் அப்பா. வெள்ளை வேட்டி வெள்ளை ஜிப்பாவில் அப்பா வெளியில் போய்ப் பார்த்திராத கண்களுக்கு இன்று அப்பா புதுசாய்த் தெரிந்தார்.

"ஹாய் பரசு... எப்போ வந்த?"

"இப்போதான்."

"நீ ஒருத்தரை சந்திக்க இன்னிக்கு மிஸ் பண்ணிட்ட!" அனந்தகிருஷ்ணன் பிள்ளை அருகில் அமர்ந்தார்.

"யாரை?"

"நா ஒரு ஃப்ரண்டைக் கூட்டிண்டு வந்திருந்தேன்."

"வீட்டுக்கு கூட்டிண்டு வர அளவுக்கு உனக்கு ஒரு ஃப்ரண்டா? ஆச்சர்யமார்க்கு"

"ஆச்சர்யம்தான்! எனக்கே ஆச்சர்யமார்க்கு. டு பி ஃப்ராங்க் வித் யூ... உன்கிட்ட சில விஷயம் பேசணும் பரசு."

"பேசலாமே என்ன விஷயம்?"

"இங்க இல்ல. சாப்ட்டுட்டு நிதானமா என் ரூம்ல. நா பேசப்போற விஷயத்தை நீ புரிஞ்சுப்பன்ற நம்பிக்கைலதான் பிள்ளைன்னுகூட நினைக்காம சிநேகிதனா நினைச்சு சொல்லப் போறேன்."

"பீடிகை பெரீசார்க்கு!"

"விஷயமும் பெரிசுதான்."

அனந்தகிருஷ்ணன் எழுந்து டைனிங் டேபிளுக்கு வந்தார். அன்னம் மாமி சாப்பாடு போட, பொதுவான விஷயங்கள் பேசியபடி சாப்பிட்டார்கள்.

"உனக்கு வேலை ஏதாவது இருந்தா முடிச்சுட்டு வா போறும்" அனந்தகிருஷ்ணன் கைகழுவிக் கொண்டு மாடிக்குப் போக பரசு தன் அறைக்கு வந்து முக்கியமான புராஜெக்ட் ஒர்க் ஒன்றிற்கு கணக்கும் வரைபடமும் தயாரித்துவிட்டு அப்பாவின் அறைக்குப் போனான்.

சங்கரநாராயணனின் இங்கிலீஷ் நோட் சன்னமாக ஒலித்துக் கொண்டிருக்க அப்பா ஏதோ எழுதிக் கொண்டிருந்தவர் இவனைப் பார்த்ததும் மூடி வைத்துவிட்டு வந்தார்.

பரசு அப்பாவின் கட்டிலில் உட்கார்ந்து கொண்டான். கோயிலில் சுவாமி பிரகாரம் சுற்றிச் செல்லும்போது பெரிய கண்ணாடிக்கு முன்னால் சில நிமிடம் நிறுத்தி இந்த இங்கிலீஷ் நோட்டுக்கு தக்கபடி இப்படியும் அப்படியும் பல்லக்கு சுமப்பவர்கள் ஆட்டுவார்கள். அந்த நினைவுதான் வந்தது பரசுவுக்கு. உற்சவர் அப்படியும் இப்படியும் ஆடுவது கண்கொள்ளாக் காட்சி. அண்ட சராசரங்களையும் ஆட்டி வைப்பவன். ஆடினால் அழகுக்கு கேட்க வேண்டுமா? பரசு கண்மூடி உள்ளே இருந்த மூர்த்தியை ஆடவைத்து ரசித்தான்.

"பரசு..." அப்பா தோள் தொட கண்திறந்தான்.

"சொல்லுப்பா."

ஒரு நிமிட யோசனைக்குப் பிறகு அனந்தகிருஷ்ணன் தயாரானார்.

பெங்களூர் போனது முதல் ஓடும் வண்டியில் ஏறித் தடுமாறி விழ இருந்தது வரை சொல்ல பரசு பதறினான்.

"அப்பொ என்னை ஒரு கரம் வலுவோட உள்ள இழுத்துடுடா பரசு. அந்தக் கரம் கை கொடுக்கலன்னா இந்நேரம் காலோ கையோ உடைஞ்சு போய் படுக்கைல இருந்திருப்பேன். அந்த ஒரு வினாடி அந்தக்கரம் என் கையைப் பிடிச்சு உள்ள இழுத்த அந்த ஒருவினாடி எனக்குள்ள மின்சாரம் பாய்ஞ்சுது. உள்ள ஏறினதும் அந்த முகத்தைப் பார்த்ததும் கிளீன் போல்டாய்ட்டேன். ரொம்ப ஆச்சரியமார்க்குடா பரசு. ஒரு பொம்மனாட்டிக்கா இந்த அவஸ்தைன்னு திகைச்சுப் போய்ட்டேன். அதுக்கப்பறம் உனக்கு வாட்ச் வாங்க விதான் போனேன். அப்பொ மறுபடியும் அவளைப் பார்த்தேன். காப்பாத்தினவளுக்கு மறுபடியும் நன்றி சொன்னேன். மூஞ்சில அறைஞ்சாப்பல இனிமே இப்டி ரோட்லல்லாம் கூப்ட்டு பேசவேண்டாம்னு போய்ட்டா"

பரசு அப்பாவையே பார்த்தான். அவர் அதற்குப் பிறகு பவானி தனக்கு டெலிபோன் செய்து மன்னிப்பு கேட்டதையும் தான் வீட்டுக்கு அழைத்ததையும் மறுபடியும் எதேச்சையாய் கோயிலில் பார்த்தபோது வற்புறுத்தி அவளை வீட்டுக்கு அழைத்து வந்ததையும் சொல்லி நிறுத்தினார்.

"ஐ திங்க் பரசு, உங்கப்பனின் வாழ்க்கையில் இது ரெண்டாவது வசந்தம்."

பரசு திகைப்போடு அப்பாவைப் பார்த்தான்.

"வசப்பட்டுட்டேண்டா பரசு! இது ஒரு அற்புதமான அனுபவம். நானே எதிர்பார்க்கல. உள்ளுக்குள்ள தானா பொங்கிவர சில உணர்வுகளை எத்தனை முயன்றாலும் தடுக்க முடியாதுன்னு புரிஞ்சுண்டேன். பரசு, நீ நினைக்கலாம் உன் அம்மா மேல எனக்கிருந்தது என்னன்னு. அவ உயிரோட இருந்தா நா இப்டியெல்லாம் பேசுவேனான்னு. இருந்தாலும் எனக்குள்ள இதெல்லாம் கேட்டுண்டேன். அதுவும் அன்புதான். இன்னமும் மாறலை. அவ உயிரோட இருந்திருந்தாலும் பவானியை நா சந்திச்சிருந்தா நிச்சயம் நேசிக்கத் தொடங்கியிருப்பேன். லலிதாக்கு புரிய வெச்சு அவ சம்மதத்தோட பவானியை கல்யாணம் பண்ணிண்டிருப்பேன்."

"அப்பா ப்ளீஸ்" பரசு குறுக்கிட்டான்.

"அம்மா மறுத்திருந்தா...? அம்மாவை விட்ருப்பயா?"

"நிச்சயம் மாட்டேன். லலிதாக்காக பவானியை தியாகம் பண்ணுவேன். உள்ளுக்குள்ள அப்பவும் நேசமிருக்கும்."

"அதுவும் தப்பில்லையாப்பா...?"

"தப்புதான். ஆனா வேற வழி?"

"ஒருத்தனுக்கு ஒருத்திங்கறது கடைப்பிடிக்க முடியாத விஷயம்ங்கறயா?"

"இல்லடா பரசு! சில பேர்க்கு இயற்கை விதிமுறைகளை மீறிடறது. தெய்வங்களுக்கே இந்த அனுபவம் உண்டு. சூரியன் ஒண்ணுதான். அடையார்லயும் அதே வெளிச்சம்தான். அண்ணாநகர்லயும் அதே வெளிச்சம்தான். இரண்டு பேர் மேல நேசம் ஏற்பட்டுட்டா தப்புன்னோ துரோகம்னோ அர்த்தமில்ல. மனசுக்குள்ள இயற்கையா ஏற்படற உணர்வுகள் இது. சிலபேர் பயந்துண்டு அடக்கிக்கலாம். சிலபேர் அந்த உணர்வுக்கு மரியாதை தந்து ஏத்துக்கத் துணியலாம். ஆண் மட்டுமில்ல, கல்யாணமான பெண்களுக்கேகூட இந்த அனுபவம் இருந்திருக்கு. இப்பவும் ஒண்ணு ரெண்டு பேர்க்கு இருக்கக்கூடும். கெட்டவான்னு அர்த்தமில்ல பரசு. தன்னை மீறி பொங்கற உணர்வு அது. ஆனா யோசிக்கணும், அது எப்டிப்பட்ட உணர்வுன்னு! அதுக்கப்புறம்தான் ஒரு தெளிவான தீர்மானத்துக்கு வரணும்."

பரசு ஒரு நிமிடம் ஒண்ணும் பேசவில்லை. அனந்தகிருஷ்ணன் அவனருகில் வந்து தோளில் கைவைத்தார்.

"தப்புன்னு தோண்றதா பரசு? என்னடா இந்த வயசுல போய் இப்டின்னு அசிங்கமார்க்கா? வயசுப் பையங்கிட்ட அப்பன் பேசற பேச்சா இதுன்னு சங்கடமார்க்கா? எதுவார்ந்தாலும் வெளிப்படையா சொல்லிடுடா பரசு."

"இல்லப்பா! நீ தப்பு பண்ணமாட்ட. உன்னை நா நம்பறேன். உன் உணர்வுகளை மதிக்கறேன். பிள்ளைன்னு நினைச்சு தயங்காம பளிச்சுனு எல்லாத்தையும் சொல்லி அபிப்ராயம் கேட்ட உனக்கு என்ன உதவி வேணும்னாலும் செய்யத் தயாரார்க்கேன். அவங்களை இன்னோரு முறை வீட்டுக்கு கூட்டிண்டு வாப்பா. நா பார்க்கணும்."

"பரசு...! ஓ... காட்... பெருமையார்க்குடா பரசு! முதல் தலைமுறை ஒதுக்கி வெச்சுது. மூணாம் தலைமுறை

புரிஞ்சுண்டு பெருந்தன்மையா... தேங்க்யூடா பரசு... தேங்க்யூ..."

நெகிழ்ந்து கண்கசிய நின்றிருந்த அப்பாவை அணைத்துக் கொண்டான் பரசு.

"உன் சந்தோஷம் முக்கியம்ப்பா எனக்கு" என்றான் காதருகில்.

பவானிக்கு இன்னும் அதிர்ச்சி நீங்கவில்லை. வெள்ளைப் புடவை, ரவிக்கை, நெற்றியில் திருநீறு, காதில் கழுத்தில் கைகளில் மூளியாய்... அக்காவா இவள்! என்னாயிற்று இவளுக்கு! ஒரு வாரமாய் நன்றாகத்தானே இருந்தாள். மறுபடியும் ஏன் இப்படி?

"அக்கா... என்னாச்சுக்கா... மறுபடியும் நீ ஏன்...?" பவானி அக்காவை மெல்ல உலுக்கினாள். சரளா மௌனமாய் வெறித்துப் பார்த்தாள்.

"ப்ளீஸ்க்கா...? ஏன் இப்டி படுத்தற? உன்னை யார் என்ன சொன்னாங்கன்னு சொல்லு..."

சரளாவின் கண்களில் நீர் பளபளத்தது.

"சொல்லுக்கா."

"சொல்றேன் பவானி..." சரளா மெல்ல எழுந்து அமர்ந்தாள்.

"பதினேழு வருஷத்துக்கு முந்தி ஒருமுறை சின்னண்ணன் ரூமுக்கு படிக்க ஏதாச்சும் புக்ஸ் எடுக்கலாம்ன்னு போனேன். அண்ணனும் அண்ணியும் பேசிட்டிருந்தாங்க. அண்ணி, அப்பா நமக்குன்னு வெச்சிருந்த நகைகளைப்பத்தி அண்ணன்கிட்ட கேட்டுருந்தாங்க. எவ்ளோ நகையிருக்கு என்னன்னு. நகையெல்லாம் அப்பா சரளாகிட்டவே கொடுத்து வெச்சிருக்காருன்னு சொன்னாரு அண்ணன். அதையெல்லாம் வாங்குங்க. இப்ப அவசரமா எனக்கு கொஞ்சம் பணம்

தேவைப்படுது. வெச்சு வாங்கணும்னாங்க அண்ணி. எதுக்குன்னு கேட்டுது அண்ணன்.''

''என் தங்கச்சிக்கு ஒரு இடம் நிச்சயம் ஆகும்போல இருக்கு. கல்யாணச் செலவுக்கு அப்பா கொஞ்சம் பணம் கடனா கேட்டார். நம்மகிட்ட ஏது பணம்? அதுக்குதான்.''

''ஏன், உன் நகைகளையே வெச்சு குடுக்கறதை விட்டுட்டு...''

''உங்களுக்கு ஒரு எழவும் தெரிய மாட்டேங்குது. என் நகைதான்னு தெரிஞ்சா குடுத்த பணம் திரும்பி வருமா? அழுத்தமா கேக்கத்தான் முடியுமா? நாத்தனார் நகைன்னு சொன்னா ஒரு பயமிருக்கும். சீக்கிரம் கடனடைச்சு நகை மீட்டுக் கொடுக்கணும்னு தோணும்... அவசரத்துக்கு உதவினோம்னு நல்ல பேரும் கிடைக்கும்.''

''எல்லாம் சரிதான். ஆனா சரளா குடுப்பான்றயா?''

''அதெல்லாம் என் சாமர்த்தியம்.''

''அண்ணன் அண்ணி பேசினது கேட்டதும் நா மேல வந்துட்டேன். அப்பறம் அண்ணி என்கிட்ட வந்தாங்க. சரளாக்கண்ணுன்னு ரொம்ப குழைவா பேச ஆரம்பிச்சு நகையைக் கேட்டாங்க. எதுக்குன்னு தெரியாத மாதிரி கேட்டேன். அண்ணி தங்கச்சி கல்யாணத்துக்கு அப்பாவுக்கு ஒத்தாசைக்கு கொஞ்சம் பணம் கொடுக்கணும். அதுக்குதான்னு உண்மையைச் சொன்னதும் ஆச்சர்யப்பட்டேன்.''

''ஏன் அண்ணி, உங்க நகையே இருக்குமே.''

''அதில்ல சரளா, உன் நகைன்னா பத்திரமா பணம் திரும்ப வந்துறும் என்னுதுன்னா பொண்ணுதுதானேன்னு மெதுவா கொடுத்தா போச்சுன்னு கம்முனு இருந்துருவாங்க.''

அண்ணி அண்ணனிடம் பேசினாற்போலவே என்கிட்டயும் சொன்னதும் நா ஒரு நிமிஷம் யோசிச்சேன்.

"அப்டின்னா ஒண்ணு பண்ணுங்க உங்க நகைகளை என்கிட்ட கொடுத்து வெச்சுட்டு என்னுத வாங்கிக்கங்க. என் நகை திரும்ப வந்ததும் உங்களுதையும் திருப்பிடறேன்."

"நா இப்டி சொன்னதும் அண்ணியோட முகம் சுருங்கிடுச்சு. மறுவினாடி சிரிச்சுக்கிட்டே அதுக்கென்ன சொல்றாப் போலவே செய்யறேன்னு சொல்லிட்டு தன் நகைகளை கொண்டுவந்து கொடுத்தா. அப்பா நமக்குன்னு வெச்சிருந்த பத்து பவுன் நகைகளை கொடுத்தேன். நாலு மாசம் போச்சு...."

அத்தியாயம் 19

நாலு மாசம் கழிச்சு ஒருநாள் அண்ணி எல்லார்க்கு எதிர்லயும் திடீர்னு பரபரப்பா ஓடி வந்தாங்க. நீயும் வீட்ல இல்ல. தன் நகைகளைக் காணும்னாங்க. மத்தவங்க பதறிப் போய்ட்டாங்க. வீட்டுக்குள்ள இருந்த நகைகள் எப்டி காணாமப் போகும்னாங்க. உடனே நான் சொன்னேன். "ஏன் அண்ணி, நகையெல்லாம் நீங்கதானே என்கிட்ட கொடுத்து வெச்சீங்க. மறந்துட்டீங்களான்னேன்."

"உங்கிட்டயா? நானான்னாங்க. ஆமா... பதிலுக்கு என் நகைகளைக்கூட வாங்கிட்டு போனிங்களே... என் நகையைத் திரும்ப தந்துட்டு உங்க நகைகளை வாங்கிக்கறதா சொன்னிங்களே'ன்னேன்"

'நானா, உன் நகைகளையா? எப்பொ வாங்கினேன்? இது என்ன கூத்து! அநியாயமால்ல இருக்கு. உன் நகைகள் எனக்கெதுக்கு'ன்னு அண்ணி கேட்டதும் எனக்கு புரிஞ்சுபோச்சு, அண்ணி ஏதோ சதி பண்றாங்கன்னு. நானும் தைரியமா நடந்ததை மற்ற அண்ணிங்ககிட்ட சொன்னேன். ஆனா சின்னண்ணி தன் அப்பாவுக்கு பண உதவியே செய்யலைன்னு ஒரேயடியா சொல்லிட்டாங்க. அவங்கப்பாவைப் கூப்ட்டு கேட்டுக்க சொன்னாங்க. உடனே ஃபோன் பண்ணி அண்ணன்ங்களை வரச்சொல்லி ஒரு கோர்ட்டே நடத்தினாங்க.

"நா என் நகைகளைக் கொடுத்ததுக்கு தெய்வத்தை தவிர வேற சாட்சியில்ல. அண்ணி நகைகளோ என் பெட்டில! இப்டி ஒரு திருட்டு நாத்தனார் இருக்கற இடத்துல இனிமே எப்டி இருப்பன்னாரு அண்ணியோட

அப்பா. அண்ணன்ங்க எதுவும் பேசல. பஞ்ச பாண்டவங்க மாதிரி தலைகுனிஞ்சு நின்னுட்ருந்தாங்க. ஒரு க்ஷணத்துல எனக்கு திருட்டுப்பட்டம். நகைகளை எடுத்து அண்ணிகிட்ட கொடுத்தேன். அன்னிக்கு நிறுத்தினேன் பேசறதை. நகைகளை பறிகொடுத்துட்டோமேன்னு அலங்காரத்தைக் குறைச்சுக்கிட்டேன். இருட்டறைக்குள்ள முடங்கிப் போனேன். அண்ணியோட மனசாட்சியும் இருட்டறைக்குள்ள முடங்கிடுச்சு."

"பதினேழு வருஷம் தெய்வம் தப்பு செய்தவங்களை தண்டிக்கவேயில்ல. நம்ம வாழ்க்கைதான் பாழாச்சு. வஸந்தமே இல்லாம போச்சு. அதுக்கப்பறம்கூட நீ அன்னிக்கு கத்தின பாரு, அதெல்லாம் நியாயம்னாலும் அந்த நியாயத்துக்காக நான் என்னை மாத்திக்கல. உன் சந்தோஷத்துக்காக மறுபடியும் அலங்காரம் பண்ணிக்க ஆரம்பிச்சேன். ஆனா சாந்தியைப் பெண்பார்க்க வந்தபோது...." சரளா சட்டென்று நிறுத்திவிட்டு அழ ஆரம்பித்தாள். பவானி பிரமித்துப் போனாள். இத்தனை விஷயம் நடந்திருக்கிறதா? சொன்னால் சரளாதான் சொல்ல வேண்டும். அண்ணன் அண்ணிகளிடம் என்ன நியாயத்தை தான் எதிர்பார்க்க முடியும்? பவானி அக்காவை சமாதானப்படுத்தினாள். சரளா கண்ணீரைத் துடைத்துக்கொண்டு தொடர்ந்தாள்.

"நகைகள்ளாம் நான் தொலைச்சேன்னு பழி. நகையில்லாம எப்டி கல்யாணம் செய்யறதுன்னு வந்த வரன் எல்லாம் ஏதாவது சொல்லி தட்டி கழிச்சாங்க. கல்யாணச் செலவுக்கு என்ன செய்ய..ன்னு ஒருத்தரோட ஒருத்தர் சண்டை போட்டுக்கிட்டாங்க. வருஷங்கள் ஓடிப் போச்சு."

"பெரியண்ணன் பொண்ணுக்கே கல்யாண வயசு வந்துடுச்சு. பெண்பார்க்க வந்தன்னிக்கு அண்ணி என்னை கூடத்துப்பக்கம் வரவேணாம்னுட்டாங்க. அதைக்கூட நா தப்பா எடுத்துக்கல. போனாப் போகட்டும் நம்ம

வாழ்க்கைதான் இப்டியாய்டுச்சு. சாந்தியாவது நல்லா இருக்கட்டும்னு நினைச்சேன். இருந்தாலும் ஒளிஞ்சிருந்து மாப்பிள்ளையை பார்க்கலாம்னு கீழே வந்தேன்.

உங்க வீட்டுல எத்தனை பேரு, என்ன ஏதுன்னு பிள்ளை வீட்டுக்காரங்க விசாரிச்சுட்ருந்தாங்க. ரெண்டு தங்கச்சிங்க இருக்குன்னு நடு அண்ணன் சொன்னாரு. எங்க இருக்காங்கன்னு கேட்டாங்க வந்தவங்க. பெரியண்ணி மத்த அண்ணிங்களை ஒரு பார்வை பார்த்துட்டு அதுக்கு பதில் சொன்னாங்க. பெரிய நாத்தனார்க்கு ஒரு இடம் நிச்சயமாச்சு. கல்யாணத்துக்குள்ள மாப்பிள்ளை விபத்துல செத்துட்டான். அதுக்கப்பறம் கல்யாணமே வேண்டாம்னு விதவை மாதிரி வாழ ஆரம்பிச்சுட்டா. நாங்க எவ்ளோ சொல்லியும் கேக்கல. சரி அடுத்தவளுக்காவது கல்யாணம் பண்ணலாம்னா அக்காவுக்கு ஆனாதான் பண்ணிப்பேன்னு அடம். அக்காக்காரியோ பிடிவாதமா இருக்கா. இப்டியே ரெண்டு பேருக்கும் வயசு ஏறிப்போச்சு. இதுக்காக நம்ம பொண்ணுங்களுக்கும் கல்யாணம் செய்யாமயா இருக்க முடியும்?''

''அதுசரி அதுசரி.''

''வந்தவங்களும் தலையாட்டினாங்க. கல்யாணம் நிச்சயமாச்சு. நான் மேல வந்துட்டேன். மனசு வெறுத்துப் போச்சு. இந்த வேஷம்கூட மனசுக்கு நிம்மதியாதான் இருக்கு.''

பவானியின் அடி வயிற்றிலிருந்து ஆங்கார நெருப்பு எரிந்தது. இப்படிக் கூடவா...? இவ்வளவு மோசமாகக்கூட சொந்தங்கள் இருக்க முடியுமா? சொன்னவர்களும் பெண்கள்தானே? எப்படி இவ்வளவு மோசமான வார்த்தைகளைச் சொல்ல முடிந்தது! உடம்பு நடுங்காதா? மனசு பதறாதா? வாய் கூசாதா? பவானி ஆத்திரத்தோடு எழுந்திருக்க சரளா தடுத்தாள்.

''வேணாம் பவானி. நாய்வால் நிமிராது. நாம்தான் முட்டாள்னு ஆய்டும். இனிமே எதைக் கேட்டு என்ன பிரயோஜனம். ஒருக்கால் நியாயம் வேணா கிடைக்கலாம். ஆனா வயசு கிடைச்சுடப் போவுதா சொல்லு... போனது

போனதுதானே! என்னை இப்படியே விட்டுடு. சாகறவரை ஒருவாய் சோறு போட்டா போதும் இப்டியே இருந்துருவேன். நீயாவது ஒரு நல்ல ஆளா பார்த்து கட்டிக்கிட்டு இங்கேர்ந்து போயிடற வழியைப் பார். இனிமே அண்ணன் அண்ணிங்களை நம்பாத, நீ படிச்சவ. வேலைக்குப் போற. என்னை மாதிரி நீயும் முட்டாளாய்டாதே. என்னைப் பத்தி கவலைப்படாம உனக்கொரு வாழ்க்கையை நீ தேடிக்கிட்டாதான் இனிமே எனக்கு நிம்மதி சந்தோஷம் எல்லாமே."

பவானி குழம்பினாள்.

வாழ்க்கை தயாராக இருக்கிறது. ஒரு வார்த்தை சரி என்று இவள் சொன்னால் போதும். மறு நிமிடம் மகாராணியாக மகுடம் சூட்டத் தயாராய் ஒரு ஆத்மா காத்திருக்கிறது. ஆனால் தான் தன்சுகம் என்று போய்விட்டால் அக்காவின் கதி...? இந்த நரகத்தில் அக்கா உழல இவளால் சுகவாழ்க்கையை நிம்மதியாக வாழ்ந்துவிட முடியுமா?

இந்தக் குழப்பத்திலேயே ஒருவாரம் ஓடிவிட்டது. அனந்தகிருஷ்ணன் சொன்னபடி கோயிலுக்குச் செல்ல மனசு துடித்தாலும் கால்கள் தயங்கியது. நடக்க மறுத்தது. மொட்டை மாடியில் உடல் மட்டும் படுத்தது. கண்கள் அருவியாகக் கொட்டியது. இந்நேரம் அவர் காரோடு வந்திருப்பார். கண்கள் அவளைத் தேடும், ஆர்வமாய்க் காத்திருக்கும். நேரம் செல்லச் செல்ல ஏமாற்றம் முகத்தில் படரும். திரும்பிச் செல்லும்.

மறுநாள் காலை ஃபோன் பண்ண கைவிரல் துடித்தது. கட்டுப்படுத்திக் கொண்டாள். வேண்டாம். எந்த வகையில் பார்த்தாலும் அவருக்கு இவள் பொருத்தமற்றவள். கொஞ்ச நாளானால் எல்லாம் சரியாகப் போய்விடும். மறந்துவிடும். மறந்துவிட வேண்டும்.

மனுஷ மனசு விபரீதமானது. வேண்டாம் என்று சொல்லச் சொல்ல வேணும் என்று பாடாய்ப்படுத்தும்.

மறக்க முயலும்போதுதான் இன்னும் அதிகமாய் நினைக்கும். எல்லாம் எதிர்மறையாய்ப் போகும். உள்ளம் இரண்டாய்ப் பிரிந்தது. எண்ணம் இரண்டாய்ப் பிரிந்தது. ஒன்றுக்கொன்று சண்டையிட்டது. போராடியது. எது எதை ஜெயிக்கும் என்பது கேள்விக்குறியாயிற்று. அடுத்த வாரம் லஸ் கார்னரின் ஒரு மூலையில் மறைந்துநின்று பார்க்கத் தோன்றியது. நவசக்தி வினாயகர் கோயிலுக்கு அருகில் வெள்ளைநிற மாருதி ஆம்னியின் மீது சாய்ந்து நின்றிருந்தவரைப் பார்த்ததும் ஓடிப்போய் எதிரில் நிற்க கால்கள் பறந்தது. ‘வேண்டாம் பவானி யோசி! நீ பிரச்சனைகள் நிறைந்தவள், உன் பிரச்சனைகளையும் பாரத்தையும் ஏன் அடுத்தவன் தோளுக்கு ஏற்றப் பார்க்கிறாய்? உன் குடும்பம் இந்தக் கல்யாணத்திற்கு சம்மதிக்குமா? சம்மதிக்காவிடில் அங்கிருந்து வெளியேறிவிடும் நெஞ்சுரம் இருக்கிறதா? நிச்சயம் இருக்கிறது. ஆனால் அக்கா....! ஆனால் என்று எப்போது இழுக்கிறாயோ... அந்த ஆனால் உன்னைத் தடுத்துவிடும் பவானி. ஆனால் என்ற வார்த்தை முன்னேறவிடாது. முடிவெடுக்கவிடாது. அக்காவுக்கு நீதான் எல்லாம் என்று நீ நினைத்தால், அது உன் அகந்தை. அகந்தை அறிவை மழுங்கடித்து விடும். அருகே இருந்து செய்வதை தூர இருந்தும் செய்யலாம். எல்லாவற்றிற்கும் மனம்தான் முக்கியம்!’

பவானி மெல்லத் தெளிந்தாள். தெளிந்தபின் துணிவு வந்தது. துணிந்தபின் தயக்கம் சென்றது. அனந்தகிருஷ்ணன் எதிரில் போய் நிற்கும் விருப்பம் வர மறைவிடத்திலிருந்து வெளியில் வந்து சாலையில் இறங்கினாள். அவள் சாலையைக் கடந்து வருவதற்கும், அனந்தகிருஷ்ணன் காரில் ஏறிக் கிளப்பிச் செல்வதற்கும் சரியாக இருந்தது. முன்னால் சென்று மறைந்த காரை லேசான ஏமாற்றத்தோடு பார்த்தாள். அடுத்த வாரம் மீண்டும் வருவாரா? ஒரு பெண்ணுக்கென்ன இத்தனை அகம்பாவம் என்று நினைத்து வராமல் இருந்து

விடுவாரா? ஃபோன் செய்வோமா? வேண்டாம். இன்னும் ஒருவாரம் காத்திருந்து, தவித்து, உருகி, நேருக்கு நேர் பார்ப்பதில் ஒரு சுகம் இருக்கிறது. பவானி வீடு நோக்கி நடந்தாள். சாப்பாடு இறங்கவில்லை. இன்று எந்த வீட்டில் சாப்பாடு என்று கேட்டுச் சாப்பிடும் கொடுமை என்று மாறுமோ தெரியவில்லை. பிச்சைக்காரன் நிலையைவிட மோசமாய் போய்விட்டது. இதனாலேயே பாதிநாள் சாப்பாடு வேண்டாம் என்று தோன்றிவிடும்.

பவானி அலமாரி திறந்து அந்தப் புத்தகத்தை எடுத்தாள். அப்படியென்ன இதில் என்ற கேள்வியோடுதான் படிக்க ஆரம்பித்தாள். படிக்கப் படிக்க பிரமிப்பாயிருந்தது. ஹா என்று மலைக்க வைத்தது. எப்படி... எப்படி இது போல் எழுத முடிந்தது! எத்தனை விஷயங்கள்! எல்லோர்க்கும் இந்த எழுத்து சாத்தியம்தானா? தத்துவங்கள் எத்தனை அழகாய்ச் சொல்லப்பட்டிருக்கின்றன! எத்தனை வித மனிதர்கள். எத்தனை விதமான வாழ்க்கை முறைகள். எத்தனை குணாதிசயங்கள்! குதிரை என்பது விலங்கல்ல. குதிரை என்பது வலிமை. குதிரை என்பது சக்தி. மூர்க்கமில்லாத வலிமை என்று எத்தனை அழகான விளக்கம்! இனிமேல் எனக்கும் குதிரை பிடிக்குமோ?

அவல ஆடுகள் கூட இங்கே
கொம்புடன் ஜனித்ததாக
கீச்சுப் பூனைகள் கொண்டதிங்கே
கூரிய நகமும் பல்லும்
யாருக்கும் தீங்கு செய்யா நத்தைக்கும்
கல்லாய் ஓடு
பச்சோந்தி நிறத்தை மாற்றும்
பல்லிவால் விஷத்தை தேக்கும்
குதிரைகள் மட்டுமிங்கே
கொம்பின்றி பிறந்ததென்ன?

வெறுப்புடன் பிறந்த மாக்கள்
பயத்தினைத் துணையாய்க் கொள்ள
விருப்புடன் பிறந்த குதிரை
கொம்பில்லை விஷமுமில்லை
தர்மத்தை சொல்ல வந்தோர்
தடியோடா காட்சி தருவார்?

இத்தனை தெளிவாய் உண்மைகளை கவிதை மூலம் புரியவைக்க முடியுமா? எல்லாருக்குள்ளும் குதிரை குணம் இருக்குமா? இல்லை, யாருக்கும் இல்லை. யாரும் இங்கே விரும்பிப் பிறந்தவர்கள் இல்லை. எல்லோருக்குள்ளும் பயம் இருக்கிறது. பயம் பாதுகாப்பு தேடும். பாம்புக்கு பல்லில் விஷம் பாதுகாப்பு. அவல ஆடுக்கு கொம்பு பாதுகாப்பு. எனக்கு எது பாதுகாப்பு? இந்த வீடா? அக்காவா? அண்ணன் அண்ணிகளா? இல்லை... இவை எதுவும் இல்லை. இவை எல்லாமே என் பயங்கள். இந்த பயத்திலிருந்து என்னைப் பாதுகாப்பது, என் படிப்பு, படிப்பினால் கிடைத்த வேலை, வேலையால் கிடைக்கும் பணம். ஆக பணம் மட்டும்தான் பாதுகாப்பா?

பணம் கொண்டவர்கள் எல்லோரும் பாதுகாப்பாய் இருக்கிறார்கள் என்று அர்த்தமா? அப்படியல்ல. என்னுடைய சூழலில் எனக்குப் பணம் பாதுகாப்பாய் இருக்கிறது என்று வைத்துக் கொள்ளலாம். இந்நேரம் என்ன செய்து கொண்டிருப்பார் அவர்? படித்துக்கொண்டிருப்பாரா? பாட்டு கேட்டுக் கொண்டிருப்பாரா? அல்லது பிள்ளையிடம் பேசிக் கொண்டிருப்பாரா?

இவை எதுவும் செய்யவில்லை. அனந்தகிருஷ்ணன். பதினெட்டு வருஷத்திற்குப் பிறகு மனசுக்குள் ஏற்பட்ட மாற்றம், அதனோடு பிணைந்த போராட்டம், முடிவு தெரியாத ஏமாற்றத்தில் லேசாய் வாடிப் போயிருந்தார்.

சந்தேகப்படுகிறாளோ? நம்பிக்கை ஏற்படவில்லையா? இல்லையெனில் என்ன செய்யப் போகிறேன்?

கிட்டாதாயின் வெட்டென மறந்துவிட இயலுமா?

எந்த வயதானால் என்ன? காதல் ஹிம்சைதானோ? என் பக்குவமெல்லாம் எங்கே போயிற்று? பண்பட்டுவிட்டதாய் நினைத்ததெல்லாம் பொய்யோ? இன்னும் அரைவேக்காடுதானோ....?

"அப்பா."

பரசு அழைத்தது காதில் விழவில்லை. பரசு அப்பாவை உற்றுப் பார்த்தான். இது எப்போதும் போன்ற அப்பா இல்லை. தினசரி நடைமுறைகளிலிருந்து விலகியிருப்பது போல் தோன்றியது. என்ன காரணமாயிருக்க முடியும்? ஒருக்கால் இந்த வாரமும் அந்த பெண்மணி வரவில்லையோ? அதுதான் முகம் வாடி இருக்கிறதா? அந்த பெண் மனம் விரும்புகிறதா? வெறுக்கிறதா? இது தெரியாததால்தான் இந்த தவிப்பா? மெல்லிய சோகமா? அப்பாவை இப்படிப் பார்த்து பழக்கமில்லை. சிரித்துச் சிரித்துப் பேசும் அப்பா சிலையாய் அமர்ந்திருந்தது நெஞ்சைப் பிசைந்தது. இதற்கு தன்னால் என்ன செய்ய முடியும் என்று யோசித்தான். அந்தப் பெண் யார், எங்கிருக்கிறாள் என்று தெரிந்தாலாவது போய்ப்பார்த்துப் பேசலாம். எதுவுமே தெரியாமல்

என்ன செய்வது.? பரசு அப்பாவையே பார்த்துக் கொண்டு நின்றான்.

அத்தியாயம் 20

"அப்பா..." பரசு மீண்டும் மெல்ல அழைத்தபடி தொட்டான்.

அனந்தகிருஷ்ணன் சுய உணர்வுக்கு மீண்டார். பரசுவைப் பார்த்ததும் மிக சகஜமாய் முகத்தை மாற்றிக்கொண்டு சிரித்தார்.

"மூஞ்சி சரியால்லயே...""

"அப்படியா? பட் ஐ'ம் ஆல்ரைட்."

"அவங்க வரலையா கோயிலுக்கு?"

பிள்ளை இப்படிக் கேட்டதும் மறுபடியும் முகம் வேதனையில் தோய்ந்தது. ஆமாம் என்று தலையாட்டினார்.

"நா வேணா போய் அவங்களைப் பார்த்துட்டு வரட்டுமா?"

"நீ... நீயா...? ஆனா பரசு அவ விலாசம், வேலை செய்யற இடம், எதுவும் எனக்கு தெரியாது."

"அதுகூட தெரியாம எப்டிப்பா...?"

"நிச்சயமா கிடைக்கும்ங்ற நம்பிக்கையில் எதையுமே தெரிஞ்சுக்க முயற்சி பண்ணலை."

"இப்பொ என்ன செய்யப் போறப்பா?"

"உண்டுன்னா கிடைக்கும். உருக மாட்டேன். நவசக்தி வினாயகன் பார்த்துப்பான்."

பரசு வியந்தான். எத்தனை யதார்த்தமான அப்பா, கலகலப்பான அப்பா! ஒரு வாரத்தில் என்னமாய் வேதனை

தெரிகிறது முகத்தில்! காதல் இத்தனை பாடுபடுத்துமா? இது வெறும் பெண்ணாசை இல்லை. சரீர ஹிம்சைகள் இல்லை. மனசை மனசு விரும்பும் அற்புதம். பக்குவப்பட்ட காதல். தெளிவான அன்பு. பணபலம் காட்டி சொடக்குப்போட்டு வாவென்று அழைக்கவில்லை. பார்த்த க்ஷணத்தில் பிரமித்து, மனசை இழந்து, பரிதவிக்கிறது. எதிராளியின் அன்பும் இயற்கையாய்ப் பொங்கிவரவேண்டும் என்று எதிர்பார்க்கிறது. பதினெட்டு வயசில் பொங்கும் காதலைவிட இது இன்னும் பலமானது என்று தோன்றியது பரசுவுக்கு. விலாசம் தெரிந்தால் உதவி செய்யலாம்.

"என்னடா யோசனை?"

"ஒண்ணுல்லப்பா. நீ சொல்றாப்பல நவசக்தி வினாயகன்கிட்ட விட்டாச்சு. அடுத்த வாரம் அவங்க வந்தா, ஒரு தேங்காய் வடல் போட்டுடறேன்."

அனந்தகிருஷ்ணன் சிரித்தார்.

"வரதுக்கே வடலா? வந்து, முடியாது போய்ட்டு வா'ன்னுட்டா?"

"மெனக்கட்டு வந்து 'முடியாது'ன்னு சொல்லமாட்டா. முடியாதுன்னு நினைக்கறவா வரமாட்டா"

"அப்டி வந்துட்டா, வடல் நீ போடறயா, இல்ல உன் சார்புல நானே போடவா?"

"கேலி பண்றயா?"

"ச்சேச்சே... யாராவது கேட்டா கைகொட்டி சிரிப்பா இல்ல? நாம பேசறதைப் பார்த்து."

"சிரிச்சுட்டு போகட்டுமே! அடுத்தவாளைப் பார்த்து சிரிக்கறவா எதுக்கும் லாயக்கில்லாதவான்னு அர்த்தம்."

"ஒரு சந்தேகம்டா பரசு. காதலிக்க வேண்டிய வயசுல இருக்கறவன் நீ. நீ மட்டும் ஒழுங்கா காலாகாலத்துல யாரையானம்

லவ் பண்ணியிருந்தாக்க நா இப்படி மாறியிருப்பேனா? நிஜமா சொல்லு, உனக்கு யார் மேலயும் காதல் வரலையா?"

"யார் சொன்னா...? ஐ லவ் யூ வெரிமச். உங்களுக்கப்பறம்தான் எல்லாமே. உங்களை மாதிரி ஸ்நேகம், அன்பு அறிவு, அண்டர்ஸ்டாண்டிங்கோட ஒரு பொம்மனாட்டி கிடைச்சா காதலிக்க ஆரம்பிச்சுடுவேன்."

"தப்புடா பரசு, ஒருத்தரை இன்னோர்த்தர்ல தேடினா ஏமாத்தம்தான் மிஞ்சும். இவ்ளோ பாசம் வெக்காதடா பரசு. எனக்கு பயம்மார்க்கு. உனக்கு முன்னால நா சின்னவனா பெரியவனாங்கற சந்தேகம் வரது. நாப்பது வயசுக்கு மேல நா படற இந்த ஹிம்சையை கண்டு எனக்குள்ளயே வெக்கமார்க்கு."

"வேணாம்ப்பா. வெட்கம் வேண்டாம். சில விஷயங்களுக்கு வயசே கிடையாது. இயற்கையோட போராட வேண்டாம்."

"போராட முடியாதுன்றயா?"

"முடியும். ஆனா என்ன மிஞ்சும்? வலி, வேதனை....! வெற்றியைக் கொண்டாடவா முடியும்? தோல்விதான் இங்க சந்தோஷம்."

அனந்தகிருஷ்ணன் பிள்ளையை பிரமிப்போடு பார்த்தார்.

அடுத்தவாரம் எப்போது வரும் என்றிருந்தது. பவானி வியந்தாள். எத்தனை பரிதவிப்பு! காதல் காதல் என்று கதைகளில் படித்திருக்கிறாள், சினிமாவில் பார்த்திருக்கிறாள். எதற்காக இப்படி உருகுகிறார்கள் என்று சிரிப்பாக வரும். சிலநேரம் எரிச்சலாகக்கூட இருக்கும். இப்போது புரிகிறது, அது மனிதர்களை என்ன பாடுபடுத்துகிறது என்று.

தென்மேற்குப் பருவக்காற்று தேனிப்பக்கம் வீசும்போது சாரல்.. இன்பச் சாரல்.

நிஜம்தான். சாரல்தான். எத்தனை சுகமான சாரல்! எந்த ஒரு அனுபவமும் தனக்கு வரும்போதுதான் சுகமும் துக்கமும் அறிய முடியுமோ? இனி எல்லாம் நீயே என்று சரணாகதி அடைவதில்தான் எத்தனை திருப்தி....! இந்த நிலைக்குப் பிறகு எதுவும் இல்லையோ? ரிஷிகள் தெய்வத்திடம் சரணாகதி அடைந்தவர்கள். நதிகள் கடலை சரணாகதி அடைந்தபிறகு அவை நதியல்ல, கடல் மட்டுமே. மழலைகள் அன்னையிடம் சரணாகதி. அதன் உயர்வும் தாழ்வும் அன்னையிடமே.

சரணாகதிக்குப் பிறகே உயர்வு கிடைக்கிறது. கௌரவர் சபையில் மனிதர்கள்மீது நம்பிக்கை இழந்து, தன்மீதும் நம்பிக்கையிழந்து 'கிருஷ்ணா!' என்று இருகரமும் தலைமேல் தூக்கி திரௌபதி சரணாகதி அடைந்தபின்தான் அற்புதம் நிகழ்ந்தது. அவளுக்கு உயர்வு கிட்டியது. ஒன்றில் ஒன்று இணைந்து, கலந்து, உருவங்களை இழந்து. குணங்களை இழந்து புது உருவாய், புது குணத்துடன் புதுசாய்ப் பிறந்து... யப்பா... எத்தனை சுகம்! பவானி கண்மூடி மனசுக்குள் பிரமித்தாள். கரைந்தாள், கலந்தாள். இழந்தாள். இரண்டு நாட்கள் யுகமாய்க் கடந்தது. வெள்ளிக்கிழமை விடிகாலை மூன்று மணிக்கே விழிப்பு கண்டது. இன்றைக்கு என்ன உடுத்தலாம் என்று நினைக்கத் தோன்றியது. பெட்டியைத் தலைகீழாய்ப் புரட்டிப் போட்டாள். நல்ல புடவைகள்கூட திருப்தியைத் தரவில்லை. புதுசாய் வாங்கி உடுத்திக் கொள்ளும் ஆசை வந்தது. அவருக்கு என்ன நிறம் பிடிக்கும், எப்படி இருந்தால் பிடிக்கும் என்று யோசனை நீண்டது. இது முக்கியமல்ல. காதல் உடைமீதல்ல. நிறம் மீதல்ல. உன்மீது மட்டுமே. உள்ளே அனந்தகிருஷ்ணன் சிரித்தார்.

என்மீது என்றால் நான் யார்?

நீ என்பது உயிர்! ஆன்மா! உயிர் மட்டும் எனில் உடல் தேவையில்லையா? உடல் வடிவாய்த்தானே உயிரை நேசிக்கிறாய். உடலும் உயிரும் தனித்தனியே பிரிந்தால் அது

துயர் இல்லையா? உடலோடு உயிரையும்தானே நேசிக்கிறாய்? உண்மைதான்.

ஆம் எனில் உயிர் இருக்கும் உடலை அழகு செய்துகொள்வதில் என்ன தவறு?

தவறில்லை

அப்படியானால் இந்த நீலப் புடவையை அணிந்துகொள்ளலாமா? ஆகாயம் நீலநிறம். கடல் நீலநிறம். நம் காதலும் அளவில் முடியாதது என்பதை இந்தப் புடவை மூலம் சொல்லவா?

பவானி நீலநிறப்புடவையை தெருக்கோடிக் கடையில் பெட்டி போட்டு வந்து கட்டிக் கொண்டபோது வீடு வியந்தது. 'இதென்ன புதுசாய்' என்று யோசித்தது.

என்றைக்குமில்லாமல் பொறுமையாய்ச் சுருக்கம் வைத்து தளரக்கட்டி, தோளில் பின்குத்தி, தலையை அதிக எண்ணை வைக்காமல் லூசாக பின்னிக் கொண்டு அடியில் புஸ்ஸென்று முடிவிட்டு சற்று மேலே ரப்பர் பேண்ட் பொருத்தி சாயங்காலம் போகும்போது கொஞ்சம்போல ஜாதிப்பூ வாங்கி வைத்துக் கொள்ளவேண்டும் என்று நினைத்தாள்.

ஒன்றுக்கு நான்கு முறை கண்ணாடியில் பார்த்துக் கொண்டாள். ஏன் இந்த அன்பு என் இருபதாவது வயதில் கிடைக்காமல் போயிற்று என்ற கேள்வி எழும்பியது. கிடைத்திருந்தால் இந்நேரம் பதிமூன்று பதினாலு வயசில் பெண்ணோ பிள்ளையோ இருந்திருக்குமே.. எதனால் இத்தனை தாமதமாய்...? இப்போதுதான் பிராப்தம் என்று சமாதானப்படுத்திக்கொள்ள வேண்டியதுதானா? வருவாரா இன்று? இரண்டு வாரம் அலைக்கழித்த பிறகு ச்சீ போ. என்றாகியிருக்குமா?

பவானி சாப்பிடாமலே புறப்பட்டாள். சாப்பிடவேண்டும் என்பதே மறந்திருந்தாள். காதல் வந்துவிட்டால் காதல் தவிர அத்தனையும் கசக்கும் என்பது அனுபவத்தில் புரிந்தது.

அலுவலகம் சிறையாய்த் தெரிந்தது. மனிதர்கள் முட்களாய்த் தெரிந்தார்கள். காலம் ராட்சஸனாய் இம்சித்தது. தினமும் ஏண்டா நேரம் நகர்கிறது என்று சலித்துக்கொண்டது போய் இன்று ஏன் இப்படி யுகமாய்ச் செல்கிறது என்ற வெறுப்பு வந்தது. யாராவது பேசினால் எரிச்சலேற்பட்டது. தனியாய் உட்கார்ந்து ரயிலில் சந்தித்தது முதல் அனைத்தையும் அசைபோடுவது அலாதி சுகமாயிருந்தது.

'காதல் என்ற மந்திரத்தின் மாயம் என்ன?' கேன்டீனுக்கு போகும்போது கொஞ்சம் உரக்கவே பாடிவிட, கடந்து சென்றவர்கள் திரும்பிப் பார்த்துவிட்டுப் போனார்கள்.

டோக்கன் கொடுத்து காப்பி வாங்கிவிட்டு குடிக்கப் பிடிக்காமல் அப்படியே வைத்துவிட்டு வந்தாள்.

ஐந்து மணியடித்ததோ இல்லையோ அப்பாடா என்றபடி கோப்புகளை வாரி பீரோவில் அடைத்துவிட்டுக் கிளம்பினாள்.

எல்லா பஸ்ஸும் சோதனையாய் கும்பலாய் வந்தது. ஆட்டோவில் போய் விட்டால்? ஒரு நாள்தானே என்றபடி மெதுவாகச் சென்ற ஆட்டோவை நிறுத்தி 'லஸ் கார்னர்' என்றபடி ஏறினாள்.

அனந்தகிருஷ்ணனின் காரைக் கண்டதும் ரத்தம் சூடேறியது. கால்கள் பின்னிக்கொண்டது. உடம்பு லேசாய் நடுங்கியது. தொண்டையில் கப்பென்று ஏதோ அடைத்துக் கொண்டாற் போலிருந்தது. இதெல்லாம்தான் சந்தோஷமா?

ஆட்டோவுக்குப் பணம் கொடுத்துவிட்டு சாலையைக் கடந்தாள். தன்னைக் கண்டதும் அந்த முகமும் மலர்ந்து விழிவிரித்து பரவசப்படுவதைக் கண்டபோது கண்கள் பொங்கியது. பேச்சடைத்துப் போய் அவர் எதிரில் நின்றாள். கண்கள் மட்டும் தங்கள் கடமையைச் செவ்வனே செய்ய உடம்பு தளர்ந்து நடுங்கியது. அவர் மேல் மெல்லச் சாய்ந்தது. சாலை என்பது மறந்து போனது.

அனந்தகிருஷ்ணன் அவளை மெல்லத் தாங்கிக்கொண்டு கார்க்கதவைத் திறந்து ஏறினார். கருப்புக் கண்ணாடி வெளி உலகத்திலிருந்து தற்காலிக மறைவிடம் கொடுக்க, அவள் கண்ணீரைத் துடைத்தார். இன்னும் அதிகமாய்ப் பொங்கியது. சின்னக் கேவலோடு அவர் தோளில் முகம் புதைந்தது.

'நீ என்றும் நான் என்றும் இருவார்த்தை ஒன்றாகி நாம் என்ற ஓர் வார்த்தை உண்டானதே' காதருகில் மெல்லப் பாடினார் அனந்தகிருஷ்ணன். அணைப்பு இறுகியது.

"இன்னிக்குத்தான் அய்யோ பாவம்னு தோணித்தா?"

"இத்தனை நாள் நா பட்ட அவஸ்தை எனக்குத்தானே தெரியும்."

"சொல்லேன் கேட்போம்! என்னல்லாம் அவஸ்தை?"

"அதெல்லாம் சொல்லவும் முடியாது. சொல்லவும் மாட்டேன்."

"ஏன் வர்ணிக்க வார்த்தைகள் இல்லையா?"

"இல்லைதான்! ஆனா இப்போ இல்ல! எந்த அவஸ்தையுா் இல்ல. இந்த க்ஷணம் உயிர் போய்டாதான்னு இருக்கு"

"ப்ளீஸ் பவானி" அனந்தகிருஷ்ணன் பதறியபடி அவள் வாய் பொத்தினார்.

"இன்னோரு முறை இப்டி சொல்லாதே"

"ஏனாம்?"

"ஒவ்வொரு சந்தோஷத்துக்கும், துக்கத்துக்கும் சாகணும்னா மனுஷனுக்கு நிறைய உயிர் வேண்டியிருக்கும்."

"உங்களை ரொம்ப கஷ்டப்படுத்திட்டேனா?"

"அதெல்லாம் இல்ல, என் பிள்ளை உன்னைப் பார்க்கணும்னான்."

“பிள்ளை...? மை காட்... சொல்லியாச்சா?” பவானி திகைத்தாள்.

அனந்தகிருஷ்ணன் சிரித்தார்.

“முதல்ல நாம் நிறையப் பேசணும் அதுக்கப்பறம் வீட்டுக்கு வரேனே.”

“என்ன பேசணும்.”

“நிறைய பேசணும்” பவானி யோசனையோடு சொன்னாள்.

“ஓ.கே...எப்பொ பேசலாம்?”

“நாளைக்கு முடியுமா?”

“நிறைய புரோகிராம்ஸ் இருக்கு. பரவால்ல.. அத்தனையும் கேன்ஸல் பண்ணச் சொல்லிடறேன்.”

“அய்யோ, அப்படி அவசரம் இல்ல.”

“எனக்கு அவசரம்தான். நாளைக்கு எங்க சந்திக்கறோம் எங்க போறோம்?”

“இங்கயே வாங்க, சரியா பத்து மணிக்கு. எங்க வேணா போவோம். உங்க இஷ்டம்.”

“பயப்படறயா?”

“பயம் இல்ல, கவலை.”

“என்ன கவலை?”

“நாளைக்கு சொல்றேனே” பவானி காரிலிருந்து இறங்கிக் கொண்டாள்.

அத்தியாயம் 21

"என் வீடுபத்தி என்னால் எதுவும் சொல்ல முடியாது, சம்மதிக்கலாம் சம்மதிக்காமலும் போகலாம். இத்தனை வயசுக்குமேல இவளுக்கு வந்த வாழ்வைப் பாருன்னு பொறாமை மட்டும் நிச்சயம் வெம்பி வெடிக்கும். காதல் கல்யாணமாகட்டும் அரேன்ஜ்டு மேரேஜாகட்டும், வெறும் கையை வீசிக்கிட்டு வர பொண்ணுக்கு மரியாதை இருக்காது. முதல்ல கட்டின புடவையோட வான்னுவாங்க அப்பறம் ஆசை மோகம் எல்லாம் திரிந்தப்பறம் சும்மா வந்தது உறுத்தும். சொல்லிக் காட்டத் தோணும்."

"என்னைப் பார்த்தா அப்படியா..."

"ப்ளீஸ்... நா பேசிடறேனே! நா உங்களைச் சொல்லல. பொதுவுல சொன்னேன். நீங்க கோடீஸ்வரரா இருக்கலாம். ஆனா நா குந்துமணி தங்கமாவது கொண்டு வரணும்னு நினைக்கறேன். இப்பொ நா போட்டிருக்கறது எல்லாம் கவரிங். எங்க அண்ணன்ங்க எனக்கு நகை போட்டு கல்யாணம் பண்ணுவாங்கங்கற நம்பிக்கையும் போயாச்சு. இப்பொ அவங்க கவலை தங்கச்சிகளைப் பத்தியில்ல, தன் பெண்களைப்பத்தி. பெரியண்ணன் பெண்ணுக்கு கல்யாணம் நிச்சயம் பண்ணிட்டார். பெரியவர் தன் பெண்ணுக்கு கல்யாணம் பண்ணும்போது நா மட்டும் பண்ணக்கூடாதான்னு அடுத்த அண்ணனும் அடுத்த வருஷம் தன் பெண்ணுக்கு வரன் பார்ப்பார். யாருக்கும் எங்களைப்பத்தி இனி அக்கறை இருக்கும்னு தோணல. அதனால எங்கக்கா சரளாவை அந்த சூழல்ல தனியா விட்டுட்டு வரதுக்கு யோசனையாருக்கு."

“ஒண்ணு அவளுக்கும் ஒரு வாழ்க்கை அமைச்சுக் கொடுத்தாகணும், அல்லது நம்மகூட வெச்சுக்கணும். நம்மகூட அவ வந்து இருக்கறது உங்களுக்கோ உங்க பிள்ளைக்கோ இடைஞ்சலாவும் இருக்கக்கூடாது. அவளுக்குன்னு ஒரு ரூம் கொடுத்தா, அதுக்கான வாடகை, அவ சாப்பாடு, துணிமணி செலவுக்காக மாசா மாசம் ஒரு தொகை எல்லாம் நா உங்களுக்கு கொடுத்துடுவேன். சும்மா உட்கார்ந்து சாப்பிடறான்னோ பாரம்னோ அவளை யாரும் நினைச்சுடக் கூடாதில்லையா? இப்டியெல்லாம் நா பேசறது உங்களுக்கு கஷ்டமா இருக்கலாம். ஆனா எதையுமே பிராக்டிகலா எடுத்துக்கணும்.”

“என் மேல நீங்க வெச்சிருக்கும் அன்பு உங்களுக்கு சுகத்தை கொடுக்கணுமே தவிர, சுமையா மாறிடக் கூடாதுங்கறதுதான் என் கவலை. அதே நேரம் முப்பத்தி அஞ்சு வயசு தாண்டியாச்சு. இனிமே சின்ன பொண்ணாட்டம் துள்ளி குதிக்க என்னால முடியாது. ஆம்பளை என்னிக்கும் இளமையானவன். ஆனா பொம்மனாட்டி உடம்பு அப்படியில்ல. இன்னும் நாலஞ்சு வயசானா மெனோபாஸ் வந்துடும். கணுக்கால் முட்டியெல்லாம் கருப்பா காய்ச்சுக் கிடக்கு. முகம் முத்திப் போய்டுச்சு. தோல்ல எண்ணைப்பசை குறைஞ்சு போய்டுச்சு. விதவிதமா டிரெஸ் போட்டுக்கிட்டு கண்ணுக்கு குளிர்ச்சியா நடமாட முடியாது. மொத்தத்துல உங்க அழகுக்கும் அந்தஸ்துக்கும் நா ஏத்தவ இல்லையோங்கற காம்ப்ளெக்ஸ் எனக்குள்ள இருக்கு. ஊர்ல பொண்ணா இல்ல...? எதுக்கு என்மேல போயின்னு தோணுறது. அதனால் நீங்க எதுவும் ஒண்ணுக்கு பலமுறை யோசிச்சு பார்த்துட்டு ஒரு முடிவுக்கு வரது நல்லதுன்னு சொல்ல விரும்பறேன்.”

“பேசி முடிச்சாச்சா” அனந்தகிருஷ்ணன் கைகட்டி மரத்தில் சாய்ந்து நின்றபடி கேட்டார்.

“நா எதுவும் தப்பா பேசியிருந்தா தாராளமா மறுக்கலாம்.”

“நாம என்ன கோர்ட்டா நடத்தறோம்? பட் ஒன் திங் பவானி, உன்னுடைய உணர்வுகளை நாம் மதிக்கறேன். நீ

நினைக்கறதெல்லாம் அனாவசிய பயம்னு சொல்லவோ என் பணத்திமிரை காட்டிக்கவோ நிச்சயம் மாட்டேன். குந்துமணி தங்கமாவது கொண்டு வரணும்னு நினைக்கற உன் சுயமரியாதையை நான் மதிக்கறேன் போதுமா? உன்னால முடிஞ்ச நகை கொண்டு வா. தடுக்க மாட்டேன். உங்கக்காவைக் கூட்டிண்டு வா. வாடகை கொடு, சாப்பாட்டுக்கு பணம் கொடு, மறுக்காம வாங்கிக்கறேன், போதுமா? என்ன? ஆச்சர்யமார்க்கா? உன் இடத்துல இருந்தா நானும் நீ பேசினாப் போலதான் பேசுவேன். அதுல எந்த தப்பும் இருக்கறதா எனக்குத் தெரியல. ஆனா அழகும் இளமையும் இல்லைன்னு கவலைப்படற பாரு. அங்கதான் இடிக்கறது. நீ சுரிதார் போட்டுண்டு சுத்தி வந்தாதான் நா ரசிப்பேன்னு நினைக்கறது முட்டாள்தனம். உனக்கு சுரிதார் போட்டுக்கணும்னு ஆசையிருந்தா நீ தாராளமா போட்டுக்கலாம். வயசைப்பத்தி நீதான் கவலைப்படற! நா படல. அல்லது வெளில போட்டுட்டு போக கூச்சமார்ந்தா நம்ம ரூமுக்குள்ள போட்டுக்கோ, நானும் ரசிக்கறேன். கணுக்கால் முட்டி காய்ச்சிருந்தா பரவால்ல. மனசு மிருதுவா இருந்தா போறும்னு நினைக்கிறேன் நான்.''

பவானி பிரமிப்போடு அவரைப் பார்த்தாள். கண் கலங்கியது. உதட்டைக் கடித்துக் கொண்டாள்.

''நா ரொம்ப சில்லியா பேசிட்டேனா...?''

''ச்ச்சீ...! உன் மனசுல தோணினதை ஒளிக்காம பேசின. தட்ஸ் ஆல். எனக்கும் அதுதான் பிடிக்கும். எதையும் பளிச்சுனு சொல்லிடணும்னு நினைப்பேன். அப்பறம் என்ன? இனிமே வீட்டுக்குப் போலாம் இல்லையா?''

''இப்பவே போணுமா? இந்த இடம் அழகார்க்கு. கொஞ்ச நாழி இருந்துட்டு போலாமே.''

''தாராளமா.''

ஊருக்கு வெளியே தள்ளி அமைந்திருந்த ஏரிக்கரை ஒன்றினருகில்தான் காரை நிறுத்திவிட்டு இறங்கி நடந்தார்கள்.

உள்ளே நடக்க அழகான மாந்தோப்பு ஒன்றும் தெரியும். 'எவ்ளோ அழகான இடம்' என்று வியந்தாள் பவானி.

"நம்ம ஃபார்ம்தான்" என்றார் அனந்தகிருஷ்ணன்.

"இஸ் இட்....! நிஜம்மாவா...?"

"எனக்கு உங்க பங்களாவைவிட இந்த இடம் பிடிச்சிருக்கு. இங்க ஒரு குடிசை போட்டுக் கொடுத்துட்டா இங்கயே இருந்துடுவேன்."

"அவ்ளோதானே...? குடிசை போட்டுத் தரேன். நாலு நாளைக்கு மேல நீ இங்க இருந்துட்டா நீ எது சொன்னாலும் கேக்கறேன், சரியா?"

"ஏன் முடியாதுன்றீங்களா?"

"நிச்சயம் முடியாது. போரடிச்சுடும். நா இருந்து பார்த்திருக்கேன். ரெண்டாம் நாள் வந்துட்டேன். ஆனா பரசுவால முடியும்."

"உங்க பிள்ளையா...?"

"யெஸ். பரசு இங்க பத்துநாள்கூட சேர்ந்தாப்பல இருப்பான்."

"உங்க பிள்ளையைப்பத்தி எதுவுமே சொல்லலையே?"

"அவன் என் பிள்ளையில்ல. சிநேகிதன். எங்க ரெண்டு பேர்க்கும் நடுல அனாவசிய பயம் இல்ல. ஒளிவு மறைவு கிடையாது. நாப்பது வயசுலகூட நா சராசரி மனுஷனா இருக்கேன். காதலிக்கறேன். கல்யாணம் பண்ணிக்க ஆசைப்படறேன். ஆனா பரசு பரப்பிரும்மம். நானே எத்தனையோ முறை கேலி பண்ணியிருக்கேன். இன்னும் எந்த சலனமும் அவன் மனசை நெருங்கினதில்லை. பேருக்கேத்தாப்போல ரிஷிதான் அவன். காவியும் தாடியும் இல்லாத ரிஷி. அவன் இந்த

உலகத்தைவிட நேசிக்கற ஒரே விஷயம் நான்தான்! யெஸ்! நான் மட்டும்தான்.''

''ஆச்சர்யமார்க்கு! இந்த காலத்துலயும் இப்டி ஒரு பிள்ளையா? நம்ம விஷயம் சொல்லும்போதும் உங்க பிள்ளை பேசாம இருந்தாரா?''

''புரிஞ்சுண்டான். தப்பில்லன்னான். வீட்டுக்கு கூட்டிட்டு வரச்சொன்னான்.''

''வரேன்... வர வாரம் வரேன்.''

''ஏன்...? இன்னிக்கென்ன?''

''இன்னிக்கு வேண்டாம் ப்ளீஸ்.''

''உன் இஷ்டம்.''

பவானி எழுந்து கொண்டாள். திரும்பிவரும் வழியில் பேச்சு குறைந்திருந்தது. மனசுக்குப் பிடித்த பாட்டு மட்டும் ஸ்டீரியோவில் ஒலித்துக் கொண்டிருந்தது. அனந்தகிருஷ்ணனின் இடக்கரம் பவானியின் வலக்கரத்தோடு பிணைந்திருந்தது. வாய் பேசினதைவிட அந்த கரங்கள் பேசிக்கொண்டவை ஏராளம்.

''உன் வீடு சம்மதிக்கலன்னா என்ன செய்வ பவானி?'' திடீரென்று கேட்டார் அனந்தகிருஷ்ணன்.

''சம்மதம் கேக்கப் போறதே ஒரு மரியாதைக்குதான்.''

''ஸோ...''

''என் கவலை அக்கா மட்டும்தான். அந்த வீட்டுல அவளுக்கு ஒரு பாதுகாப்பு கிடைக்குமான்னு பார்ப்பேன். கிடைக்காதுன்னு தெரிஞ்சுதானா நம்மோட அவளையும் கூட்டிட்டு வருவேன்.''

"பாதுகாப்புன்னா...?"

"அனுசரணை! ஒரு வேளை சோறுன்னாலும் சாப்ட்டயான்னு ஒரு கேள்வி. சாப்டுன்னு சொல்ற வாய். இதெல்லாம் சும்மா வராது. அவகிட்ட நாலு காசு இருந்தா ஓடி ஓடி உபசாரம் நடக்கும். அந்த நாலு காசு அவ பேர்ல போடறதுக்கு ஒரு பெரிய புரட்சியே நடத்தப்போறேன்."

"என்ன செய்வ?"

"பண்ணினப்பறம் விவரமா ரிஸல்ட்டோட சொல்றேனே!"

"செய். ஆனா அதுக்கு முந்தி ஒரு விஷயம். உங்கக்கா எனக்கு பாரமே இல்ல. அவளுடைய பாதுகாப்புக்காகத்தான் புரட்சின்னா அது தேவையில்லைன்னு சொல்ல விரும்பறேன். பணம் என்கிட்ட ஏராளமா இருக்கு பவானி, சுயமரியாதை கௌரவம்னு சொல்லி நமக்குள்ள எந்த போலித்தனமும் நுழைய வேண்டாம்னு நினைக்கறேன். என் பிள்ளை இனிமே உனக்கு எப்படி உறவோ அதே மாதிரி உன் அக்காவும் எனக்கு அந்நியமில்லை. அவளுக்கு செய்யறதுக்கு நா பாத்தியதைப்பட்டவன்."

"அப்டியில்லப்பா! இன்னிக்கு பணம் இருக்கு, சரி. வாழ்க்கை எப்பவும் வசதியாதான் இருக்கும்னு என்ன நிச்சயம்? அன்னிக்கு எங்கக்காவை நானேகூட பாரமா நினைச்சுடலாம் இல்லையா?"

"அப்டி நினைச்சா நீ பொய்யானவனு அர்த்தம். இப்பொ நீ படற கவலை எல்லாம் வெறும் வேஷம்னு அர்த்தம்."

இந்த வெளிப்படையான பேச்சில் பவானி லேசாய் அதிர்ந்தாள். சட்டென்று பேச்சடைத்துப் போயிற்று.

"என்னாச்சு பவானி.? என்னடா இப்டி சொல்லிட்டாரேன்னு இருக்கா? நல்ல அன்பு கஷ்டநஷ்டம் பார்க்காதுன்னு

சொல்லவந்தேன். உங்கக்கா மேல உனக்கிருக்கிற அன்பைவிட உங்கண்ணாக்கள் கையாலாகாதவான்னு இந்த ஊருக்கு தமுக்கடிச்சு சொல்றதுதான் உன் நோக்கமோன்னு தோண்றது. உங்கண்ணாக்களை ஊர் தூற்றணும். உன்னை 'அடடா என்ன மனசு. அக்காட்ட என்ன பாசம் பார்'னு பேசவைக்கணும்ங்கறா மாதிரி இருக்கு.''

''நிச்சயம் இல்ல!''

''பின்ன ஏன் பவானி எல்லார் மேலயும் சந்தேகப்படற? அண்ணாக்கள் தங்கையை கவனிக்க மாட்டாளோன்னு சந்தேகம். இதெல்லாம் அக்காமேல உனக்கு பாசம்னு நிரூபிக்காது. மனுஷா மேல உனக்கு நம்பிக்கையில்லன்னுதான் அர்த்தப்படும்.''

''நோ... நோ... அப்டியில்ல. எங்க வீடு பத்தி உங்களுக்குத் தெரியாதுப்பா. யாருக்கும் எங்கமேல பாசமில்ல. எங்களை சாப்ட்டயான்னு நிஜமாவே யாரும் கேட்டதில்ல. சொந்த வீட்டுல நாத்தனாரை ஏமாத்தி அத்தனை நகைகளையும் கொள்ளையடிச்சவங்க ஒரு அண்ணி. தன் பெண்ணுக்கு வந்த வரன்கிட்ட அக்காவை விதவைன்னு சொல்லியிருக்காங்க. அப்டிப்பட்ட மிருகங்களை எப்டிப்பா நம்பறது?''

''எனக்கென்னமோ தப்பு உங்கிட்டயும் இருக்குன்னுதான் தோண்றது. உன் அணுகுமுறையும் சரியில்லைன்னுதான் நினைக்கறேன்.''

''எப்டி...? எப்டி சொல்றீங்க?''

''யோசிச்சு பார் பவானி. எனக்கு எதுவும் தெரியாது. நா கேள்வி மட்டும் கேக்கறேன். நீ யோசி. என்னிக்காவது உங்க அண்ணாக்கள்கிட்ட நீ அனுசரணையா பேசியிருக்கயா? அண்ணிகளை சாப்ட்டீங்களான்னு கேட்ருக்கயா? அண்ணன் பொண்ணுங்களுக்கு ஏதாவது வாங்கிக் கொடுத்திருக்கயா?

அவங்களோட உட்கார்ந்து அரட்டையடிச்சு சிரிச்சு பேசியிருக்கயா? ஜோக்கடிச்சிருக்கயா? உங்க வீட்ல அவங்க சந்தோஷமா இருக்காங்களான்னு கேட்ருக்கயா?''

அனந்தகிருஷ்ணன் கேட்கக் கேட்க பவானி திகைத்துப் போனாள்.

கேள்விகளுக்கு பதில் யோசித்தாள்.

அத்தியாயம் 22

எதற்குமே இல்லை என்ற பதில்தான் முகிழ்த்தது. உண்மைதான்! யாரோடு அன்பாய்ப் பேசியிருக்கிறேன் இதுவரை? என்னிடம் யார் எப்படி நடந்து கொள்கிறார்கள் என்றுதான் பார்த்தேனே தவிர, நான் யாரிடம் எப்படி நடந்து கொண்டேன் என்று யோசித்ததேயில்லையே! ஏன்? எதனால்? என் மனசு அவ்வளவு குறுகியதா? மனசு குறுகலாயிருப்பவர்கள் எவ்விதம் நல்லவர்களாயிருக்க முடியும்? அப்படியெனில் நானும் அவர்களைப்போல்தானா?

"என்ன பவானி. பதில் கிடைச்சுதா? என்ன கிடைச்சுது? பாஸிடிவா. நெகடிவா?"

பவானி பதில் சொல்லவில்லை. அனந்தகிருஷ்ணன் புன்னகைத்துக் கொண்டார்.

"நம்மகிட்ட மத்தவா எப்டி நடந்துக்கறாங்கன்னு யோசிக்கறதுக்கு முந்தி, நாம எல்லார்ட்டயும் எப்படி நடந்துக்கறோம்னு யோசிக்கணும் பவானி. நமக்கேற்றா மாதிரிதான் எல்லாரும் நடத்துப்பாங்கன்னு நினைக்கறதும் தப்பு. அப்படித்தான் நடந்துக்கணும்னு எதிர்பார்க்கறதும் தப்பு. மனிதர்களை அவங்கவங்க நிறைகுறையோட ஏத்துக்க பழகிக்கணும். இல்லாட்டா கஷ்டம்தான். திருப்தியும் நிம்மதியும் இருக்காது. யாரைப் பார்த்தாலும் சந்தேகம்தான் வரும். நம்மகிட்ட அன்பா இருந்தா நல்லவா, இல்லாட்டா பொல்லாதவான்னு மனுஷாளை தரம்பிரிக்க ஆரம்பிச்சுட்டோம்னா நாலுபேர்கூட நமக்கு தேறமாட்டா."

"ப்ளீஸ்..." பவானி குரல் பிசிறக் குறுக்கிட்டாள்.

"போதும். தப்பு எங்கிட்டயும் இருக்கு, புரிஞ்சு போச்சு. ஆனா இனிமே அந்த குடும்பத்துல அன்பு பிரயோஜனப்படுமான்னு தெரியல."

"முயற்சி பண்ணி பாரு, சாத்வீகமாவே எல்லா பிரச்சனையும் தீர்க்கப்பாரு."

"முடியலன்னா?"

"அன்பு ஜெயிக்காதுன்னு நா சொல்ல மாட்டேன்."

"நானும் நம்பறேன். ஒருக்கால் முடியலன்னா என்ன பண்றதுன்னுதான் கேட்டேன்."

"அதை அப்பறம் தீர்மானிப்போமே."

கார் நவசக்தி வினாயகர் கோயில் அருகில் நின்றது.

"பூ வாங்கித்தரவா பவானி."

"கல்யாணத்துக்கப்பறம் வாங்கித்தாங்க."

"ஏய்... கமான், இந்த போலித்தனம்தான் எனக்கு பிடிக்கறதில்ல. உனக்கு வேணுமா வேண்டாமான்னு மட்டும் சொல்லு போதும். எதுக்கு கல்யாணத்தை நடுல இழுக்கற? அது சம்பிரதாயம். சமூக அங்கீகாரம், தட்ஸ் ஆல். அது நடந்தாலும் நடக்காட்டாலும் நம்ம மனசு நேசிக்கும்."

"யப்பா...! வாங்கி கொடுத்துருங்கப்பா." பவானி கைகூப்பினாள்.

அனந்தகிருஷ்ணன் சிரித்தபடி பூக்காரியின் அருகில் செல்ல அவரோடு மற்றொரு மனிதரும் பூ வாங்க அருகில் வந்துநிற்க, அனந்தகிருஷ்ணன் அவரை ஏறிட்டுப் பார்த்த மறுவினாடி முகம் மலர்ந்து வியந்தார். அந்த மனிதர் பூ வாங்கும்வரை காத்திருந்தவர் பிறகு அவரைப் பார்த்து "வணக்கம்" என்று சொல்லி நிறுத்தினார். அந்த தாடிக்கார மனிதர் ஒரு சின்ன வியப்போடு நின்றார்.

"நா உங்க ரசிகன்."

"அப்டியா, சந்தோஷம். என் எழுத்து நிஜமாவே பாதிச்சிருக்கா?"

"ரொம்பவே! ஒவ்வொரு வரியையும் ஆழ்ந்து ரசிச்சு படிச்சிருக்கேன். ஒரு நிமிஷம் மிஸ்டர் பாலகுமாரன், இவங்க மிஸ் பவானி."

"உங்க ஃப்ரண்டா? ஏன்னா கழுத்துல தாலியில்ல. ஒண்ணு ஃபிரண்டா இருக்கணும். இல்ல வுட்பியா இருக்கணும்."

"எக்ஸாட்லி கரெக்ட். ஒரு விதத்துல ஃப்ரண்டு, இன்னோரு விதத்துல எதிர்கால மனைவி."

"மனைவியும் ஒரு சிநேகிதிதான்றேள்! புரியறது. நன்னார்க்கணும்."

"ரீஸன்ட்டா உங்க நாவல் படிச்சேன், இரும்பு குதிரைகள். இவர்தான் கொடுத்தார். பிரமிச்சு போய்ட்டேன். உங்களைப் பார்த்தா நிறைய பேசணும் சந்தேகம் கேக்கணும்னு தோணித்து. திடீர்னு உங்களைப் பார்த்ததும் வாயடைச்சு போய்டுத்து."

"அதுக்கென்ன இன்னோரு நாள் வாங்கோ, நிறைய பேசுவோம். இது என் விலாசம். என்னிக்குனு ஃபோன் பண்ணுங்கோ, மறுபடியும் சந்திப்போம்."

"ரொம்ப சிம்பிளா இருக்கிங்க. அலட்டிக்காம பேசறிங்க."

"அலட்டல் இருந்துது. ஒரு காலத்துல! வயசாக ஆக, அனுபவம் கூடக் கூட, பக்குவம் வந்திருக்கு, கூடவே இதமும் பதமும் கூடியிருக்கு."

"அப்பொ பார்க்கலாம் மிஸ்டர் பாலகுமாரன்."

"பாலான்னு கூப்டலாம்."

அனந்தகிருஷ்ணன் வியந்து நிற்க, அவர் தன் காரில்.ஏறிச் சென்றார்.

"என்ன, உங்க அபிமான எழுத்தாளரை சந்தித்த திகைப்பு நீங்கலையா? நா கிளம்பட்டா?"

"அவரை நாம் மறுபடியும் சந்திக்கணும் பவானி. ஓ.கே. நீ கிளம்பு."

அனந்தகிருஷ்ணன் தன் வண்டியில் ஏறிக்கொள்ள, பவானி வீடு நோக்கி நடந்தாள்.

☆☆☆

"**வா**டா பரசு... அப்பா வரலையா நீ மட்டும் வந்திருக்க?" அர்ச்சகர் கற்பூரத் தட்டோடு இறங்கி வந்தார்.

"அப்பாக்கு ரொம்ப வேலை. போரடிச்சுது. அதான் நா மட்டும் வந்தேன்."

"போரடிச்சதுன்னு கோயிலுக்கு வந்தாயா? ஆச்சர்யமார்க்கு. உன் வயசுப் பிள்ளைகள் போரடிச்சா சினிமாக்கு போவா. பீச்சுக்கு போவா. நீ கோவிலுக்கு வந்திருக்க!"

பரசு பதில் சொல்லாமல் சிரித்தான்.

"படிப்பெல்லாம் எப்படி இருக்கு?"

"அது பாட்டுக்கு சமத்தார்க்கு."

"அப்பன் குறும்பு உனக்கும் கொஞ்சம் இருக்கு."

"கொஞ்சம்தானா?"

"கொஞ்சம்தான். அவன் பேச்சே தனி. அவனைப் பார்க்க நீ அமைதிதான். பார்த்து ரொம்ப நாளாச்சுன்னு சொல்லு அவன்கிட்ட. கற்பகாம்பாளும் விசாரிச்சதா சொல்லு."

"மறக்காம சொல்லிடறேன்."

"ஆங்! பரசு... உனக்கெப்பொ பூணூல் போடப் போறானாம்?"

"கேட்டுச் சொல்றேன். ரொம்ப அவசரமோ?"

"ஏண்டா, வயசு இருபதாகிறது. இன்னும் போட மனசு வரலையா உங்கப்பனுக்கு."

"போடறேன்னுதான் சொன்னார் அஞ்சாறு வருஷத்துக்கு முந்தியே. தாத்தா பாட்டிக்கு லெட்டர் போட்டார். போடட்டுமா வந்து ஆசீர்வாதம் பண்ணுவேளான்னு. இன்னிவரைக்கும் தாத்தாகிட்டேர்ந்து பதில் இல்லை."

"ம்ஹ்ம்...! என்னவோ இதுக்கு மேலயும் நாள் தள்ள வேண்டாமேன்னு கேட்டேன்."

பரசு சந்நிதியை சுற்றிக் கொண்டு வெளியில் வந்தான். கொடி மரத்திற்கு விழுந்து வணங்கினான். வீட்டுக்கு வந்ததும் அப்பாவோடு இதுபற்றித்தான் பேசினான்.

"தாத்தா வருவார்னு நம்பறயாப்பா?"

"ஒரு ஆசைதான்."

"உன் கல்யாணத்துக்கப்பறம் இத்தனை வருஷத்துல எதுக்கு வந்திருக்கார்? சீமந்தம், பிள்ளைப்பேறு, என் புண்யாவாஜனம், ஆயுஷ்ஷோமம், அம்மாவோட சாவு எதுக்குமே வராதவர் என் பூணூலுக்கு மட்டும் வருவார்னு எப்டி நினைக்கற?"

"பகை என்னோடதானேடா பரசு!"

"பகைக்கு எது காரணம்? உன் கல்யாணம். நா யாரு. அந்த கல்யாணத்தின் பலன். அப்பறம் எப்டிப்பா....? எல்லாருமே அவருக்கு பகைதானே?"

"தானாடாட்டாலும் சதை ஆடும்பா."

"உன் சார்பா நா வேணும்னா தாத்தாவைப் போய் பார்க்கட்டுமா?"

"அவமானப்படுத்துவார்."

"தாங்கிக்க எனக்கு மனோபலம் இருக்கு."

"அப்டின்னா போய்ட்டு வா. அவர் வந்தா எனக்கு சந்தோஷம்னு புரிய வை."

"அப்புறம்.... அவங்க என்னப்பா சொன்னாங்க?"

"யாரு பவானியா... வர வெள்ளிக்கிழமை இங்க வரேன்னிருக்கா. உன்கூட நிறைய பேசணுமாம்."

"அதுசரி... உன் கல்யாணம் பத்தி தாத்தாக்கு தெரியப்படுத்துவயா நீ?"

"சொந்தத்துல பண்ணிண்டதுக்கே பிள்ளையில்லைன்னு சொன்னவர் இப்போ பவானியோட ஜாதி கேட்டா குளிக்கவே குளிச்சுடுவார். வேண்டாம் பரசு, அவர் சாபம் வேண்டவே வேண்டாம், ஒண்ணைப் பறி கொடுத்துட்டு நா பட்டதே போதும், அவருக்கு கரிநாக்குடா பரசு."

"அப்டின்னா என் பூணூலுக்கு மட்டும் அவர் எதுக்குப்பா? உன்னை சபிக்கறவர் எனக்கு மட்டும் எதுக்கு?"

"மனசு வரலடா பரசு. அம்மா பாவம்."

"ஆனா ஒருக்கால் அவா வந்துட்டாக்க பூணூலுக்கப்பறம் புது உறவு ஏற்படும்பா. இத்தனை நாள் பிரிவு இன்னமும் இறுக்கமாக்கிக்கத் தோணும் அவாளுக்கு. அந்த நிலமைல உன் கல்யாணம் அவாளுக்கு ரெண்டாந்தரம் அடி கொடுத்தா மாதிரியாய்டும். அப்பறம் நீ எவ்ளோ முயற்சி பண்ணினாலும் அவா அன்போ ஆசீர்வாதமோ கிடைக்காது. அதைவிட சேரவும் வேண்டாம். மறுபடியும் பிரியவும் வேண்டாம். இப்போ இருக்கா மாதிரியே இருக்கட்டும். அதுதான் நல்லது."

அனந்தகிருஷ்ணன் யோசித்தார். பரசு சொல்வதெல்லாம் நூற்றுக்கு நூறு சரியென்று தோன்றியது.

“அப்டின்னா உனக்கு பூணூல் போட்டுடவா.?”

“முதல்ல உங்க கல்யாணம். அதுக்கப்பறம் என் பூணூல். உங்களுக்கு ஜோடி கிடைக்க வேண்டாமா? எனக்கு அம்மா வேண்டாமா?” பரசு சிரிக்க அனந்தகிருஷ்ணன் பிள்ளையை விழுங்கிவிடுவதுபோல் பார்த்தார். இந்த பிள்ளையை நான் எந்த விதத்தில் சந்தோஷப்படுத்தப்போகிறேன் என்று தெரியவில்லையே...!

அத்தியாயம் 23

"அக்கா..." பவானி சரளாவை மெல்ல அழைத்தாள்.

சரளா கண்திறந்து பார்த்தாள்.

"என்னக்கா சாப்ட்ட?"

"எதுவும் பிடிக்கல பவானி."

"எனக்காக ஒரு வாய் சாப்டுக்கா."

"என்ன அது?"

"தோசை"

சரளா எழுந்து உட்கார்ந்து தட்டை வாங்கிக்கொண்டாள்.

"நீ சாப்ட்டயா பவானி?"

"இனிமேதான். நீ முதல்ல சாப்டு" பவானி அக்கா சாப்பிடுவதையே பரிவோடு பார்த்தாள்.

"இன்னும் கொஞ்சநாள்ள நா உன்னை இங்கேர்ந்து கூட்டிட்டு போய்டலாம்னு இருக்கேங்க்கா!"

"எங்க...?"

"நீ சொன்னாப்போல நா கல்யாணம் பண்ணிக்கலாம்னு இருக்கேங்க்கா."

"நிஜமா...?" சரளா சாப்பிடுவதை நிறுத்திவிட்டு தங்கையை வியப்போடு பார்த்தாள்.

"ஆமாக்கா, ஒரு நல்ல மனசு என்னை விரும்புது. எனக்கும் பிடிச்சிருக்கு. பணக்காரர். ரெண்டாங்கல்யாணம்தான்

அவருக்கு இது. மூத்த சம்சாரம் செத்துப்போய் பதினெட்டு வருஷமாச்சாம். பத்தொன்பது வயசுல பிள்ளை இருக்கு.''

''ம்ஹும்...'' சரளா பெருமூச்சு விட்டாள்.

''காலாகாலத்துல பார்த்து பண்ணியிருந்தாங்கன்னா ரெண்டாந்தாரமாவா போக வேண்டியிருக்கும்...?''

''அப்டி சொல்லாதக்கா. இவர்கிட்ட போய்ச் சேரணும்னுதான் காலாகாலத்துல எதுவும் நடக்கல. அதுவும் நல்லதுக்குதான்னு இப்பொ தோண்றது. இல்லாட்டி இவரை இழந்திருப்பேன்.''

''காதலா...?''

''அப்டித்தான்! ஏன், தப்பாக்கா?''

''தப்பில்ல பவானி, தப்பேயில்ல. இதுக்கெல்லாம் வயசு ஏது? நல்லார்ந்தா சரி, ஆனா என்னை மாதிரி கோழையா மட்டும் இருந்துடாத. எப்டியாவது கட்டிக்கப்பார்.''

பவானி அக்காவை திகைப்போடு பார்த்தாள்.

''ஆச்சர்யமார்க்குல்ல பவானி, பதினெட்டைக் கடந்துதானே நானும் வந்தேன்...? பெரியண்ணனுக்குத் தெரியும். பக்கத்து தெருவுல இருந்தார். கோபால்னு பேர். பஸார்ல மளிகைக்கடை வெச்சிருந்தார். மளிகை சாமான் வாங்கப் போறப்போ சிரிச்சு சிரிச்சு பேசுவார். என்னை மட்டும் ஸ்பெஷலா கவனிப்பார். முந்திரி திராட்சை வாங்கினாக்க, கூட நாலு முந்திரி வெச்சுக்கட்டுவார். ஒருநாள் தீபாவளி சமயம் சாமான் லிஸ்ட் கொடுத்தேன். சாமான் பொட்டலத்தோட இன்னொரு பொட்டலமும் இருந்துச்சு. மெத்து மெத்துனு இருந்ததைப் பார்த்து இது என்னன்னு கேட்டேன். வீட்டுக்கு போய் பிரிச்சுப் பாருன்னார். எனக்கு உடம்பு நடுங்கிச்சு. வீட்டுக்கு வரதுக்கு முந்தியே நடுல ஒரு இடத்துல வெச்சு பிரிச்சு பார்த்தேன். அழகான புடவை இருந்துச்சு. கூடவே 'உன்னை கல்யாணம் கட்டிக்க விரும்பறேன். சம்மதம்னா இந்த புடவையை

கட்டிக்கிட்டு நாளைக்கு வா. உனக்கு சம்மதம்னா நா அப்பா அம்மாவோட பொண்ணு கேட்க வரேன்'னு எழுதியிருந்துது. வேர்த்து கொட்டிச்சு. போய் திருப்பி கொடுத்துடலாமான்னு யோசிக்கறதுக்குள்ள அண்ணனோட குரல் பின்னால் கேட்டுச்சு."

"நடு ரோட்ல எதுக்கு சரளா நிக்கறன்னாரு. கைல புடவை பொட்டலமும் லெட்டரும். எனக்கு வேர்த்துக் கொட்டிச்சு. ஒருமாதிரியா பார்த்துட்டு லெட்டரை பிடுங்கி படிச்சாரு. என்னைக் கூட்டிட்டு தரதரன்னு மளிகைக் கடைக்குப் போனாரு புடவையை அவர் மூஞ்சில விட்டெறிஞ்சாரு."

"பொறுக்கி பயலே, எத்தனை பொண்ணுங்களுக்குடா இதுமாதிரி புடவை எடுத்துக்கொடுத்து வளைச்சுப் போட்ருப்ப? காசு கொழுத்திருக்கிற திமிரோ? எங்கிட்டயும் காசிருக்கு, உங்கக்காளுக்கு ஒரு புடவை வாங்கித்தரேன், கொண்டு போய் கொடுக்கறயா?"

"பெரியண்ணன் போட்ட சத்தத்துல பஸார் நாறிப் போச்சு. அவர் முகம் செத்து சுண்ணாம்பா போச்சு. கௌரவமான குடும்பம் அது. அவமானம் தாங்காம பத்தாம்நாள் கடைய இழுத்து மூடிக்கிட்டு போய்ட்டாங்க. அவங்க அப்பாவோட உத்தரவாம். போறத்துக்கு முந்தி தைரியமா என்னை சந்திச்சு பேசினாரு. உனக்கு இஷ்டமில்லாட்டி என்கிட்ட நேரடியா சொல்லியிருக்கலாம். உன்னை விரும்பறேன்னு நா என்ன தமுக்கடிச்சா சொன்னேன்? கண்ணியமாதானே சொன்னேன்.. இப்படி அண்ணனை கூட்டிட்டு வந்து அசிங்கப்படுத்திட்டயேன்னு. கண்கலங்கினாரு"

"நா கூட்டிட்டு வரலைன்னு சொல்லக்கூட என்னால முடியல. நானும் அழுதேன். 'எது எப்படியோ நா உன் மேல ஆசைப்பட்டேன். கல்யாணம் பண்ணிக்கத் தயாரா இருந்தேன். உன் சம்மதம் தெரிஞ்சதும் உன் வீட்டுக்கு வந்து பேசலாம்னு இருந்தேன். ஆனா இப்பொ எல்லாமே

கெட்டுப் போச்சு. அசிங்கப்பட்டு போய்ட்டதாலயே எங்கப்பா சம்மதிக்க மாட்டார். உன் வீட்டுக்கு நா யாரைக் கூட்டிட்டு வர முடியும்? எனக்கு அவங்களே பொண்ணும் பார்த்து நிச்சயம் பண்ணிட்டாங்க. ஊரோட போறோம். அங்கேயே கடை போட்டுக் கொடுத்துட்டாங்க. உன்கிட்ட ஒரு வார்த்தை சொல்லிட்டு மன்னிப்பு கேக்கலாம்னுதான் வந்தேன்'னாரு. நா ஸ்தம்பிச்சுப் போய்ட்டேன்."

அன்பு என் மனசுலயும் இருந்துதுன்னு சொல்லமுடியாம அழுதேன். ஓடிப்போகத் துணிச்சலில்ல. அப்படியே இருந்தாலும் என்ன பிரயோஜனம்? அவருக்குத்தான் கல்யாணம் நிச்சயமாய்டுச்சே. நீங்கதான் என்னை மன்னிக்கணும்னு கைகூப்பி அழுதபடி விடைகொடுத்தேன். அப்புறம் யாரையும் கட்டிக்கவும் பிடிக்கல. இன்னும் மளிகைக் கடை நினைப்பான்னு கேட்டு திட்டினாரு பெரியண்ணன், அப்டித்தான்னேன்."

சரளா பெருமூச்சு விட்டு நிறுத்த பவானி பிரமித்துப் போனாள். இந்த அக்காவின் வாழ்க்கையில்தான் தனக்குத் தெரியாமல் எத்தனை சம்பவங்கள்! அத்தனையும் அடிமனதில் புதைத்துக் கொண்டுதான் இந்த மௌனக் கோலமா?

"அவர் விலாசம் தெரியுமாக்கா?"

"எதுக்கு?"

"அவரால உனக்கு இப்பொ வாழ்க்கை கொடுக்க முடியுமான்னு போய்ப் பார்த்துட்டு வரேனே."

சரளா சிரித்தாள்.

"இன்னொரு பெண்ணோட வயத்தெரிச்சல் எனக்கு வேணாம் பவானி. அவங்க நிம்மதியைக் கெடுக்க வேணாம். முதலாவதா எனக்கு விலாசமும் தெரியாது."

"எந்த ஊருன்னு கூடவா சொல்லலை?"

"மதுரைன்னாரு. மீனாட்சியம்மன் கோயிலுக்கு வந்தா வீட்டுக்கு வா. பக்கத்துலதான்னார். இத்தனை துக்கத்துலயும் வீட்டுக்கு கூப்ட்ட அந்த பண்பு என்னை கலங்கடிக்சுடுச்சு."

கொஞ்சநேரம் கனத்த மௌனம் நிலவியது.

"உன் அவர் என்ன பண்றார் பவானி?"

"கம்பெனி வெச்சிருக்கார். பிராமின்ஸ்."

"பிராமின்ஸா...?" சரளா கவலையோடு கேட்டாள். "அவங்க வீட்டுல பிரச்சனை வராதா?"

"வராது."

"அண்ணன் ஒத்துப்பாருன்னு நினைக்கறயா?"

"ஒத்துக்காட்டியும் கவலையில்லை. இனிமே இவங்களுக்கு மரியாதை கொடுக்கறதே அனாவசியம். அந்த வயசு தாண்டிடுச்சு. இனிமே பயம் கிடையாது. கவலையும் கிடையாது. இஷ்டமிருந்தா வந்து ஆசீர்வாதம் செய்யட்டும். இல்லாட்டாலும் கல்யாணம் நடக்கும்."

"ரொம்ப தள்ளிப் போட்டுடாதே பவானி உடனே சொல்லிடு."

"சாந்தியோட கல்யாணம் முடியட்டும்னு பார்க்கறேன். அதுக்கு முன்னாடி சில வேலைகள் இருக்கு. இந்த வீட்டுல நமக்குப் பங்குண்டு. நம்ம ரெண்டுபேர் பங்கையும் பணமா தரச்சொல்லி கேட்கப் போறேன். அதை அப்டியே மொத்தமா உன் பேர்ல போடப் போறேன். உனக்குன்னு குடும்பம்தான் இல்லை, பணமாவது வேணாமா?"

"கிடைக்கும்னு நம்பறயா பவானி?"

"போராடப் போறேன்."

"குடுக்க மாட்டாங்க. ஆயிரம் சால்ஜாப்பு சொல்லுவாங்க. சும்மார்க்கும்போதே கூப்ட்டு சோறு போடறதில்ல.. இப்பொ பங்கு கேட்க ஆரம்பிச்சோம்னா மண்ணை வாரி தூத்துவாங்க."

"தூத்திட்டு போகட்டும். நம்பளை இப்படி நிறுத்தி வெச்சதுக்கு நாமளும் பதிலுக்கு தூத்துவோம். இல்லாட்டி சாந்தியோட கல்யாணம் ஒழுங்கா நடக்காதுன்னு மிரட்டப் போறேன். இவங்களுக்கெல்லாம் இனிமே இதுதான். சரியான பாடம். அஹிம்சையெல்லாம் இவங்ககிட்ட பலிக்காது. இந்தக் கல்யாணத்தை விட்டோம்னா பங்கு கேட்கவும் முடியாது."

"மலையோட மோதறேங்கற! ரத்தம்தான் வரும். அப்பறம் என்ன சொல்ல?"

"மண்டை உடஞ்சாலும் பரவால்ல, மலையும் உடையணும். பார்ப்போம். இவங்களுக்கும் மனசாட்சி இருக்கா இல்லையான்னு தெரிஞ்சுடும்."

சரளா பதில் சொல்லவில்லை. பவானி கீழே வந்தபோது பெரியண்ணன் வந்திருந்தார். பவானி ஒவ்வொரு அண்ணனிடமும் போய் தனித்தனியே சொன்னாள் "நா உங்ககிட்ட கொஞ்சம் பேசணும், கூடத்துக்கு வாங்க."

பத்து நிமிடத்தில் மொத்தவீடும் கூடத்தில் குழுமியிருந்தது, என்ன பேசப்போகிறாள் என்ற ஆவலோடு.

"நா கல்யாணம் பண்ணிக்கப் போறேன்."

வீடு அதிர்ந்தது. பவானி எல்லோரையும் கூர்ந்து பார்த்தாள்.

"ஒரு மரியாதைக்குதான் உங்ககிட்ட சொல்றேன். உங்க யார் மேலயும் எனக்கு நம்பிக்கையில்ல. உங்க சம்மதம் தேவைன்னு கெஞ்சுவேன்னும் நினைக்காதீங்க."

அவள் பேசப் பேச முகங்கள் மாறியது. சிவந்தது. அண்ணிகள் பல்லைக் கடித்தார்கள்.

"இவ்ளோ திமிரா பேசறவ, எதுக்கு இதைக்கூடச் சொல்லணும்?"

"காரணமிருக்கு. இத்தனைநாள் கணக்கு கேட்டதில்ல, அக்காவை ஏமாத்தியிருக்கீங்க. அதுகூட போனாப் போகட்டும். இப்போ நா கேட்கப் போறது, வீட்டுல ரெண்டு பங்கு

பிரிச்சுத் தரணும். அல்லது வீட்டுக்கு ஒரு வேல்யூ போட்டு அதுல எங்க ரெண்டுபேர் பங்கும் பணமா கொடுங்க. இதைச் சொல்லத்தான் கூப்ட்டேன்."

"ஆங்... இவ கேட்ட உடனே குடுத்துடணுமாக்கும். வீட்டை வித்துட்டு நாங்கள்ளாம் எங்க போறதாம்?"

"எங்கயோ போங்க! இனிமே உங்களைப்பத்தி நாங்க மட்டும் எதுக்கு கவலைப்படணும்? கூடப்பொறந்த தங்கச்சிகளுக்கு கல்யாணம் கார்த்தின்னு பண்ணி வெக்கணும்னு உங்களுக்கு கவலையிருந்துதா?"

அண்ணன்கள் முகம் இவள் இப்படிச் சொன்னதும் பேயறைந்தாற்போல் ஆனது. கடைசி அண்ணன் அதை மறைத்துக் கொண்டு ஆத்திரத்தோடு வாய்திறந்தார்.

அத்தியாயம் 24

சீக்கிரமே விழிப்பு வந்துவிட்டது பரசுவுக்கு. இன்றைக்கு அப்பாவின் மனம் கவர்ந்த அந்த பெண்மணி வரப்போகிறாள் என்ற ஆவலே தூக்கத்தை விரைவில் கலைத்திருந்தது. அப்பா இன்னும் எழுந்திருந்திருக்கமாட்டார். பரசு மொட்டைமாடிக்கு வந்தான். மணி ஐந்துதான் ஆகியிருந்ததால் வானத்தில் நட்சத்திரங்கள் பளிச்சென்று சிரித்துக் கொண்டிருந்தன. கீழ்வானில் விடிவெள்ளி தனி ஒளியோடு சிரித்தது. சிதறிக்கிடந்த நட்சத்திரங்களை இணைத்து மனசால் ஒரு வடிவம் கொடுத்துப் பார்த்தான். முதல் வடிவம் யானைமுகம் போலிருந்தது. முகத்திற்கு கீழே இரண்டு வளைவு போட்டதும் பிள்ளையாராய்த் தெரிய பரசு ஒரு வினாடி திகைத்துப் போனான்.

'என்ன பரசு எப்படியிருக்கே?'

'ம்?' பரசு திடுக்கிட்டான். யார் குரல் இது...? திரும்பிப் பார்த்தான். 'ஆகாசத்துல நீதானே என்னை படைச்ச.. இப்பொ எங்க சுத்தி சுத்தி பார்க்கற?'

பரசு சட்டென்று மேலே நிமிர்ந்து பார்த்தான். பிள்ளையார் உருவம் ஆகாசத்திலிருந்து நகைத்தது. பரசு விழிகளை விரித்தான். நீயா... நீயா.... பேசினாய்...? விர்விர்ரென்று ரோமக்கால்கள் சிலிர்த்து நின்றது.

'நான் மட்டுமில்லை பரசு, என்னோட இங்க எல்லாரும் இருக்கா' 'எல்லாரும்னா?' 'பாரேன். என்னை எப்டி உருவாக்கினயோ அதே மாதிரி உருவாக்கிப் பார், தேடித்தேடி உருவம் கொடுத்தால் எல்லாரையும் பார்க்கலாம்.'

பரசு வேறு சில நட்சத்திரங்களை இணைத்தான். இதென்ன? ரிஷபமா? மேலே யார்...? சர்வேஸ்வரன்! உமா மகேஸ்வரன்!

பரசு தலைக்கு மேலே இருகைகளையும் தூக்கிக் கூப்பினான். கண்மூடிக் கொண்டான். மூடின இமை வழியே கண்ணீர் கசிந்து வழிந்தது. நெடுஞ்சாண்கிடையாக கீழே விழுந்து வணங்கினான். கடவுளே...! நான் யார்..? இது என்ன விந்தை! இது எனக்கு மட்டும் நேர்ந்த அற்புதமா? ஆம் எனில், ஏன்....? எதற்காக...? இந்த அற்பனுக்குப் போயா....?

பரசு சம்மணமிட்டு நெஞ்சு நிமிர்த்தி உறுதியாக அமர்ந்து கண்மூடிக் கொண்டான். உள்ளே நட்சத்திரப் பிள்ளையார் சிரித்தது. 'நான் பிரம்மச்சாரி பரசு. உன்னால் முடியுமா பிரம்மச்சார்யம்...?'

'புரியவில்லையே!'

'இல்லறம் வேண்டுமா? அல்லது...'

'இன்னும் புரியவில்லை.'

'பெண் பிடிக்குமா உனக்கு'

'பெண் பிடிக்காத மனிதனுண்டா?'

'பெண் சுகத்திற்கு ஏக்கமுண்டா?'

'தெரியவில்லை'

'யோசித்துப் பார். உன்னையே அறிய முயன்றுபார். சிற்றின்பம் வேண்டாம் என்று சொல்பவர் அரிது. நீ யார் என்று அறிந்துகொண்டாயா இதுவரை...?'

'நான் யார்...? எனக்கு எது பிடிக்கும்....? என் பிறவி எதற்கு....? படித்து பணம் ஈட்டி, கல்யாணம் செய்து, பெண் சுகித்து, பிள்ளைகள் ஈன்று குடும்பத்திற்கு உழைத்து, வயதாகி, உருமாறி ஆயுள்முடிந்து மண்ணோடு மண்ணாகி எரியுண்டு சாம்பலாகி, கடலில் கலந்து காணாமல் போவதற்குத்தான் என் பிறப்பா....?'

'மனித வாழ்வே இந்த வட்டத்திற்குள்தானே! நீ மட்டும் என்ன விதிவிலக்கு?'

'ஏன் நான் விதிவிலக்காயிருக்கக்கூடாதா?'

'தன்னை வென்றவனுக்கு மட்டுமே இது சாத்தியம்.'

'தன்னை வெல்வது எப்படி?'

'தன்னை அறிபவனால் மட்டுமே தன்னை வெல்ல முடியும்.'

'முயற்சி செய்வேன். அறிய முயற்சிப்பேன். என்னை வென்று விதிவிலக்காக முயற்சிப்பேன்.'

'பரசு...' பரசு அசையவில்லை

"பரசு... பரசுராமா..."

பரசுவின் உடம்பு ஒருமுறை உதறிற்று. சட்டென்று கண்திறந்தான். எதிரில் நின்றிருந்த அப்பாவை மலங்கமலங்கப் பார்த்தான்.

"என்னாச்சுடா பரசு...? தியானமா...? எப்பொலேர்ந்து?"

"அப்பா... இப்போ எனக்கு ஒரு அற்புதமான அனுபவம் கிடைச்சுதுப்பா. சொன்னா நம்ப மாட்ட."

"என்னடா பரசு... நீ சொல்லி நா எதை நம்பாம இருந்திருக்கேன்?"

"இல்லப்பா இது கொஞ்சம் அதிசயம்!"

பரசு தன் அனுபவத்தை அப்பாவுக்கு விவரமாகச் சொன்னான். அனந்தகிருஷ்ணன் ஆகாசத்தை அண்ணாந்து பார்த்தார். வானம் வெளுத்திருந்தது. நட்சத்திரங்கள் மறைந்திருந்தது.

"உன்னைப் பார்த்தா எனக்கு பயமா இருக்குடா பரசு."

"ஏம்ப்பா.... நா எந்த தப்பும் பண்ணலையே."

"அதாண்டா காரணம். சராசரி ஆசைகள்கூட இல்லாம இருக்கயே. ஒரு சமயம் பிரமிப்பா இருக்கு. இன்னோரு சமயம் கூச்சமார்க்கு. உனக்கு முன்னால நா ரொம்ப சின்னவனா போய்ட்டாப்பல தோணறது. பதினெட்டு வயசுல சகலத்துக்கும் மனசு பறக்கும்னுவா. காமம் பொங்கி அலைக்கழிக்கற வயசு இது. ஆனா நீ நிச்சலனமா இருக்க. ஒண்ணே ஒண்ணு மட்டும் சொல்லுவேன் பரசு. எனக்கு மரியாதை தரதா நினைச்சுண்டு உன் உணர்ச்சிகளை கட்டுப்படுத்திக்க வேண்டாம். உன் வாழ்க்கை உன்னோடது. உன் சந்தோஷத்துக்கு நா உதவியா இருப்பேனே தவிர உபத்திரவமா இருக்க மாட்டேன். என்கிட்ட உனக்கு பயமோ தயக்கமோ தேவையே இல்ல."

"எனக்கு தெரியாதாப்பா? உன்னைப் பற்றி எனக்குத் தெரியாதா? என் மனசு இப்டித்தான் இருக்கணும்னு நா தீர்மானம் பண்ண முயற்சிக்கறதில்லப்பா. நா பொம்மனாட்டிகளை பார்க்காதவன் இல்ல. பெண்ணோட அழகு என்னைக் கவர்ந்திருக்கு. அழகுபத்தின ரசனையும் எனக்கு உண்டு. ஆனா அனுபவிக்கற எண்ணமோ ஈடுபாடோ எனக்கு வரதில்ல. நீ சொல்ற காமம் இதுவரை எனக்கு இல்லை. இனிமே வருமான்னும் தெரியாது. ஒருக்கால் அப்படி வந்தா நிச்சயம் உன்கிட்ட சொல்வேன். அது இயற்கைன்னு எனக்கும் தெரியும். அதை ஏத்துப்பேன். கட்டுப்படுவேன். ஆனா இப்போ எனக்கு ஏற்பட்ட அனுபவம் என்னை திசை திருப்பறாப்பல இருக்கு. திக்குத் தெரியாம அலைஞ்சுண்டிருந்த எனக்கு வழியைக் காட்டி ஏதோ ஒரு சக்தி என்னைக் கூட்டிண்டு போறாப்பல இருக்கு. அது எந்த வழின்னு போய்ப் பார்த்தாதான் தெரியும். என்னைப் பத்தி நீ கவலைப்படாதப்பா, நீ வருத்தப்படறா மாதிரியோ தலைகுனியறாப் போலயோ நிச்சயம் நான் நடந்துக்க மாட்டேன்."

"அந்த சந்தேகம் எனக்கு எப்பவுமே இருந்ததில்லைடா பரசு. எனக்கிருக்கறது நீ ஒரு பிள்ளை. எல்லாரையும் மாதிரி நீயும் இருக்கணும்னு நினைக்கிறேன். நாப்பத்திரெண்டு வயசுல

நா அருவியா துள்ளிண்ருக்கேன். இருபது வயசுல நீ ஆழ்கடல் மாதிரி அமைதியா இருப்பதைப் பார்த்தா கவலையார்க்கு, நீ சந்நியாசி ஆய்டுவயோன்னு.''

''ஏம்ப்பா... சந்நியாசம் தப்பா...?''

''தப்பில்லடா பரசு. ஆனா தேவையான்னுதான் யோசிக்கணும்.''

''ஒருக்கால் தேவைன்னு தோணித்துன்னா?''

அனந்தகிருஷ்ணனால் இந்தக் கேள்விக்குச் சட்டென்று பதில் சொல்ல இயலவில்லை. பிள்ளையைப் பரிதாபமாகப் பார்த்தார்.

''அம்மா இன்னிக்கு வந்துடுவாளா?'' பரசு பேச்சை மாற்றினான்.

''அம்மான்னு ஏத்துண்டாச்சா...''

''அதுல என்ன சந்தேகம்?'' பரசு சிரித்தான்.

இருவரும் கீழே வந்தார்கள். அன்று பகல் முழுக்க அவரவர் பணியில் ஈடுபட்டிருந்தாலும் பவானியின் வருகைக்காக இருவரும் ஆவலோடு நேரத்தை நகர்த்தினார்கள்.

கற்பூரத் தட்டில் காசு போட்டுவிட்டு கண்ணில் ஒற்றிக் கொண்டாள் பவானி. இருபது வயசுப் பிள்ளையின் பார்வையைத் தாங்க என்னால் முடியுமா? உடம்பு லேசாய் ஒருமுறை நடுங்கியது. சக்தியைக் கொடு தெய்வமே. என் வீடு எனக்கு எந்தவித இடைஞ்சலும் ஏற்படுத்திவிடாமல் காப்பாற்றிக் கரை சேர். சின்ன அண்ணன் செய்த ஆர்ப்பாட்டம் இன்னமும் கண்முன் நின்றது.

''என்ன திமிர் இருந்தா எங்களை எதிர்த்து பேசுவ. சொத்துல பங்கு கேட்ப.. நாயே.''

"நாயே பேயேன்னெல்லாம் உம் பொண்டாட்டிகிட்ட வெச்சுக்க. மரியாதை கெட்டுதுன்னா பதிலுக்கு என் வாய்லயும் நல்லா வரும்."

"வீடு விக்க முடியாது. என்னடி செய்வ?"

"தெருத் தெருவா போஸ்டர் அடிச்சு ஒட்டுவேன். சொந்த தங்கைகளுக்கு கல்யாணம் செய்து வெக்காம அப்பா அம்மா வெச்சுட்டுப் போன நகை நட்டையும் ஏமாத்திப் பிடுங்கி, வீட்டுலயும் பங்கில்லன்னு சொன்ன மகாபாவி அண்ணன்கள்னு போட்டோவோட ஒட்டுவேன். எங்களை நிர்க்கதியா விட்டுட்டு உங்க பொண்ணுங்களுக்கு கல்யாணம் பண்றதை தண்டோரா போட்டு சொல்லுவேன். கோர்ட்டுக்குப் போவேன். சட்டப்படி உரிமையை கேப்பேன். உங்களை கூண்டுல ஏத்தி நார் நாரா கிழிப்பேன்."

"என்னாடி சொன்ன...?" சின்னண்ணன் பாய்ந்து கொத்தாய் அவள் தலைமுடியைப்பற்றி அறைந்தான். அண்ணிகள் ஆளாளுக்கு ஏதோ கத்திப் பேச வெறும் இரைச்சலாயிற்று. வார்த்தைகள் புரியவில்லை. பவானி சின்ன அண்ணனின் கைகளை வலுவாகப்பற்றி இழுத்து உதறினாள். அவனிடமிருந்து விடுபட்டு விலகி நின்று சுட்டெரிப்பதுபோல் பார்த்தாள். நடு அண்ணன் சின்னண்ணனை அவசரமாகத் தள்ளிக்கொண்டு போய் சமாதானப்படுத்தினார்.

"கொஞ்சம் அமைதியாக உட்கார் பவானி. இப்பொ என்ன ஆய்டுச்சுன்னு இப்படி ஆவேசப்படற?" பெரியண்ணன் அவளை சமாதானப்படுத்தினார்.

"நீ யாரைக் கல்யாணம் பண்ணிக்கப்போற? தெரிஞ்சுக்கலாமா?"

பவானி சொன்னாள்.

"பிராமினா?"

"ஆமாம்."

"ஒத்துவருமா?"

"இதென்ன கேள்வி?"

"நம்ம குடும்பத்துல இதுமாதிரி நடந்ததில்ல. ஜாதிவிட்டு ஜாதி யாரும் கட்டினதில்ல."

"ஆமா... கட்டிக் கொடுக்காம வீட்டோட கன்னிகழியாம வெச்சிருக்கறதுதான் உங்களுக்கு பழக்கம்."

"குத்திப் பேசாத பவானி. எல்லாம் சரளாவால வந்த வினை. பதினெட்டு வயசுல அறுத்துப்போட்டமாதிரி நின்னா எவன் கட்டுவான், கொஞ்சமாவது அழகா இருக்க வேணாமா..?"

"அவங்களை எங்க அலங்காரம் பண்ணிக்க விட்டீங்க."

"நாங்களா வேணாம்னோம்?"

"வேணாம்னு நேருக்கு நேர் சொன்னாத்தானா...?"

"சரி அதை விடு. அவர் அட்ரஸ் குடு. நா போய் பேசறேன்."

"தேவையில்ல. நானே பேசி முடிவு பண்ணியாச்சு."

"இப்டி மரியாதையில்லாம பேசாத பவானி."

"எங்ககிட்ட அப்டியே அன்பைக் கொட்றீங்க பாருங்க. மரியாதை காட்ட."

"இந்த வாய்க்கு போற இடத்துல சரியான சூடு கிடைக்கும் பார். நாளைக்கு அவன் விட்டுட்டா இங்கதான் ஓடி வந்து நிக்கணும்னு ஞாபகப்படுத்துங்க அவளுக்கு."

"அப்டி ஒரு நிலமை வந்தாலும் இங்க வந்து நிக்கமாட்டேன்னு உங்க பொண்டாட்டிக்கு சொல்லுங்க."

எத்தனை பக்குவமாய் அனந்தகிருஷ்ணன் அன்பாயிரு என்று போதித்திருந்தாலும் வீட்டுக்கு வந்து இந்த முகங்களைப் பார்த்த க்ஷணத்தில் அன்புக்கு பதிலாய் ஆங்காரம்தான்

பொங்கியது பவானிக்கு. சுயநலப் பிசாசுகளிடம் அன்பாயிருப்பது இயலாத விஷயம். இவர்கள் மலர்களல்ல, முட்கள். அன்பு இங்கே ஜெயிக்காது. எப்போதாவது அவர்களிடம் அது இருந்திருந்தால்தானே இப்போது வெளிவரும்? என்றுமே வறட்சிதான்!

பவானி அழுத்தமாய் நின்றாள். பெரியண்ணன் அவளை உற்றுப் பார்த்தான். பொறுமை நீங்கி பொங்கி எழுந்துவிட்டாள் அவள் என்பது நன்றாகப் புரிந்தது அவருக்கு. இனி அடக்குமுறை செல்லுபடியாகாது. விட்டுப்பிடித்துத்தான் விவகாரம் தீர்க்கவேண்டும்.

அத்தியாயம் 25

சரியாக ஐந்து மணிக்கு அனந்தகிருஷ்ணனின் கார் உள்ளே நுழைந்தது. புல்வெளியில் நாற்காலியில் அமர்ந்திருந்த பரசுராமன் எழுந்துகொண்டான். அனந்தகிருஷ்ணன் கீழே இறங்கி கதவைத் திறந்துவிட பவானி இறங்கினாள். பரசுராமன் அவர்கள் அருகில் வந்தான். பவானியைப் பார்த்துக் கைகூப்பினான்.

"என் பிள்ளை பரசுராமன்." பவானி அவனை புன்சிரிப்போடும் வியப்போடும் ஒரு வினாடி பார்த்தாள்.

"அப்டி உட்கார்ந்து இவனோட பேசிண்டிரு பவானி. இதோ வந்துடறேன்" அனந்தகிருஷ்ணன் உள்ளே போனார்.

பரசுராமன் புல்வெளிக்கு அவளை அழைத்து வந்தான்.

"உட்காருங்கோ" பவானி உட்கார ஐந்து நிமிடம் எப்படிப் பேச்சை ஆரம்பிப்பது என்ற சங்கோஜத்திலேயே கழிந்தது. பவானி தோட்டத்தை சுற்றிப் பார்வையை ஓடவிட்டாள். ரோஜாச்செடிகளில் பூக்கள் மலர்ந்திருந்தது. வெள்ளை, மஞ்சள், சிகப்பு என்று பலவர்ணங்களில் சிரித்த பூக்களைப் பார்க்கப் பார்க்க தானும் பூவாகவே மாறுவதுபோல் தோன்றியது.

"ரோஜாப்பூ பிடிக்குமா உங்களுக்கு? பறிச்சுத் தரவா?"

"இத்தனை பூவையும் பறிச்சு என்ன செய்வீங்க?"

"சாமிக்கு போடுவோம். மாலை கட்டி எடுத்துண்டு போய் கற்பகாம்பாளுக்கு சார்த்துவோம்."

"நல்ல காரியம். பறிக்க பொம்மனாட்டி இல்லாத வீடாச்சேன்னு கவலைப்பட்டேன். அதான் கேட்டேன்."

"இனிமே அந்த கவலை எனக்கும் இருக்காது. நிர்வாகம் பண்ணத்தான் நீங்க வந்துடுவேளே."

பவானி ஒரு விநாடி அவனை ஏறிட்டுப் பார்த்தாள்.

"நா வரது பரசுவுக்கு சந்தோஷம்தானா?"

"நா உங்களை என்னன்னு கூப்பிடட்டும். சித்தின்னா? அம்மான்னா...?"

"எப்டி வேணா...? பவானின்னுகூட கூப்பிடலாம். அழைப்பு முக்கியமில்ல எனக்கு. அன்புதான் முக்கியம்."

"ரொம்ப தேங்க்ஸ். நான் அம்மான்னு கூப்டத்தான் ஆசைப்படறேன்."

பரசு சொல்ல, பவானி நெகிழ்ந்து போனாள்.

"நிஜமாகவே என்மேல எந்த வருத்தமும் இல்லையா பரசு...?"

"ஏன் இப்டி ஒரு சந்தேகம்?"

"அப்டியில்ல! இவ்ளோ சாதாரணமா ஏத்துக்கற விஷயமா இது...? வேற வீடா இருந்தா சண்டை வரும். அமளிதுமளிப்படும். வந்தவளை ஓட ஓட விரட்டிவிட முயற்சி நடக்கும். அம்மா உசிரோட இருந்தாலும் இல்லாட்டாலும் அவ ஸ்தானத்துக்கு இன்னோர்த்தர் வருவதை யாரும் பொதுவுல விரும்பிட மாட்டாங்க."

"எங்க வீடு சராசரி வீடல்ல. எனக்கு அப்பான்னா உசிர். அவருக்கு நான் பிள்ளைங்கறதைவிட சிநேகிதன்னு சொல்லலாம். அப்பாவோட உணர்வுகள்தான் எனக்கு முக்கியம். அப்பா சந்தோஷமா இருக்கணுங்கறது அதைவிட முக்கியம். சில விஷயங்களுக்கு வயசோ கட்டுப்பாடோ கிடையவே கிடையாது. அப்பா நல்லவர். உத்தமர், பிள்ளைன்னு நினைச்சு கூச்சப்படாம உங்களோட நட்பைப்பத்தி என்கிட்ட

மனம்விட்டுப் பேசினார். அந்த வெளிப்படையான பேச்சும், உண்மையும் அவரை அப்பான்னு சொல்லிக்கறதைவிட, அவரோட பிள்ளையா என்னை படைச்சதுக்குதான் நா பகவான்கிட்ட நன்றி சொன்னேன்.''

''அப்பாவைவிட, அவர் மனதை கவர்ந்துவிட்ட உங்களை நா இப்பொ ரொம்ப மதிக்கறேன். சொல்லப்போனா பிரமிக்கறேன். ஆண்டாளைப் பத்தியோ. மீராவைப் பத்தியோ, ராதையைப் பத்தியோ படிக்கும்போது பிரமிப்பு வருமே அந்த மாதிரி பிரமிப்பு. தெய்வத்தையே காதலிச்சு, தெய்வத்தோட ஐக்கியமாகறதுங்கறது லேசான விஷயமா என்ன? அந்த மாதிரிதான் தோண்றது.''

பரசு சொல்லச் சொல்ல பவானிக்கு காலோடு தலை தேகம் நடுங்கியது. அப்பாமீது அவன் வைத்திருக்கும் அன்பும் காதலையும் எத்தனை அழகாய் வெளிப்படுத்திவிட்டது இந்தப் பிள்ளை, என்று பிரமித்தாள். இந்த உயர்ந்த சூழலில் நுழைவதற்கு உண்மையிலேயே தனக்கு அருகதை இருக்கிறதா என்ற சந்தேகம் எழுந்தது.

''என்ன சொல்றான் என் பிள்ளை?'' அனந்துகிருஷ்ணனின் குரல் பின்னால் ஒலித்தது. வேட்டி ஷர்ட்டுக்கு மாறியிருந்தார்.

''என்னடா பரசு... பவானி எப்டி இருக்கா? அப்பா மேல கோவம் வரதா சந்தோஷம் வரதா?''

''பவானின்னு பேர் சொல்லியே கூப்டலாம்னு எனக்கு உரிமை கொடுத்தாச்சு. நா எப்டி கூப்டுவேன்னு நினைக்கற? சித்தி? பவானி? அல்லது அம்மா....! எப்டி கூப்டப் போறேன்னு கெஸ் பண்ணு பார்ப்போம்.''

அனந்தகிருஷ்ணன் யோசிக்கவேயில்லை. சட்டென்று சொன்னார்.

''எனக்கு உன்னைப்பத்தி தெரியும் பரசு. என்மேல உனக்கிருக்கற அன்பு தெரியும். அந்த அன்பு காரணமா நா

நேசிக்கறதையெல்லாம் நீயும் காரணம் கேட்காம நேசிப்ப. ஸோ... இவளை அம்மான்னுதான் கூப்டுவ சரியா...?''

பவானி பிரமித்துப் போனாள். இப்படிப் புரிந்துகொண்டு பேசும் தகப்பன் மகனை அவள் சத்தியமாய் எங்கும் இதுவரை கண்டதில்லை. கடவுளே! என் குறுக்கீட்டினால் இந்த அன்பு கடைசிவரை குறைந்துவிடாமல் இருக்க வேண்டுமே என்ற பயமும் எழுந்தது. கூடவே தன்வீடு பற்றி நினைத்து அருவருப்பும் ஏற்பட்டது. ஒருவரை ஒருவர் புரிந்துகொள்ள அங்கே யாரும் முயன்றதுமில்லை. புரிந்துகொள்ள விட்டதுமில்லை. சந்தேகம் சந்தேகம் எதற்கெடுத்தாலும் சந்தேகம். தான் தன் சுகம் என்ற நினைப்பு. இதற்குமேல் எதுவுமில்லை. பூர்வ ஜென்மத்துப் புண்ணியம்தான் அனந்தகிருஷ்ணனின் அன்பு அவளுக்கு கிடைத்திருக்கிறது. இந்த அன்புக்கு எந்தத் தடையும் வந்துவிடக்கூடாதே என்ற கவலையும் ஏற்பட்டது.

''என்ன யோசனை பவானி?''

''எனக்கு பயமார்க்கு''

''என்ன பயம்?''

''இந்த வீட்டுல வந்து குடித்தனம் பண்ற யோக்யதை எனக்கு உண்டான்னு.''

''அம்மான்னு கூப்ட எம்பிள்ளை ஒத்துண்டப்பறம் ஏன் இந்த பயம் உனக்கு? என்னடா சொல்ற பரசு?''

பரசு பதில் சொல்லாமல் சிரித்தான்.

''நா இன்னொரு விஷயம் கேட்கணுமே பரசுகிட்ட''

''கேளுங்கோ''

''எங்க கல்யாணத்துக்கப்பறம் உன் ஃப்ரண்ட்ஸ், அல்லது தெரிஞ்சவங்க எல்லாரும் உன்கிட்ட இதுபத்தி விசாரிப்பாங்க

பரசு. அது உன்னை வருத்தப்படுத்தாதா? சிலபேர் கிண்டல்கூட பண்ணலாம்.''

''பண்ணிட்டு போட்டுமே. நம்ம வாழ்க்கை நம்மளோடது. அதை எப்டி வாழணும்னு தீர்மானம் பண்ண வேண்டியது நாமதான். விமரிசனங்களுக்கு காதுகொடுக்க இது சினிமா படமோ, பத்திரிகையோ, அரசியலோ இல்ல. இது வாழ்க்கை. பியூர்லி நம்மளோட வாழ்க்கை. இதைப்பற்றி விமரிசிக்க யாருக்கும் அதிகாரம் கிடையாது. ஸோ... அதையும் மீறி எழும் விமரிசனங்களை நாம் சட்டை பண்ணவும் கூடாது.''

''கரெக்டா சொன்னடா பரசு! என்ன பவானி, பயம் போச்சா?''

''இது பயமில்ல, கவலை. நம்பளால பரசு காயப்பட்டுடக் கூடாதேங்கற கவலை. தப்பா இது?''

''தப்பில்ல. ஆனா பரசு சராசரி வாலிபன் இல்ல. இவனை யாராலயும் காயப்படுத்திட முடியாது. இவன் சாதாரணமானவனும் இல்ல, பீஷ்மனைப் போன்றவன். தூய்மையானவனுக்குப் பிறந்தவன். தூய்மையாய் வளர்ந்தவன். அந்த பீஷ்மனைப் போலவே தகப்பன் விருப்பம் அறிந்து தகப்பனின் கல்யாணத்திற்கு உதவிசெய்யப் புறப்பட்டவன். தப்பித்தவறி எனக்குப் பிள்ளையாய்ப் பிறந்துவிட்டவன். இவனுக்கு முன்னால் நான் தூசி. இவன் காலில் விழுந்து வணங்க வேண்டியவன் நான்.''

அனந்தகிருஷ்ணனின் குரல் மெல்ல அடைத்தது. நெகிழ்ச்சியில் கண்கள் பளபளத்தது. ஒருவினாடி அங்கே அமைதி சூழ்ந்தது. பரசு எழுந்து வந்து அப்பாவின் காலடியில் அமர்ந்து அவர் தொடையில் தலைசாய்த்துக் கொண்டான்.

''என்னடா பரசு?'' அனந்தகிருஷ்ணனின் விரல்கள் அவன் கேசத்தை கோதியது.

பரசு பதில் சொல்லவில்லை. அப்பாவின் மடி தந்த இதத்திலும் கேசத்தில் கோதிய விரல்களின் பரிவிலும் குழந்தையாய் மாறி, கண்மூடிக் கொண்டான்.

"நா போய் சாப்ட ஏதாவது கொண்டு வரவா?" பவானி உரிமையோடு கேட்டபடி எழுந்து பங்களாவை நோக்கி நடந்தாள்.

சமையல்கார மாமி அவளை அதிசயத்துடன் பார்த்தாள். ஆனால் ஒன்றும் கேட்கவில்லை. பவானி மூன்று காலி கோப்பைகளும், ஜக்கில் காப்பியும் சர்க்கரை கிண்ணமும் ஒரு டிரேயில் வைத்து எடுத்துக்கொண்டாள்.

"போண்டா போடச் சொன்னாரே, எடுத்துக்கலையா?" மாமி கேட்டாள்.

"போய் கேக்கறேன். வேணும்னா வந்து எடுத்துக்கறேன்."

"நீங்க அனந்தகிருஷ்ணனுக்கு உறவா?" மாமி சுற்றி வளைத்துக் கேட்டாள்.

"அவர் என்ன சொன்னார் என்னைப்பத்தி?"

"நா கேக்கலை."

"ஏன் முதலாளிங்கற பயமா?" பவானி சிரித்தாள்.

"அப்படியில்ல, கேட்டா தப்பா நினைச்சுப்பாரோங்கற தயக்கம்தான்."

பவானி காப்பி டிரேயை மேடைமீது வைத்துவிட்டு மாமியிடம் வந்தாள். அவள் காலில் விழுந்து நமஸ்கரித்தாள்.

"நீங்க என் அம்மா மாதிரி, ஆசீர்வாதம் பண்ணுங்கோ. பரசுவோட அம்மா ஸ்தானத்துக்கு கூடிய சீக்கிரம் என்னை கொண்டு வரப்போறார் அவர்."

பவானி சொல்ல மாமி ஒருகணம் திகைத்து நின்றாள். பிறகு சுதாரித்துக் கொண்டு அவளை எழுப்பினாள். தன் அலமாரியிலிருந்து குங்குமச் சிமிழ் எடுத்துத் திறந்து பவானியின் நெற்றியில் பொட்டு வைத்தாள்.

"நன்னார்க்கணும். அனந்து ரொம்ப ரொம்ப நல்லவன், பரசு அதைவிட. இது வீடில்ல, கோயில். நீ வந்தப்பறம் இது சாட்சாத் கைலாசமா மாறணும்."

பவானி காப்பி டிரேயோடு தோட்டத்துக்கு வந்தாள். பரசு ரோஜாப்பூ பறித்துக் கொண்டிருந்தான்.

"அப்பறம்... உங்க வீட்டுல சொன்னயா பவானி?" அனந்தகிருஷ்ணன் கேட்டார்.

"ம்... சொன்னேன். பெரியண்ணன் உங்களைப் பார்க்கணும்னார்."

"நா வரணுமா, இல்ல அவர் வருவாரா?" பவானி யோசித்தாள்.

அத்தியாயம் 26

பவானிக்குப் பின்னால் உள்ளே நுழைந்த அனந்தகிருஷ்ணனை வீடு வெறித்துப் பார்த்தது. பெரியண்ணன் கணக்கு நோட்டில் புதைந்திருந்தார்.

"உங்ககிட்ட பேசறதுக்கு அவரைக் கூட்டிட்டு வந்திருக்கேன்."

அவர் சட்டென்று தலை நிமிர்ந்து விடவில்லை. அனந்தகிருஷ்ணன் நின்று கொண்டேயிருந்தார். யாரும் அவரை உட்காரச் சொல்லவில்லை. கூடத்தில் பேருக்குக்கூட நாற்காலி எதுவுமில்லை.

பெரியண்ணன் அரை நிமிடம் கழித்துதான் தலை நிமிர்ந்தார். அனந்தகிருஷ்ணனை ஏறிட்டுப் பார்த்தார். உட்காருங்கள் என்று தன் அருகில் தரையைச் சுட்டிக் காட்டினார். "நா போய் சேர் கொண்டு வரேன்" பவானி உள்ளே போக, தடுத்தார்.

"வேண்டாம் பரவால்ல" என்றபடி தரையிலேயே கால் மடக்கி உட்கார்ந்தார்.

"பவானி எல்லாம் சொன்னா" பெரியண்ணன் சொன்னார்.

"எங்க வீட்டுல பவானிக்கு எந்தக் குறையும் இருக்காது."

"இங்க மட்டும் என்ன குறை வெச்சோம்?" ஏதோ ஒரு அண்ணியின் குரல் மட்டும் கேட்டது. பவானி திரும்பிப் பார்த்து இகழ்ச்சியாய் சிரித்தாள்.

"உங்க ஜாதி வேற. எங்களுது வேற."

"எங்களுக்கு ஜாதி பத்தி பிரச்சனையில்ல."

"ஆனா எங்களுக்கு இருக்கு. அத்தைக்காரி வேத்து ஜாதியில கல்யாணம் கட்டிக்கிட்டான்னு தெரிஞ்சா எங்க பொண்ணுங்களுக்கு எப்டி கல்யாணமாகும்?"

"உங்க பொண்ணுங்க கல்யாணத்தைப்பத்தி இவ்ளோ கவலைப்படத் தெரியுதில்ல? ஆனா நாங்களும் பொண்ணுங்கதான்னு ஏன் நினைச்சுப் பார்க்கல? இத்தனை நாள் ஏன் எங்களைக் கட்டிக் கொடுக்காம வெச்சிருந்தீங்க?" பவானி வெடித்தாள்.

"பவானி, ப்ளீஸ்..." அனந்தகிருஷ்ணன் அவளைத் தடுத்தார்.

"நீயே பேசிக்கறதுன்னா என்னை எதுக்கு இங்க கூப்ட்ட?"

"பின்ன எப்டி பொறுப்பில்லாம பேசறாங்க பாருங்க."

"என்னைப் பேச விடு பவானி" பவானி அடங்கிப் போனாள்.

"சார், நா சொல்றதை தயவுசெய்து மனிதாபிமானத்தோட கேளுங்க. பவானியும் நானும் கல்யாணம் செய்துக்க ஆசைப்படறோம். இது பதினெட்டு வயசுல வர பக்குவமில்லாத காதல் இல்லை. ஒருத்தரோட ஒருத்தர் மனம் விட்டுப் பேசி, நிறை குறைகளை புரிஞ்சுண்டு ஒருமனதா எடுத்த முடிவு. இந்த வீட்டுக்கு பெரியவர் நீங்க. முறைப்படி திருமணம் நடக்கணுங்கறது என் விருப்பம். அதனாலதான் வீடு தேடி வந்திருக்கேன். ஜாதி அது இதுன்னு போட்டு குழப்பிக்காம நீங்க மனப்பூர்வமான சம்மதம் தரணும்."

பெரியண்ணன் கண் மூடி யோசனையில் ஆழ்ந்தார். பவானிக்கு எரிச்சலாய் வந்தது. பெரிய ஞானின்னு நினைப்பு. வேஷம்! அத்தனையும் வேஷம்! விவேகி மாதிரி

வேஷம். உள்ளே அத்தனையும் விஷம்! தான் தன் சுகம் பெரிதென்று எண்ணும் சுயநலப் பிசாசு. ஊமையாய் இருந்தே ஊரைக் கெடுக்கும் ஆமை. பெரியண்ணன் கண்திறந்து அனந்தகிருஷ்ணனைப் பார்த்தார்.

"உங்க விலாசம் கொடுத்துட்டு போங்க. உங்க சூழ்நிலை, அந்தஸ்து எல்லாம் பார்த்துட்டுதான் ஒரு முடிவு சொல்லமுடியும்."

"நா சொல்லலையா. இவங்க வாழ விடமாட்டாங்கன்னு. இவங்களை மதிச்சு வீட்டுக்கு வரவேண்டாம்னு இதுக்குத்தான் சொன்னேன்."

"ப்ளீஸ் பவானி...." அனந்தகிருஷ்ணன் அவளை அடக்கிவிட்டு பர்ஸ் பிரித்து விலாச அட்டையை எடுத்துக் கொடுத்தார். "என்னிக்கு வரேன்னு சொன்னீங்கன்னா வீட்டுல இருக்க சௌகர்யமார்க்கும்."

"நாளைக்கே வரேன்."

"நேரம்?"

"இதே நேரத்துக்கு வரேன், உங்க பிள்ளையை இங்க அனுப்பி வெச்சா அவரோடு வந்துடுவேன்."

"அதுக்கென்ன? அனுப்பி வைக்கறேன் வாங்க."

அனந்தகிருஷ்ணன் எழுந்து கொண்டார். கைகூப்பி விடைபெற்றார். அவரை வழியனுப்பிவிட்டு உள்ளே வந்த பவானி அண்ணனை முறைத்தாள்.

"நல்லவரா தெரியறார் பவானி. ஆனா அந்த நல்ல குணத்துக்கு நீ பொருந்துவயான்னுதான் சந்தேகமார்க்கு. அவசரம் அதிகம் உனக்கு. ஆயிரம்தான் இந்த வீடோ, நாங்களோ உனக்கு பிடிக்காட்டியும் அடுத்தவங்க முன்னால எங்களைக் கேவலமா பேசற பழக்கத்தை நிறுத்திக்க!"

அண்ணன் இப்படிச் சொன்னதும் பவானியின் முகம் சுருங்கியது. உண்மையிலேயே அனந்தகிருஷ்ணனின் நற்குணத்துக்கு முன்னால் நான் வெறும் துரும்புதானோ என்று தோன்றியது. எதுவும் பேசாமல் மாடிக்குப் போனாள்.

மறுநாள் சொன்னபடியே பரசுராமனை அனுப்பி வைத்தார் அனந்தகிருஷ்ணன்.

"நேத்திக்கு உங்கப்பா வேற கார்ல வந்தாப்பல இருந்துச்சே"

'வீட்டில் மூன்று கார் இருக்கிறது' என்றால், பீற்றிக் கொள்வதாக அர்த்தமாகிவிடும் என்பதால் பதிலே சொல்லாமல் சிரித்தான் பரசுராமன். ஏழ்மையும் சரி, செல்வச்செழிப்பும் சரி, தானாக அறியப்பட வேண்டிய விஷயம். வறுமையைப்பற்றிச் சொன்னால் புலம்பல், செல்வத்தைப் பற்றிச் சொன்னால் பீற்றல்.

பெரியண்ணன் நிதானமாகப் புறப்பட்டார். 'நானும் வரேனே' என்றாள் பெரியண்ணி. காரில் போகும் ஆசையில்தான் கேட்டாள்.

"வேண்டாம்."

"இல்லை வரட்டுமே." பரசுராமன் சொன்னான். அவர் மறுக்கவில்லை. பெரியண்ணியும் புறப்பட்டாள்.

வீட்டைப் பார்த்ததும் இருவருமே மலைத்துப் போய்விட்டார்கள். ஒருகணம் அண்ணியின் கண்கள் மிகப்பெரிதாய் விரிந்தது. வீட்டைச் சுற்றிச் சுற்றி கண்களை ஓடவிட்டாள். ஒவ்வொரு பொருளையும் பிரமிப்போடு பார்த்தாள். இத்தனை பெரிய பணக்காரனா என்ற பொறாமை எழுந்தது. இத்தனை வயதுக்குப் பிறகு இந்த மூதேவிக்கு இப்படி ஒரு வாழ்வா என்ற அசூயை அவளைத் தின்றது.

பரசுராமன் அப்பாவை அழைத்துவரப் போனான்.

"ஏங்க... வீட்டைப் பார்த்ததும் மலைச்சுட்டீங்களாக்கும்?"

"ரொம்ப பெரிய செல்வந்தர்னு நினைக்கிறேன்."

"என்ன செய்யப் போறீங்க?"

"என் ஆச்சர்யம் என்னன்னா இவ்ளோ பெரிய இடத்துக்கு வரப்போறோம்னு தெரிஞ்சும் எதுக்கு நம்ம வீட்டுல பங்கு கேக்குது இந்த பொண்ணு?"

"பேராசைதான் வேறென்ன? பணம் எவ்ளோ இருந்தாலும் யாருக்கு திருப்தி இருக்கு?" அனந்தகிருஷ்ணனைக் கண்டதும் பேச்சு நின்றது...

"வாங்க..."

பெரியண்ணனும் பதிலுக்கு கைகூப்பினார்.

சற்றுநேர மௌனத்திற்குப் பிறகு பெரியண்ணன் பேச ஆரம்பித்தார்.

"மனசு ஒத்துப்போனப்பறம் நா வேணாம்னு சொன்னா விலகிடவா போறீங்க.? உங்க இஷ்டம்போல கட்டிக்கங்க. ஆனா..."

"சொல்லுங்க."

"உங்க அளவுக்கு எனக்கு பணம் கிடையாது. வசதியும் கிடையாது. அதனால...."

"தயங்காம சொல்லுங்க."

"பவானி வீட்டுல பங்கு வேணும்னு கேக்குது. அது வேண்டாம்னு எழுதிக் கொடுத்துடச் சொல்லுங்க. நீங்க சொன்னா கேப்பா."

"சொல்லிப் பார்க்கறேன். ஆனா வற்புறுத்த முடியாது என்னால."

“ஒரு உருண்டைசோறு பத்துபேர் பசியடைக்காது. விருந்துண்ணப் போற ஒரு வயறு, இந்த உருண்டைக்கும் போட்டிக்கு வரணுமா? இதை நீங்கதான் பக்குவமா அவகிட்ட எடுத்துச் சொல்லணும்.”

“முயற்சி பண்றேன்.”

“அப்போ உங்க கல்யாணத்துக்கு நாங்க நாள் பார்க்கவா அல்லது.”

“நானே பார்த்துடறேன். பரசுவுக்கு பூணூல் போடறதா இருக்கேன். அதுக்கு முந்தி எங்க கல்யாணம் நடக்கணும்.”

“சின்ன வயசுலயே போட்ருவிங்களே... ஏன் இவ்ளோ நாள்?”

“என்னமோ தோணலை.”

“அப்பொ நாங்க புறப்படறோம்.”

“எதுவும் சாப்டாம போறீங்களே.”

“இப்ப எதுவும் வேணாம். அப்பறம் விருந்தே சாப்டறோம்.”

“எங்களால நகை, சீர்னு எதுவும் செய்யமுடியாது” அண்ணி ஆரம்பித்தாள்.

“நா எதுவும் கேக்கலையே.”

“அதுசரி, உங்க பொண்டாட்டி நகையே நிறைய வெச்சிருப்பிங்களே... சுமாரா எவ்ளோ பவுன் இருக்கும்?”

“எனக்கே தெரியாது.”

“ஏங்க, கேக்கறேனேன்னு தப்பா நினைச்சுக்காதீங்க. இவரைக் கட்டிக்கிட்டதுலேர்ந்து இந்த ஒத்தைச் சங்கிலியத் தவிர நகையே போட்டுக்கிட்டதில்ல. மாங்கா நெக்லஸ்னா

ரொம்ப ஆசை எனக்கு. உங்க கல்யாணத்துக்கு எனக்கு பட்டுப்புடவை எதுவும் வேணாம். ஒரு மாங்கா நெக்லஸ் வாங்கிக் குடுங்க போதும்.''

மனைவி இப்படி வெட்கங்கெட்டு மற்றொரு ஆணிடம் நகை கேட்டதும் பெரியண்ணனின் முகம் சிவந்தது. அவமானமாகவும் உணர்ந்தார் அவர். ஆசை வெட்கமறியாது என்பார்கள். அதற்காக இப்படியா என்று கூசினார்.

இவர் இப்படி நினைக்க பரசுவும், அனந்தகிருஷ்ணனும் அந்தப் பெண்மணியின் வெளிப்படையான கோரிக்கையை மிகவும் மெச்சிக்கொண்டார்கள். அதில் எந்தத் தவறும் இல்லை என்றும் அவருக்குத் தோன்றியது.

''உங்களுக்கு மட்டுமில்ல, உங்க வீட்டுல இருக்கற மத்த ரெண்டு பேருக்கும் சேர்த்தே நெக்லஸ் வாங்கித்தரேன். வெளிப்படையா பேசறவங்களை எனக்கு ரொம்ப பிடிக்கும். எந்த ஒரு ஆசையையும் நடக்குதோ நடக்கலையோ வெளிப்படுத்திடணும்னு நினைக்கறவன் நான்.''

அண்ணியின் முகம் மின்னலை விழுங்கினாற்போல் பிரகாசமாயிற்று.

பரசுராமன் அப்பாவைப் பெருமையோடு பார்த்தான். அவர்கள் கிளம்பினார்கள்.

''கார்லயே போய்டுங்க'' என்றபடி அவர்களைக் காரில் ஏற்றி அனுப்பி வைத்தார்.

கல்யாண ஏற்பாடுகளை சந்தோஷத்தோடு செய்ய ஆரம்பித்தார். எளிமையான திருமணம்தான் என்றாலும் மிகவும் வேண்டியவர்கள் வரையில் அழைப்பிதழ் கொடுத்தாகவேண்டும் என்பதால் அழைப்பிதழ் அச்சடிக்கவும் கொடுத்தார். அச்சகத்தின் உரிமையாளர் அவர் எழுதிக்

கொடுத்த விவரங்களைப் படித்தார். அவர் முகம் மாறியது. அவர் பெரியண்ணன் பெண்ணுக்கு நிச்சயமாகியிருக்கும் பிள்ளைக்கு உறவு. பத்திரிகை அச்சடித்ததும் அதை எடுத்துக்கொண்டு தன் உறவினரிடம் போய்க்காட்டினார். அவர்கள் முகம் சிவந்தது. பெரியண்ணனுக்கு ஃபோன் போட்டுப் பேசினார்கள். 'உங்க பொண்ணுக்கும் என் பிள்ளைக்கும் கல்யாணம் நடக்காது. ஏற்பாடுகளை நிறுத்திடுங்க' என்றார்கள்.

அத்தியாயம் 27

வீடு பதறியது. பவானியோடு யுத்தம் ஆரம்பித்தது.

“இப்பொ திருப்தியாடி?” அண்ணி சீறினாள். “அந்த கட்டையில போறவனுக்கு அம்பது வயசு கல்யாணத்துக்கு இன்விடேஷன் வேண்டியிருக்குதோ...? படுபாவி எல்லாத்தையும் கெடுத்துட்டானே...!” நெக்லஸ் கொடுக்கிறேன் என்றபோது உலகத்திலேயே நல்லவனாகத் தெரிந்தவன், பெண் கல்யாணம் நின்றதும் உலகத்திலேயே பொல்லாதவனாகத் தெரிந்தான். தனக்கு சங்கடம் விளைவிக்காதவரை பிறரை நல்லவராக நினைப்பதுதான் மனிதசுபாவம் என்பதை நிரூபித்தாள் பெரியண்ணி.

இப்படியாகும் என்று பவானியும் எதிர்பார்க்கவில்லை. இது யாருடைய தவறுமில்லை, தானாய் நேரும் சங்கடம். இதற்கு எப்படி அவளோ அனந்தகிருஷ்ணனோ பொறுப்பாவார்கள்? ஆனால் வீடு அப்படித்தான் நினைத்தது.

“என் பொண்ணு கல்யாணம் நின்னப்பறம் உனக்கு மட்டும் எதுக்குடி கல்யாணம்? உன்னாலதான் இது நின்னுது. அப்பவே உங்கண்ணன் படிச்சு படிச்சு சொன்னாரு. ஜாதி விட்டு ஜாதி அத்தைக்காரி கல்யாணம் கட்டிக்கிட்டா அது மத்தவங்களைப் பாதிக்கும்னு. கேட்டயா நீ? உன் சுகம் பெரிசுன்னு நினைச்ச. இப்போ என்ன ஆச்சு பார். உனக்கு மனசாட்சின்னு ஒண்ணு இருந்தா எம் பொண்ணுக்கு ஒரு வழிகாட்டிட்டு அப்புறம் உன் கல்யாணத்தை வெச்சுக்க! அப்டியில்லாம உன் சுகம்தான் பெரிசுன்னு கல்யாணம் கட்டிக்கிட்டு போன... பாவி..! என் வயிற்றெரிச்சல் உன்னை நல்லபடியா வாழவிடாதுடி.. வாழவே விடாது!” பெரியண்ணி பத்ரகாளியாய் மாறியிருந்தாள்.

யாரும் அவளருகில் போகவே பயந்தார்கள். பவானி ஸ்தம்பித்து நின்றாள். அண்ணி சொன்னாலும் சொல்லாவிட்டாலும் நிச்சயமான ஒரு கல்யாணம் தடைப்பட, தெரிந்தோ தெரியாமலோ அவள்தான் காரணம் என்றான பிறகு எப்படி தான் மட்டும் கல்யாணம் செய்துகொள்ள இயலும்? பிள்ளை வீட்டுக்காரர்களிடம் போய் வேண்டுமானால் பேசிப் பார்க்கலாம். ஆனால் அவர்கள் மறுத்து விட்டால்...? பவானிக்கு தலைசுற்றியது. அவளுக்கும் கல்யாணத்துக்கும் ராசியில்லையோ என்று தோன்றியது. வயதுகடந்து கிடைக்கும் வாழ்க்கைகூட ஒட்டக்கூடாது என்பது அவள் தலைவிதியா...? அன்றைக்கே அனந்தகிருஷ்ணனைப் போய்ப் பார்த்தாள். விஷயத்தைச் சொன்னாள். "வேற வழியே இல்லை. நம்ம கல்யாணத்தை நிறுத்திடுங்க. மீறி நடந்தாலும் நமக்கு வாழ்த்துக்கள் கிடைக்காது. வசவுகள்தான் கிடைக்கும். அந்த பெண்ணோட கண்ணீர்ல உல்லாசப் படகுவிட என்னால முடியவும் முடியாது."

அனந்தகிருஷ்ணன் இடிந்து போனார். இந்த பிரச்சனைக்கு என்னதான் தீர்வு? அவருக்கும் புரியவில்லை.

அப்பாவின் சோகம் தோய்ந்த முகத்தைப் பார்த்ததும் பதறினான் பரசுராமன்.

"என்னப்பா ஆச்சு...?"

அவர் விஷயம் முழுக்க சொன்னார். பரசு திகைத்தான். தாழி இப்படி உடையும் என்று அவனும் எதிர்பார்க்கவில்லை. என்ன செய்வதென்று அவனுக்கும் புரியவில்லை. இரண்டு நாட்கள் இறுக்கத்திலேயே கழிந்தது. யாரும் தூங்கவில்லை.

மூன்றாம் நாள் பரசுராமன் பவானியின் பெரியண்ணனை அவர் வேலை செய்யுமிடத்திலேயே சந்தித்தான். அவர் முகத்தைத் திருப்பிக் கொண்டார்.

"நீங்க போய் பேசிப் பார்த்தீங்களா?"

"என்னத்தை பேசறது! பேசறதுக்கு ஏது முகம்?"

"இல்லைங்க. உங்களோட நானும் வரேன். கடைசியா ஒருமுறை பேசிப் பார்ப்போமே."

"நீ சின்னப்பையன் தம்பி. என்னத்த பேசுவ நீ?"

"எனக்காக வாங்க. முயற்சி பண்றது ஒண்ணும் தப்பில்லையே."

பெரியண்ணன் மறுக்கவில்லை. அவனுடன் புறப்பட்டார்.

"எனக்கு நம்பிக்கையில்ல தம்பி."

"எனக்கு இருக்கு."

"ஒருக்கால் மறுத்துட்டா என்ன செய்வ...? நீ கட்டிப்பயா எம்பொண்ணை."

பரசு அவரைக் கூர்ந்து பார்த்தான்.

"நா நம்பற கற்பகாம்பாள் எனக்குள்ள இருந்து பேசுவா. அவளுக்கு தோல்வியே கிடையாது. ஒருக்கால் நீங்க சொல்றாப்பல தோத்துட்டோம்னா அதுவும் கற்பகாம்பாள் உத்தரவுன்னு நினைச்சு உங்க பொண்ணை நானே கல்யாணம் பண்ணிக்கறேன், போதுமா...?"

பெரியண்ணன் அதிர்ந்து போனார். அதற்குப்பிறகு அவனோடு பேசக்கூடத் தயக்கமாக இருந்தது அவருக்கு.

பரசுராமன் விழிகள் மட்டும் திறந்திருக்க மனக்கண் மூடி தியானத்தில் ஆழ்ந்தான். "அம்பிகே ஜகத்ரட்சகி! நா உன்னை நம்பறேன். பரிபூரணமா நம்பறேன். என் விருப்பம் எதுவென்று உனக்கு நன்றாகவே தெரியும். என் வழியில் நான் நடக்க உன் அருள் தேவை தாயே, தந்தருள்!"

"இதான் வீடு தம்பி...."

பெரியண்ணன் சொல்ல வண்டியை அந்த வீட்டின் முன் நிறுத்தினான். கார் சப்தம் கேட்டதும் எட்டிப் பார்த்தவர்கள்

பெரியண்ணனைக் கண்டதும் முகம் மாறினார்கள். உள்ளேகூட அழைக்கவில்லை. பரசுராமன் வாங்கி வந்திருந்த ஆப்பிள் பழக்கூடையை எடுத்துக்கொண்டு முன்னால் செல்ல, பெரியண்ணன் அவன் பின்னால் சென்றார்.

"நாங்கதான் தீர்மானமா சொல்லிட்டோமே, அப்பறம் எதுக்கு சும்மா சும்மா வந்து தொந்தரவு செய்யறீங்க?"

"நான்தான் அழைச்சுக்கிட்டு வந்தேன்."

"நீ யார் தம்பி?"

"எங்கப்பாவைத்தான் இவங்க தங்கச்சி கல்யாணம் பண்ணிக்கறதா இருந்தாங்க."

அவர்கள் ஒரு வினாடி திடுக்கிட்டனர். பரசுராமனை வியப்போடு பார்த்தனர்.

"இவ்ளோ பெரிய பையனை வெச்சுக்கிட்டா அந்தாளு ரெண்டாம் கல்யாணம் கட்டிக்கறான்...? அதுவும் ஜாதி விட்டு ஜாதில! நீ எப்டி தம்பி இதுக்கு சம்மதிச்ச... அவமானமா தோணலையா உனக்கு?"

"இல்லவே இல்லை"

"பொய் சொல்றப்பா. மனசுக்குள்ள இருக்கும்."

"இருந்திருந்தா இந்த கல்யாணம் நின்னதுக்கு சந்தோஷப்பட்டிருப்பேன். உங்ககிட்ட பேச வந்திருக்க மாட்டேன்."

"என்கிட்ட என்ன பேசணும்னு நினைக்கற?"

"கல்யாணத்துக்கு ஜாதி ஒத்துப் போறதைவிட மனசு ஒத்துப்போறது ரொம்ப முக்கியம். தப்போ சரியோ இவங்க தங்கச்சி எங்கப்பாவை மனசார புருஷனா வரிச்சுட்டாங்க. இது எந்த விதத்துல உங்களை பாதிக்கும்னு எனக்குத் தெரியல. அப்டியே அதைத் தப்புன்னு நீங்க நினைச்சாலும் எல்லா தப்புக்கும் பிராயச்சித்தம் உண்டுன்னு பெரியவங்க

சொல்லுவாங்க. ரெண்டு கல்யாணம் அநியாயமா நிக்கறதுனால யாருக்கு என்ன லாபம்? ஊர் உலகம் ஆயிரம் பேசும். ஆனா நமக்கு ஒரு கஷ்டம்னா உதவிக்கு வராது. தூர ஓடிடும். எனக்கென்னன்னு கேட்கும். நல்லபடியா இந்த கல்யாணங்கள் நடக்கணும். இதுக்காக நான் என்ன வேணும்னாலும் செய்ய தயாரா இருக்கேன்.''

''உணர்ச்சிவசப்படாதே தம்பி, என்ன வேணும்னாலும் செய்யத் தயாரா நீ? உங்கப்பன் சொத்து பூரா எழுதிக் கொடுத்துருவயா?''

''அவ்ளோதானே? நா எதுக்கு கொடுக்கணும்? அவரே அத்தனையும் கொடுத்துடுவாரு கேட்டாங்கன்னா...''

''அவ்ளோ ஆழ்ந்த காதலா?''

''அப்படியில்ல. காதல் மட்டும் பெரிசுன்னு சொல்ல வரல, பணம் பெரிய விஷயமில்லன்னு சொல்ல வந்தேன்.''

''ஆனா எங்களுக்கு பணம் பெரிசுதான். இவரு பொண்ணை எதுக்கு நிச்சயம் பண்ணினோங்கறீங்க. அந்த பொண்ணு ஜாதகப் பிரகாரம் தனப்பிராப்தி இருக்கு. சரி, முன்னால இல்லாட்டியும் வந்த நேரம், பிள்ளை, வீடும் வாசலுமா ஆவட்டுமேன்னுதான் ஒத்துக்கிட்டோம். இவங்களை சீர் சினத்தின்னு பிடுங்கினோமான்னு கேளுங்க.''

''இப்பவும் ஜாதகம் மாறிடலையே சார். அதேதானே! அப்புறம் என்ன சந்தேகம்?''

''இல்ல தம்பி. அச்சாபீஸ் வெச்சிருக்கறவன் தன் பொண்ணைக் கட்டிக்குடுக்கறேன்னான் முதல்ல. எம் பிள்ளைதான் இவரு பொண்ணு நல்லாருக்கு. அதனால இதையே முடிங்கன்னான். இப்பொ இவங்க தங்கச்சி ஜாதிவிட்டு ஜாதி கட்டிக்கப்போற விஷயத்தையும் அச்சாபீஸ்காரன்தான் சொன்னான். என் உறவுக்குள்ள எல்லா மரியாதையும் போய்டும். பிள்ளைக்கு ஏதோ குறைன்னு புரளி கட்டிருவாங்க.

அதனால அச்சாபீஸ் பொண்ணையே கட்டிவைக்க வாக்கு குடுத்துட்டேன். அச்சாபீஸை எம் பிள்ளை பேருக்கு எழுதி வெச்சுடறேன்னு சொல்லிட்டார். உத்யோகமே இல்லாட்டிகூட உக்காந்து தின்னலாம். நாலு பேரை விரட்டி வேலை வாங்கலாம்.''

பரசுராமனுக்குப் புரிந்துவிட்டது. பேரத்தை துவங்கிவிட வேண்டியதுதான் என்பது தெளிவாகப் புரிந்தது. வேண்டுதல் நிறைவேற்றி வைக்க இறைவனுக்கே காணிக்கை செலுத்தும்போது மனிதனுக்குக் கொடுப்பதில் ஒரு தவறுமில்லை என்று நினைத்தான்.

''சாந்தி பேர்ல ஒரு வீடும் ரெண்டு லட்ச ரூபா பணமும் எழுதி வெச்சா போதுமா?''

அவர் நிமிர்ந்து பரசுராமனைப் பார்த்தார்.

''வீட்டோட மதிப்பு மட்டும் ஏழு லட்சம் பெறும்.''

அவர் ஒரு நிமிடம் மௌனம் சாதித்தார். தானாய் வரும்போதே இவ்வளவு என்றால், பலவந்தம் பண்ணினால் எவ்வளவு பெயரும் என்று கணக்குப் போட்டார்.

''அது பாருங்க தம்பி. எனக்கு பணம் பெரிசில்ல.''

''பத்தலன்னா இன்னும் கேளுங்க.''

''கைல பத்து லட்சம் கேட்டாகூட குடுத்துடுவயா?''

''பத்து போதுமா...''

அவர் திகைத்தார். உண்மைதானா என்பதுபோல பார்த்தார். பிறகு தலையாட்டினார்.

''பத்து, கேஷா வேணும். வீடு உடனே பேர் மாத்தி ரிஜிஸ்தர் பண்ணணும்.''

''ஆனா சாந்தி பேர்லதான் ரெண்டும் இருக்கும், பணம், வீடு ரெண்டும்.''

"பரவால்ல."

"வாக்கு மாறிட மாட்டீங்களே."

"இப்பவே வேணும்னாலும் தாலி கட்டச் சொல்றேன். நா சொல்றதை எம்பிள்ளை தட்டவே மாட்டான்."

"வேண்டாம். சொன்ன தேதிலயே கல்யாணம் நடக்கட்டும்."

பரசுராமன் எழுந்தான். கைகூப்பி விடை பெற்றான். பெரியண்ணன் இதெல்லாம் கனவா நனவா என்று பிரமித்துப் போயிருந்தார். 'உன் வயசுக்கு நீ என்ன பேசிடப் போற' என்று பேசின வாய் அடைத்துக் கிடந்தது. பரசுவிடம் பயமும் மரியாதையும் கூடியது. நன்றி என்று சொல்லக்கூடத் தோன்றவில்லை.

அத்தியாயம் 28

"நீ பாட்டுக்கு வாக்கு குடுத்துட்டயே தம்பி, உங்கப்பா இதுக்கெல்லாம்...?"

"கவலையே படாதீங்க. உங்க பொண்ணு கல்யாணம் நல்லபடி நடக்கும்." பரசு அவரை வீட்டில் இறக்கிவிட்டுவிட்டு தன் வீடு நோக்கிப் போனான். தோட்டத்தில் அமர்ந்திருந்த அப்பாவைப் பார்த்துச் சிரித்தான்.

"என்னடா பரசு, ரொம்ப சந்தோஷமார்க்க, என்ன விஷயம்? பொண்ணு ஏதாவது கண்ணடிச்சுதா?"

"இல்ல நாந்தான் அடிச்சேன்."

"நிஜமா...?"

"அய்யோ அப்பா, கேளேன். உன் கல்யாணம் நடக்கப் போறது."

"என்னடா சொல்ற?"

"உன் கல்யாணம் நடக்கணும்னா அவங்க வீட்டு கல்யாணம் நடக்கணும். ஸோ, மாப்பிள்ளையோட அப்பாவைப் பார்த்து பேசினேன். பணம் எதிர்பார்த்தா மாதிரி தெரிஞ்சுது. தரேன்னுட்டேன்."

"எவ்ளோ?"

"என் பேர்ல நீ எழுதி வெச்சிருக்கற வீடு ப்ளஸ் போட்டு வெச்சிருக்கற பணம் ரெண்டுத்தையும் வெச்சுதான் சூதாடினேன். ஜெயிச்சுட்டேன். அவா ஒத்துண்டாச்சு."

"பரசு...!"

அனந்தகிருஷ்ணன் அவனைக் கவலையோடு பார்த்தார்.

"இந்த பிஸினஸ்ல லாபமும் வரலாம் நஷ்டமும் வரலாம்னுதான், எது ஆனாலும் நீ கஷ்டப்பட்டுடக் கூடாதுன்னு உம்பேர்ல வீடும் பணமும் ஒதுக்கி வெச்சேன். அதைப் போய்... ஏண்டா பரசு...?"

"எல்லாம் உனக்காகத்தாம்ப்பா. இந்த ரெண்டு நாளா உன் மூஞ்சியைப் பார்க்க சகிக்கல. நீ சந்தோஷமா இல்லன்னா எனக்கு எதுவும் பிடிக்கலப்பா. உன் சந்தோஷத்துக்கு முன்னால வீடும் பணமும் பெரிசில்ல. நீ எப்போதும் கலகலப்பும் சந்தோஷமுமா என்கூட இருக்கறதைத்தான் பெரிய சொத்தா நினைக்கறேன் நான்."

அனந்தகிருஷ்ணன் நெகிழ்ந்து போனார். கண்கள் கலங்க அவனை அணைத்துக் கொண்டார்.

"ஓகேடா பரசு. இந்த சூதாட்டம் வேண்டாம்னா நீ வருத்தப்படுவ. ஜெயிச்சுட்டு வந்தப்பறம் தோல்வியைக் குடுக்க எனக்கு மனசு வரல, பட் முன்னாலயே என்கிட்ட கேட்டிருந்தா. நா வேண்டாம்னு சொல்லியிருப்பேன். அப்படி சொல்றதுனால பவானி மேல அன்பில்லன்னு அர்த்தமில்ல. ஆனா அவளைவிட நீ முக்கியம் எனக்கு."

"தெரியும்ப்பா. அதனாலதான் உன்கிட்ட சொல்லிக்காம போனேன்." பரசு சிரித்தான்.

"போய் அவங்களைக் கூட்டிண்டு வரவா...?"

"அவளுக்கும் தெரிஞ்சிருக்குமில்ல!"

"சொல்லியிருப்பார்."

"எப்டி இருக்கும் அவ ரியாக்ஷன்?"

"போய்ப் பார்ப்போமா?" அதற்கு அவசியமின்றி ஃபோன்மணி அடித்தது. பவானிதான் பேசினாள்.

"உங்களுக்கெல்லாம் புத்தி கெட்டுப் போச்சா?" எடுத்த எடுப்பிலேயே இப்படித்தான் கேட்டாள்.

"இதோ பார் பவானி! பிராமிஸ் பண்ணினது எம் பிள்ளை. நீ அவங்கிட்டயே பேசிக்கோ."

அனந்தகிருஷ்ணன் வெகு சமத்காரமாகச் சொல்லிவிட்டு ஃபோனை அவனிடம் கொடுத்தார்.

"ஏன் பரசு? ஏன் அப்டி செய்த...? எனக்கெதுக்கு இவ்ளோ விலை...? நா என்ன பெரிய இவளா? எங்க கல்யாணம் அவ்ளோ முக்கியமா? சொல்லு... இவ்ளோ பெரிய விலை எதுக்கு?"

"அம்மா..."

பரசு வேறு ஒன்றும் பேசவில்லை. இந்த ஒற்றைச் சொல்லைத்தான் உதிர்த்தான். எதிர்முனையிலிருந்த பவானி ஆடிப்போனாள்.

காதில் விழுந்த இந்த ஒலி அடிவயிறுவரை சென்று தாக்கியது. ரோமம் சிலிர்த்தது. கண்ணீர் பெருக்கெடுத்தது. பேச்சடைத்தது.

"அம்மான்னு உங்களைக் கூப்பிட எவ்ளோ வேணும்னாலும் விலை கொடுக்கத் தயாராக்கேன்."

பரசு சொல்ல பவானி அதற்குமேல் தாங்கமுடியாமல் ஒரு சின்ன கேவலுடன் ஃபோனை வைத்துவிட்டாள்.

"என்னடா, சரி பண்ணிட்டயா? க்ளீன் போல்டா? அப்டி என்ன சொன்ன அவகிட்ட?"

"அம்மான்னேன் வேற ஒண்ணும் சொல்லலை."

அனந்தகிருஷ்ணன் அவனை பிரமிப்போடு பார்த்தார். கடவுளே, இது பிள்ளையா அல்லது தெய்வமா? அவர் உடம்பு லேசாய் நடுங்கியது.

"உனக்கு பணம் வேண்டாமாடா பரசு?"

"வேணாம்ப்பா."

"ஆசையில்லையா?"

"இல்ல"

"நிறைய இருக்கறதுனால அப்டிதான் தோணும்டா பரசு. ஒருக்கால் கஷ்டம் வந்துட்டா அப்பொ பணம் பணம்னு பாப்போம்."

"நா பறக்க மாட்டேம்ப்பா. தாமரையிலை மாதிரி வாழற பக்குவம் எனக்கிருக்கு. இப்பொ மட்டும் நான் இதையெல்லாம் அனுபவிக்கறேன்னு நினைக்கறயா? இருக்குன்னு கர்வமும் இல்ல. இல்லாட்டா துக்கமும் இல்ல."

"துறவிக்குதாண்டா இது சாத்தியப்படும்."

"சரியாச் சொன்னப்பா."

பரசுவின் இந்த பதிலில் அனத்தகிருஷ்ணன் அயர்ந்து போனார்.

"என்னடா சொல்ற நீ" என்றார் திகைப்போடு.

"எனக்கே தெரியலப்பா. ஆனா மனசு அந்தப்பக்கம்தான் என்னை இழுக்கறது."

"எந்தப் பக்கம்...?"

"இமயமலைக்குப் போய் பனிப் பாறைல உட்கார்ந்து தியானம் பண்ணணும்னு தோண்றது. அதுதான் பரம சுகமா தெரியறது."

"உன்னைப் புரிஞ்சுக்கவே முடியலைடா பரசு. நாப்பத்தெட்டு வயசுல நா கிருஹஸ்தனா ஆகணும்னு ஆசைப்படறேன். இருபது வயசுல நீ சன்யாசியா போணும்னு ஆசைப்படற.."

"இதுக்கும் வயசுக்கும் சம்பந்தம் இல்லப்பா. ஆசைகள் மனசுக்கு மனசு மாறுபடும். எந்த ஆசையுமே குத்தமில்ல. அந்த ஆசை காரணமா பிற உயிர்க்கு தீங்கு செய்யறதுதான் குத்தம். நாம அப்டி எதுவும் செய்யலையே! பிறத்தியாருக்கு பயந்து ஆசைகளை மூடி வெச்சு வேஷம் போடறதும் தப்புதான். வேர்த்துக் கொட்டினா குளிக்கத்தானே வேணும். அதுல எந்த குத்தமும் இல்லையே. யார் யார் எப்டியெப்டி வாழணும்னு ஏற்கனவே எழுதி வெச்சிருக்கும். இதெல்லாம் ஏற்கனவே எடுத்து முடிச்ச சினிமா படம்தான். பகவான் பொழுது போகாம போட்டுப் போட்டு பார்க்கறார். அவ்ளோதான். இனிமே நாம நினைச்சாலும் கதையை மாத்த நம்மால முடியாது."

"எனக்கு பயம்மார்க்குடா பரசு. என்னை விட்டுப் போய்டுவயா நீ?"

"நேசிக்கற எந்த உயிரும் சாஸ்வதமில்லப்பா. ஆனா நேசம் மட்டும் நிரந்தரமா இருக்கும் மனசுக்குள்ள. எல்லாரும் ஒருநாள் சாகப்போறோம். நீ சாகப்போற, பவானி சாகப்போறா, நானும் சாகப்போறேன். அதோ போறதே அந்த குழந்தைக்குகூட மரணம் நிச்சயம். இந்த பசு மாடுக்கும் மரணமுண்டு. அந்த பூவுக்கும் மரணமுண்டு. பறக்கற அந்த பறவைக்கும் மரணமுண்டு. மனுஷா போய்ட்டாலும் நேசம் நிரந்தரமா நிக்கும். நினைவுகளை யாராலயும் அழிச்சுட முடியாது."

"பரசு ப்ளீஸ்..." அனந்தகிருஷ்ணன் அவன் கைகளைப் பிடித்துக்கொண்டார்.

"உன்னைப் பார்க்கவே கண் கூசறதுடா எனக்கு. புழுவா நெளியறாப்பல இருக்கு."

"அதான் தப்புப்பா. நீ இப்டி நினைக்கறதுதான் தப்பு. துறவறம் உசத்தி, இல்லறம் மட்டம்னு யார் சொன்னா...?"

"ரெண்டுமே மட்டமில்ல. இன்னும் சொல்லப்போனா இல்லறம்தான் இதைவிட உசத்தி. இதுவரை என் மனசு இதுக்கு ஆசைப்படலை அவ்ளோதான். இதே நிலை தொடரும்னு என்னாலயும் உறுதியா சொல்ல முடியாது. விஸ்வாமித்திரனுக்கே ஒரு மேனகைன்னா நா எம்மாத்திரம்! அப்டி ஒருக்கால் என் மனசுலயும் இந்த சுகத்துக்கு ஆசை வந்துதுன்னா கண்டிப்பா காவியை உதறிடுவேன். கல்யாணம் பண்ணிப்பேன். மனசுல ஆசையை மூடி வெச்சுண்டு சந்நியாசம் பண்ணமுடியாது. அப்டி பண்ணினா அது வெறும் வேஷம்தான். எனக்கு வேஷம் தேவையில்ல. நிஜமா இருக்கத்தான் எப்பவும் ஆசைப்படுவேன்."

"அப்டின்னா நிஜமாவே நீ சன்யாசியா போகப் போறயா? காவி கட்டிக்கப் போறயா?"

"அதுதான் என் விருப்பம்னா நீ அதுக்கு தடை சொல்வயாப்பா?"

அனந்தகிருஷ்ணன் தடுமாறினார். தகப்பனின் விருப்பத்தை அவன் பூர்த்தி செய்திருக்கிறான். அதேபோல் பிள்ளையின் விருப்பத்தை மதித்து நடப்பதுதானே நல்ல தகப்பனுக்கு அழகு...! ஆனால் இப்டி சன்யாசியாய்ப் போவதற்காகவா இவனைப் பெற்றேன்! எந்தத் தகப்பனுக்குத்தான் பிள்ளையை துறவுக்கு அனுப்ப மனசு வரும்.? ஆதிசங்கரனேகூட போராடித்தானே விடை பெற்றான்? நான் மட்டும் எப்படி சட்டென்று இவனுக்கு விடை கொடுப்பேன்?

"என்னப்பா யோசனையார்க்கா? உன் மனசு புரியறதுப்பா எனக்கு. தடுமாற்றம் புரியறது. காவி உடைன்னதும் பயந்துட்டயா? எனக்கு காவி தேவையில்லை நா நானாதான் இருப்பேன். மனசுக்குதான் நிர்வாணம் முக்கியம். மனசுதான் எல்லா ஆசைகளையும் துறந்து நிர்வாணமாகணும். எனக்கு ஆய்டுத்து. இனி எந்த உடை என் உடம்புல இருந்தா என்னா?

நா இப்டியேதான் இருப்பேன். படிப்பை முடிப்பேன். வேலை தேடிப்பேன். ஆனா இந்த உலகமோ, இந்த மனுஷாளோ என்னை கட்டிப்போட விடமாட்டேன். யாருக்கும் அடிமையாயிருக்க விரும்பமாட்டேன். என் போக்குல நா போய்ண்டே இருப்பேன்."

"பசிக்கற இடத்துல நாலு வாய் சாப்டுவேன். தாகம் வந்தா தண்ணீர் குடிப்பேன். நா இந்த உலகத்துல எந்த கோடில இருந்தாலும் என் மனசு மட்டும் உன்னத்தான் சுத்தி சுத்தி வரும். உன்னோடதான் பேசிண்ட்ருக்கும். உன் கால்ல முள்ளு குத்தினாக்கூட எனக்கு அது தெரிஞ்சுடும். அங்கேர்ந்தே மனசால உன் காலை வருடிவிட்டு வேதனை போக்குவேன். மொத்தத்துல உடம்பு இங்க இருக்கறதைவிட மனசு இங்க இருக்கறது முக்கியம்னு நீ புரிஞ்சுப்ப." அவன் பேசப்பேச அனந்தகிருஷ்ணனின் தேகம் நடுங்கியது. பிள்ளை பிரிந்துவிடுவானோ என்று மனசு பதற ஆரம்பித்தது.

அத்தியாயம் 29

இன்விடேஷன் அடித்து வந்தது. ரொம்ப நெருங்கியவர்களுக்கு மட்டும் தான் கொடுக்கப்பட்டது. சில இடங்களுக்கு பவானியும் கூடவே சென்று கொடுத்தாள்.

"உங்கப்பாவுக்கு அனுப்புவீங்களா?"

"அவருக்கு வயசாயிருக்கும் பவானி. இனிமே அவரை ஆத்திரப்படுத்தறது ரொம்ப தப்பு. அவர் வாழ்த்த மாட்டார். சபிப்பார். தேவையா சொல்லு."

"என்ன இருந்தாலும் பெத்தவங்க."

"மறுக்கலை. என்னிக்கு வேணும்னாலும் வரட்டும். பழசு பேசாம சேரட்டும். என் மனசுல பாசமும் மரியாதையும் அப்டியேதான் இருக்கு."

"அங்க பாருங்களேன்." பவானி கையால் சுட்டிக் காட்டின திசையில் அந்த தாடிக்கார எழுத்தாளர் நின்றிருந்தார். கையில் பூப்பொட்டலத்தோடு பாக்கிச் சில்லறைக்குக் காத்திருந்தார்.

"அவருக்கு ஒரு இன்விடேஷன் கொடுப்போமா?"

"தாராளமா" அனந்தகிருஷ்ணன் காரை அவரருகில் நிறுத்திவிட்டு இறங்கினார்.

"ஹலோ." அவரே முதலில் அடையாளம் கண்டுகொண்டு சிரித்தபோது வியப்பாயிருந்தது.

"எங்களுக்கு கல்யாணம். உங்களைப் பார்த்ததும் இன்விடேஷன் கொடுக்கணும்னு தோணித்து."

அந்த உண்மையான பேச்சு தாடிக்காரரை கவர்ந்து இழுத்தது. சிரித்தார். அழைப்பிதழை வாங்கிக் கொண்டார். வாங்கின பூப்பொட்டலத்தை அப்படியே பவானியிடம் நீட்டினார். "வாழ்த்துக்கள்" என்றார். அழைப்பிதழ் பிரித்து தேதி பார்த்தார்.

"அடடா... நா ஊர்ல இருக்க மாட்டேனே! ஒரு ஷூட்டிங்க்காக ஆந்திரா போறேன். அதனால என்ன... இப்ப நா ஃப்ரீதான் உங்க கல்யாண விருந்தை இப்பவே சாப்ட்டுடறேன். லைட்டா.. டிபன் காப்பி, ஓகேயா...?"

அனந்தகிருஷ்ணன் முகம் மலர்ந்தார்.

"ஓ ஷ்யூர். எங்க போலாம்."

"எங்க வேணா."

"உட்லேண்ட்ஸ்...?"

"போலாமே. நீங்க போங்க. நா என் ஸ்கூட்டர்ல வந்துடறேன்."

"ரொம்ப சிம்பிள் இல்ல?" பவானி வியந்தாள்.

"உங்களுக்கு என்ன பிடிக்கும்?"

"எது வேணா..."

"சப்பாத்தி...?"

"ஓ யெஸ்..."

அனந்தகிருஷ்ணன் சப்பாத்தி, குலோப் ஜாமூன் காப்பிக்கு ஆர்டர் செய்தார்.

"நாம இப்டி சேர்ந்து இன்னிக்கு சாப்டுவோம்னு கொஞ்சம் முன்னாலவரை எதிர்பார்க்கல."

"வாழ்க்கையே அப்டித்தானே...?"

"இவர்கிட்ட ஏதோ கேட்கப் போறேன்னயே பவானி"

அனந்தகிருஷ்ணன் தூண்டிவிட பவானி தாடிக்காரரை நேருக்கு நேர் பார்த்தாள்.

"பெண்களைப் பத்தி, பெண் மனசோட உணர்வுகளைப் பற்றி எப்டி இவ்ளோ அற்புதமா எழுதறிங்க? அவங்களோட அந்தரங்கத்தை எப்டி புட்டுப்புட்டு வைக்கறீங்க? நிறைய பெண்களோட பழக்கம் உண்டா உங்களுக்கு?"

அவர் ஒரு நிமிடம் கண்மூடி தனக்குள் ஆழ்ந்தார்.

"என்னைப் பார்க்கற பத்துப்பேர்ல எட்டுப்பேர் கேட்கற கேள்வி இதுதான். எந்த விதத்துல பார்த்தாலும் பெண் ஒரு அற்புதமான படைப்பு. பிரமிக்க வைப்பவள். பெண் மனசு கடலைவிட ஆழம்னு சொல்றதெல்லாம் சும்மா. பெண்ணை என்னால சுலபத்துல புரிஞ்சுக்க முடியறது. இது நா வாங்கிவந்த வரமோ என்னமோ? எட்டாவது படிக்கறவரை எங்கம்மா எனக்கு சாதம் ஊட்டியிருக்கா, கட்டிப்பிடிச்சு கொஞ்சியிருக்கா. தங்கை என்னோட விளையாடுவா, திடீர்னு என் உதட்டுக்கு மேல பூனை மயிரைப் பார்த்ததும் அம்மா என்னை ஒருவாறு உதறிட்டா. பெரியவளானப்பறம் தங்கைக்கும் தடை விதிக்கப்பட்டுவிட்டது, புருஷாளோட பழகப்படாதுன்னு. அதுல அண்ணாவும் அடக்கம்."

"என்னோட நெருக்கமா இருந்த ரெண்டு பொம்மனாட்டிகளும் என்கிட்டேர்ந்து திடீர்னு விலகி நின்னது என்னை ரொம்பவே பாதிச்சுடுத்துன்னுதான் சொல்லுவேன். அப்பறம்தான் என்னை சுத்தி இருக்கற எல்லா பொம்மனாட்டிகளையும் உத்து உத்துப் பார்க்க ஆரம்பிச்சேன். பார்க்கப் பார்க்க பெண் பிரமிப்பை ஏற்படுத்தினாள். எல்லாவிதமான பெண்களோடயும் எனக்குப் பரிச்சயமுண்டு. பெண்களை நான் நிறையவே நேசிச்சேன். பெண்ணோட பழக விருப்பப்பட்டேன். நிறைய தப்பும் பண்ணியிருக்கேன். பெண்ணாசையால் நா பட்ட அவமானம் கொஞ்ச நஞ்சமில்ல. பெண்களுடன் என் அனுபவங்கள் ஏராளம். எந்தப் பெண்களால் நா பாதாளத்தில் சரிந்தேனோ அந்த

பெண்களையே நான் பற்றிக்கொண்டேன். எழுத்தாக்கினேன். என் பலமாக்கிக் கொண்டேன். ஜெயித்துக் காட்டினேன்.''

''உங்க வாழ்க்கையிலும் ரெண்டு பெண்கள்னு கேள்விப்பட்டிருக்கேன். ரொம்ப சந்தோஷமா இருக்கறதாவும் கேள்விப்பட்டேன். எப்டி பாலா? இருதார வாழ்க்கைல பரஸ்பர அன்பும் ஒற்றுமையும் உங்களுக்கு எப்படி சாத்தியமாச்சு...?''

''பொய்யின்றி இருந்ததே வெற்றியின் காரணம், என் மனைவிகளிடம் எனக்கு ஒளிவு மறைவு கிடையாது. அவர்களுக்கு நான் சகல உரிமையும் அளித்திருக்கிறேன். ஒருவருக்கொருவர் உண்மையாயிருப்பது முக்கியம் என்று நினைக்கிறேன் நான். அவர்களை ஆளுமை செய்வதற்கு எனக்கு எவ்விதம் சகல உரிமையும் உள்ளதோ அதேபோல் என்னை ஆளுமை செய்யும் உரிமையும் அவர்களுக்கு உண்டு. நான் தவறு செய்தால் ச்சீ போ என்று என்னைக் கடிந்துகொள்ளவும் உரிமையளித்திருக்கிறேன். நீங்கள் பெண்கள் இப்படித்தான் இருக்கவேண்டும் என்றோ, நான் ஆண், இப்படித்தான் இருப்பேன் என்றோ எந்த சட்டதிட்டமும் நாங்கள் வகுத்துக் கொள்ளவில்லை. எங்களுக்குள் வெட்கம் கிடையாது. பொய் கிடையாது. அகங்காரம் கிடையாது தேவையற்ற ஈகோ கிடையாது. அவர்களிடம் என்னை முழுமையாக இழந்தேன். அப்படி இழந்ததால் அவர்களை முழுமையாக வென்றேன்.''

''அப்டின்னா இந்த அண்டர்ஸ்டாண்டிங் இல்லாமதான் பாதி குடும்பத்துல பிளவு ஏற்படறதா?''

''புரிந்து கொள்ளல் இல்லாத இடத்தில் பிளவு நிச்சயம். நம் தேசத்துப் பெண்களுக்கு தவறாகப் போதிக்கப்பட்டு விட்டது. நீ பெண்ணாய்ப் பிறந்து விட்டவள். எல்லோருக்கும் அடங்கி நடக்கவேண்டியவள். உன் கடமைகள் சமைத்துப் போடுதல், கணவனுக்குத் தேவைப்படும் போதெல்லாம் சுகமளித்தல், பிள்ளை பெறுதல், உன் சுதந்திரம் சமையலறைக்குள் மட்டுமே.

அதற்கு வெளியில் நீ அடிமை! இப்படி நிறைய நிறைய போதிக்கப்பட்டவள்."

"அந்த நிலமை இன்னிக்கு எவ்வளவோ மாறியிருக்கே! பெண், விடுதலை அடைஞ்சு வெகு காலமாச்சே!"

"விடுதலைங்கறது எது? வெறும் படிப்பும் உத்யோகமும்தானா? வேறென்ன சுதந்திரம் கொடுத்திருக்கோம்? சம்பாதிக்கற பெண் இன்னிக்கு இரட்டை லாபம். அவ்ளோதான். பெட்ரூம்ல என்னிக்கு ஒரு பொம்மனாட்டிக்கு முழு சுதந்திரமும் கிடைக்கிறதோ அன்னிக்குத்தான் பெண்ணை ஆண் மதிக்கறான்னு அர்த்தம்."

"சரியா புரியலை."

"படுக்கையறைங்கறது, ஆணும் பெண்ணும் முழுமையாக வெட்கம் விடவேண்டிய இடம். ஆனால் இங்கே வெட்கம் விட்டு வேகம் காட்டும் பெண்ணை ஆண் சந்தேகப்படுகிறான். அவளைக் கேவலமாக நினைக்கிறான். ஏனெனில் பெண் என்றால் வெட்கப்படவேண்டும், வெட்கம் கொண்டவள்தான் பெண் என்று இருவருக்குமே தவறாக போதிக்கப்பட்டிருக்கிறது. பெண்ணுக்கும் காமம் உண்டு. அந்த காமத்தை தீர்க்க வேண்டிய கடமை தனக்கும் உண்டு என்று ஆண் நினைப்பதில்லை."

"அதேநேரம் சொல்லிச் சொல்லி தான் வளர்க்கப்பட்ட விதத்தினால், வெட்கமிழந்துவிட்டால் தாசி என்ற முத்திரை குத்தப்பட்டுவிடுமோ என்ற பயத்தில் கணவனுக்கு முழுமையான சுகமளிக்க பெண்ணும் தவறுகிறாள். அந்த வெட்கம் போலி! போலித்தனம் நுழைய அங்கே பொய்யும் நுழைகிறது. பொய்யோடு நடக்கும் தாம்பத்யத்தில் புரிந்து கொள்ளல் இராது. ஆக. தாம்பத்யத்தின் சிதைவு படுக்கையறையிலிருந்துதான் ஆரம்பிக்கிறது. இங்கே வெட்கம் தேவையில்லை என்று மனைவிக்கு பக்குவமாய் கணவன் என்பவன் சொல்லிக் கொடுக்க வேண்டும். அந்த காரியத்தை எந்த ஆணும்

செய்வதில்லை. ஏனெனில் வெட்கப்படுபவள்தான் பெண் என்று அவனுக்கும் போதிக்கப்பட்டிருக்கிறதே

திருப்தியற்ற தாம்பத்யத்தின் இறுதியில் ஆண் தவறு செய்யத் துணிகிறான். வீட்டில் கிடைக்காத சுகத்தை விலை கொடுத்துப் பெற முயல்கிறான். அந்த காரியத்தையும் பெண்ணால் செய்ய முடியாது. காரணம் ஆண் என்பவன் என்ன வேண்டுமானாலும் செய்யலாம். கல்லானாலும் அவன் புருஷன். அவன் பரத்தை வீட்டுக்குச் சென்றாலும் நீ பதிவிரதையாயிருக்க வேண்டும். அப்படியிருந்தால்தான் உன்னை உத்தமி, கற்புக்கரசி என்று உலகம் உனக்கு சிலை வைத்து வணங்கும் என்பது பெண்ணுக்கு சொல்லப்பட்ட போதனை!"

"இதுக்கெல்லாம் தீர்வு?"

"தீர்வு சொல்ல நான் நீதிபதியில்லை. பெண்ணை தெய்வமாக வணங்கும் நாடு இது என்கிறார்கள். பெண்ணை சக்தியாக வழிபடும் தேசம் இது என்கிறார்கள். நான் சொல்கிறேன், பெண்ணை சக்தியாக நினைத்து சகதியில் தள்ள வேண்டாம். பெண்ணை தெய்வமாகக் கருதித் தெருவில் நிறுத்த வேண்டாம். பெண்ணை பெண்ணாகப் பார்த்தாலே போதும். பெண்ணாக மதித்தாலே போதும். நான் பெண்ணை பெண்ணாக பாவித்தேன். எனவேதான் பெண் எனக்கு எளிதில் விளங்கினாள். அவள் பிரச்சனைகளை என்னால் சுலபத்தில் அறிந்துகொள்ள முடிந்தது, பெண்ணிடத்தில் அகங்காரம் தேவையில்லை. அகங்காரம் குறைய அன்பு அதிகரிக்கும். அன்பு அதிகரிக்க ஒருமுகப்பட்ட அக்கறை தோன்றும். அக்கறை தோன்ற, விட்டுக்கொடுத்தலும் மதித்தலும் எளிதாகும். இதுவே நல்ல தாம்பத்யம்."

தாடிக்காரரர் மறுபடியும் கண்மூடி மோனத்தில் ஆழ்ந்தார். அனந்தகிருஷ்ணனும் பவானியும் பிரமித்துப் போய் அமர்ந்திருந்தார்கள்.

கொஞ்சநேரம் கழித்துக் கண்திறந்தார்.

"நா பேசினதுல எதுவும் குத்தம்னு தோணித்துன்னா தைரியமா சொல்லலாம்."

"இல்ல. எதுவும் குத்தமா தெரியல. ரொம்ப அற்புதமா பேசினேள்."

"உங்ககிட்ட ஒரு விஷயம் கேக்கலாமா?"

"தாராளமா?"

"இந்த வயசுல நா கல்யாணம் பண்ணிக்க ஆசைப்படறேன். ஆனா எம் பிள்ளை இருபது வயசுல சந்யாச வாழ்க்கைக்கு ஆசைப்படறான். நா என்ன செய்யட்டும்? அவனை அவன் விருப்பபடி நடந்துக்கவிடறது நல்லதா அல்லது..."

அவர் கண் மூடிக்கொண்டார்.

அத்தியாயம் 30

"பூமியப் போலிருங்கோ அனந்தகிருஷ்ணன்! இங்க எல்லாமே பூமிக்குதான் சொந்தம். நம்ம உடம்பு உட்பட. ஆனா அது எதையுமே தன்னோடதுன்னு முடக்கி வெச்சுக்கறதில்ல. எல்லாத்தையும் எல்லாரும் எடுத்து அனுபவிங்கோன்னு வாரி வழங்கியிருக்கு. இந்த மரம் மரத்தோட கனிகள், தானியங்கள், கனிம வளங்கள், நதிகள் எல்லாத்தையும் யார் அனுபவிக்கறா? பூமியா இல்ல நாம்பளா? ஒரு குடம் தண்ணியார்ந்தா தட்டு போட்டு மூடி பத்திரமா வெச்சு நாம மட்டும் குடிக்கலாம். நதியை முடக்கி வெச்சுக்க முடியுமோ? அது உலகத்தோட சொத்தில்லையா?"

"ஒரு சின்ன தொட்டிலதான் காவேரி உற்பத்தியாறது. பூமிலேர்ந்து போகாதேன்னு பூமி தடுக்கறதா? அழறதா? எத்தனைபேரை வாழவைக்க வேண்டிய நதி அது! அப்டி முடக்கி வெச்சா அதுவும் பாபத்துல சேர்த்திதானே! உங்க பிள்ளை அந்த நதியை மாதிரி சுதந்திரமா இருக்கணும்னு விரும்பறான். விரும்பட்டும். ஆனா ஏன் இப்டி விரும்பறான்னு நாம் யோசிக்கணும். விருப்பும் வெறுப்பும் அனுபவப்பட்ட பிறகுதான் வரணும். இல்லறத்துல சுவாரசியம் உண்டா இல்லையான்னு நானும் நீங்களும் சொல்லலாம். ஏன்னா நாம அதை அனுபவிச்சிருக்கோம். அந்த அனுபவம் நமக்கு விருப்பையும் தரலாம். வெறுப்பையும் தரலாம். ஆனா அனுபவிக்காமயே இது வேண்டாம் இதுல எனக்கு ஈடுபாடில்லன்னு சொன்னா அது எதனாலன்னு பார்க்கணும்."

"உங்க பையனைப் பொறுத்தவரை அவனோட ரெண்டாவது வயசுலேர்ந்து உங்க வீட்டுல பெண்கள்னு ஒருத்தரும்

இல்லை. பதினெட்டு வருஷமா நீங்களும் பிரம்மச்சாரியம் கடைபிடித்திருக்கேள். ரெண்டு வயசு பிள்ளைக்கு எதிர்ல உங்க பொண்டாட்டி இருந்திருந்தா இலைமறைவு காய்மறைவா கொஞ்சியிருப்பேள். கட்டிண்டிருப்பேள். முத்தம் கொடுத்திருப்பேள்.''

அப்பாவும் அம்மாவும் சின்னச் சின்னதா வெளிப்படுத்திக்கற அன்பைப் பார்க்க பார்க்கதான் ஒரு குழந்தை வளரும்போது சராசரி உணர்ச்சிகளோட வளரும். அம்மா பிள்ளையைச் சீண்டுவா... 'உனக்கு கருப்பா குண்டா ஒரு பொண்ணைப் பார்த்து கட்டி வெக்கட்டுமா'ன்னு. 'ம்ஹூம் வேண்டாம் உன்னை மாதிரி அழகார்க்கணும்'னு குழந்தை சொல்லும். ஸோ... நாமும் பெரியவனாவோம். நமக்கும் கல்யாணமாகும். நாம்பளும் அப்பா மாதிரியே பொண்டாட்டியைச் சீண்டி சிரிச்சு விளையாடுவோம்னு பிள்ளைக்கு ஒரு எண்ணம் மனசுல பதிஞ்சுடும். இதுதான் நார்மல் குழந்தை.

ஆனா உங்க பிள்ளைக்கு அந்த சந்தர்ப்பமெல்லாம் இருந்ததே இல்லை. நீங்க என்னதான் பிள்ளைக்கு நல்ல சிநேகிதனா இருந்தாலும் ரிஷ்யசிருங்கர மாதிரிதான் பெண்வாடையே இல்லாம அவன் வளர்ந்திருக்கான். ஈடுபாடு இல்லைன்னு அவன் சொல்றதுக்கு இதெல்லாம்தான் காரணம். ஸோ, பக்குவமா அவன்கிட்ட பேசுங்கோ.

"எல்லா அறத்திலேயும் சிறந்தது இல்லறம்தான்னு எடுத்துச் சொல்லுங்கோ. இதுல திருப்தி இருந்தாதான் மற்ற விஷயங்கள் பத்தி யோசிக்கவோ ஈடுபடவோ முடியும்னு சொல்லுங்கோ. பொதுவா பதினெட்டு வயசுலேர்ந்து நாற்பது வயசு வரைக்கும் சந்தோஷமான சம்சாரம். உடல் ரீதியான உறவுகளுக்குதான் இதுல பிரதானம். நாற்பது வயசுலேர்ந்து அம்பத்திஅஞ்சு வயசு வரைக்கும் வானப்பிரஸ்தம்.''

"இந்த வயசுல உடல் உறவுகள் நின்று புருஷனும் பெண்டாட்டியும் வெறும் சிநேகிதர்களாக மாறி, கூடியவரை

விட்டு ஒதுங்கியிருந்து குடித்தனம் பண்ணி, சமைப்பதும் சாப்பிடுவதும், பேசுதலும், உறங்குதலும் மட்டுமே வாழ்க்கையாக்கிக் கொள்வது.''

''இதுக்குப் பிறகுதான் சந்யாசத்துக்கு சரியான காலம். பிள்ளை வளர்ந்திருப்பான். பெண்டாட்டிக்கு புருஷன் தேவையில்லை. பிள்ளைகிட்ட அவளை விட்டுட்டு விச்ராந்தியா போகலாம். அல்லது நாப்பது வயசுல சந்யாசியா போணும்னாலும் பொண்டாட்டியை பிள்ளைகளை நம்பி விட்டுட்டு போகலாம். இதுதான் சரியான முறை. இல்லறம் பத்தித் தெரிஞ்சுக்காம துறவறத்தை சிறப்பா செய்யமுடியாது.

இன்னும் சொல்லப்போனா பக்குவப்பட்ட ஒருத்தனால இல்லறம் நடத்திண்டேகூட துறவியா வாழ முடியும். டிடாச்டு அட்டாச்மெண்ட்டுன்னு இதைத்தான் சொல்றோம். தாமரையிலைத் தண்ணி மாதிரி.''

''இதெல்லாம் உங்க பிள்ளைக்கு எடுத்துச் சொல்லுங்கோ. வத்தக்குழம்பு பிடிக்குமா பிடிக்காதான்னு சாப்பிட்டுப் பார்த்துதானே முடிவுக்கு வரணும்? வத்தக்குழம்பு சமைச்சுப் போடவே உங்க வீட்டுல ஆள் இல்லை. அவனுக்கு எப்டி அது பிடிக்கும்? யாராவது குடுத்தாகூட வேண்டாம்னுதான் சொல்லுவான். சுவை தெரிஞ்ச நாக்குலதான் உமிழ்நீர் சுரக்கும். உமிழ்நீர்தான் சாப்டறதுக்கு ஒரு மனுஷனைத் தயார்படுத்தும். உங்க பிள்ளையை முதல்ல தயார்படுத்துங்கோ. இதுக்குமேல எனக்கு சொல்லத் தெரியல. செல்வத்தை அனுபவிச்சுண்டு இருக்கும்போதே அதை உதறிட்டு போறவன்தான் துறவி. செல்வமே இல்லாதவன் அதை உதறிட்டேன்னு சொன்னா அது கேலிக்கூத்துக்கு சமானம்.''

''பேசுங்கோ உங்க பிள்ளையோட, இதையெல்லாம் புரிய வைங்கோ. குழந்தைகளோட விருப்பு வெறுப்புக்கு மரியாதை கொடுக்க வேண்டியதுதான். குடுக்கறதுக்கு முந்தி அதோட நல்லது கெட்டதைபத்தி நாம முதல்ல தெரிஞ்சுக்கணும்.

அவனுக்குப் புரிய வெக்கணும். இல்லறத்துலேர்ந்து துறவறத்துக்குப் போறது வளர்ச்சி. ஆனா துறவறத்துலேர்ந்து இல்லறத்துக்கு வரது வளர்ச்சியில்ல. அது அசிங்கம். அவன் மனசு சரியா பக்குவப்படலைன்னு அர்த்தம்.''

''இந்த மாதிரி பக்குவப்படாம துறவறத்துக்கு வந்த ஒருசில போலிகள்தான் இன்னிக்கு எல்லா அக்கிரமங்களும் பண்ணிண்டு இருக்கா. அரசியல்வாதிகளையே ஆட்டிப் படைச்சுண்ருக்கா. இந்த போலிகள்ளாம் ஒழியணும்னா. அனுபவப்பட்ட பிறகு பக்குவப்பட்ட பிறகு உங்க பிள்ளையை மாதிரி சிலர் ஆன்மிகப் பாதைக்கு வரணும். ஜனங்களை நல்ல வழியில் அழைச்சுண்டு போணும். அதுக்கு ஆத்ம பலம் வேணும்''

''அந்த பலம் உங்க பிள்ளைக்கு இருக்கான்னு அவனைக் கேளுங்கோ. இல்லைன்னா அது வந்ததுக்குப் பிறகு சந்யாசம் வாங்கிக்கக் சொல்லுங்கோ. சந்யாசத்துக்கு பிள்ளை போறதுல தப்பில்ல. ஆனா தயார்படுத்தி அனுப்புங்கோ. எம்பிள்ளையார்ந்தா நா அப்டித்தான் செய்வேன்!''

அனந்தகிருஷ்ணனின் மனம் அந்த பேச்சில் தெளிந்தது. சிலர் பேசும்போது மனம் இன்னும் குழம்பும். சிலர் பேசும்போது க்ஷணத்தில் தெளிந்துவிடும். மனம் என்பது வினோதமான குளம். இதைத் தெளிவாய் வைத்திருக்கும் திறன் எல்லோருக்கும் இருந்துவிடுவதில்லை. எவ்வளவோ பக்குவப்பட்டவருக்கும்கூட சில நேரம் குழப்பம் வந்துவிடும். தன் குடும்பம். தன் பிள்ளை என்ற அதிகபட்ச அன்பு காரணமாய் யோசிக்கும் திறன் மங்க, குளம் குழம்பி விடும். அதைத் தெளிய வைக்க மற்றோர் தெளிவான மனசினால்தான் முடியும்.

''அப்போ நான் வரேன். தேங்க் யூ ஃபார் யுவர் இன்விடேஷன்.''

அவர் எழுந்து கொள்ள அனந்தகிருஷ்ணன் அவர் கைகளைக் குலுக்கி விடை கொடுத்தார்.

மிக மிக நல்ல நண்பர்கள் மற்றும் நலம் விரும்புவோர் முன்னிலையில் தெய்வ சாட்சியாய் பவானியின் கழுத்தில் தாலி கட்டினார் அனந்தகிருஷ்ணன். அதற்கு முதல்நாள் பரசுராமன் வீடு மாற்றிய பத்திரத்தையும் பணம் போட்ட ஃபிக்ஸட் டெபாஸிட் ரசீதுகளையும் பெரியண்ணனிடம் ஒப்படைத்தான். வாங்கிக் கொள்ளும்போது அவர் கரம் நடுங்கியது. கண் கலங்கியது.

பிறத்தியாருடைய உத்தம குணங்கள் புரியும்போது, தன் துர்க்குணங்களும் சேர்ந்து புரிந்தது. செய்த தவறுகள் புரிந்தது. சுயநலமாய் இருந்துவிட்டது புரிந்தது. இனி எப்படி இருக்க வேண்டும் என்பதும் புரிந்தது. எந்த ரத்தபந்தமும் இன்றி இவ்வளவு செய்கிறார்கள் இவர்கள். என் உடன்பிறந்த தங்கைகளுக்கு நான் என்ன செய்தேன் என்ற கேள்வியும் குற்ற உணர்ச்சியும் எழுந்தது. உள்ளே குடைந்தது.

உண்மை விளங்கலாம், தவறைத்திருத்திக் கொள்ளலாம். ஆனால் மூலையில் முடங்கிக் கிடக்கும் தங்கையின் இளமையும் வயதும் திரும்பி வருமா? காலம் கடந்து வந்திருக்கும் இந்த ஞானோதயத்தால் இனி அவளுக்கு என்ன பயன்?

"பெரியண்ணன் முதன் முறையாக சாமிக்கு முன்னால் அமர்ந்து குலுங்கியழுதார். சரளாவை அழைத்தார். 'என்னை மன்னிச்சுடு சரளா' என்றபடி சாஷ்டாங்கமாக அவள் காலில் விழுந்தார். சரளா பதறினாள். சட்டென்று விலகினாள்."

"போகட்டும் விடுண்ணா. எனக்குத் தேவை கல்யாணமில்ல. உங்க எல்லாரோட அன்பு மட்டும்தான். அது தடையில்லாம கிடைச்சா போதும்."

"கிடைக்கும்மா. இனிமே தடையில்லாம கிடைக்கும். இனிமே எனக்காக நீ உன் வேஷத்தை மாத்திக்கணும்.

பொட்டு வெச்சு, நகை போட்டு, நல்ல புடவை கட்டிக்கணும். நீ தொலைச்ச நகை எல்லாம் நா வாங்கித்தரேன். நீ கலகலப்பா இருக்கணும். சிரிச்சுக்கிட்டு வளையவரணும். அதுபோதும் எனக்கு. நீ கல்யாணம் வேணாம்னாலும் விடப்போறதில்ல. உனக்கு ஒரு மாப்பிள்ளை பார்க்கத்தான் போறேன். மறுப்பு சொல்லாம நீ கட்டிக்கணும்.''

''தலை நரைச்சுப் போச்சு விடுண்ணா''

''பரவால்லம்மா. அவனுக்கு நீ உனக்கு அவன்னு வாழுங்க போதும். தனியா இருக்கறதைவிட துணையோட இருக்கறது இன்னும் சுகம். உன் இளமையெல்லாம் போனப்பறம்தான் இந்த பாவிக்கு புத்தி வந்திருக்கு என்ன செய்ய....''

அண்ணனும் தங்கையும் பேசியது கேட்டதும், மற்ற அண்ணன் அண்ணிகள் முணுமுணுத்தார்கள்.

''அவர் பெண்ணுக்கு திடீர் அதிர்ஷ்டம் அடிச்சுடுச்சு. உடனே நல்லவராய்ட்டார். கூடவே நாமளும் வேஷம் போடணுமா என்ன...?''

முணுமுணுப்பு காதில் விழ அண்ணன் ரௌத்ரமானார்.

''வேணாம். யாரும் வேஷம் போட வேண்டாம். உங்களை ஏதாவது கேட்டேனா நான்...? அல்லது நா கேட்டா வீடும் பணமும் கொடுத்தாங்க அவங்க? இவ ஜாதகம் அப்டிடா. அதான் கிடைச்சிருக்கு. அப்டியே கிடைச்சாலும் நானா வெச்சுக்கிட்டேன், அவங்களுக்குதானே அது? நா எப்போதும் போல தரித்திரன்தாண்டா. ஆனா புத்தி தெளிஞ்ச தரித்திரன். ஒரு பிடி சோறாயிருந்தாலும் ஒரு குவளைக் கூழா இருந்தாலும் எப்டி பகிர்ந்துக்கலாம். எவ்ளோ சந்தோஷமா இருக்கலாம்னு இப்பதான் கத்துக்கிட்டேன்.''

''ஆயிரம் சொன்னாலும் பாரம் கழிஞ்சுடுச்சே உங்களுக்கு. எங்களைச் சொல்லுங்க. இன்னும் எதுவும் விடியல.''

"நேரம் வரும். விடியாமயா போய்டும்."

"விடியறதுக்கு யார் விடறாங்க?"

"அப்போ நா தடுக்கறேங்கறயா?"

"புரிஞ்சா சரி."

"என்னடா செய்யணும்."

"வீட்டை விக்கணும். அல்லது பிரிக்கணும். மூணு பங்கா பிரிக்கணும்."

"அதெப்படி மூணு? நியாயமா அஞ்சா பிரிக்கணும். ஆனா பவானிக்கு இனி இது தேவையில்லை. சரளாவுக்கு வேண்டாமா?"

"சரி நாலாப் பிரிங்க."

"சரி. பிரிச்சுடுவோம், அவ்ளோதானே."

"சரளா எங்ககூட இருக்கட்டும்!"

"திடீர்னு என்ன அவ்ளோ பாசம்?"

"உங்களுக்கென்ன அவ்ளோ பாசம்?"

"இது வேஷமில்லடா. நிஜமான பாசம், இனிமே அவகிட்ட அன்பு காட்டுவேன்னு கொஞ்சம் முன்னாலதான் சொல்லியழுதேன்."

"அதெல்லாம் ஒண்ணும் வேணாம். சரளாவை நாங்களே வெச்சுக் காப்பாத்தறோம்."

பெரியண்ணனுக்குப் புரிந்தது. அவளுடைய பங்கு சொத்தையும் சேர்த்து அனுபவிக்கத்தான் இத்தனை கரிசனம் என்பது புரிந்தது. அவர்கள் சொற்படி சரளாவை அவர்களிடம் விட்டு தன்னை உத்தமன் என்று காட்டிக் கொண்டு விடலாம். ஆனால் சரளாவின் நிலை நிச்சயம் மோசமாகிவிடும்.

உண்மையான அன்பு அவளுக்கு கிடைக்காது. அதைவிட அவள் பங்கை மட்டும் விட்டுக்கொடுத்துவிட்டு அவளைத் தன்னோடு வைத்துக் கொள்வதுதான் நல்லதென்று பட்டது.

சரளாவும் இதற்கு சம்மதித்தாள்.

இனி நீ தங்கை மட்டுமில்ல சரளா, என் மகள். உன்னை நல்லபடியா வாழ வைக்க முயற்சி செய்வேன். அப்டி கல்யாணம் பண்ண முடியாட்டியும், கடசிவரை கண் கலங்காம வெச்சு காப்பாத்துவேன். பரிபூரணமான அன்பை உனக்கு கொடுப்பேன்!' பெரியண்ணன் வாய் விட்டுச் சொல்லவில்லை மனசில நினைத்துக் கொண்டு அவளை அணைத்துக் கொண்டார்.

“பவானி கல்யாணம் முடிஞ்சதும் வீட்டை நாலா பிரிங்க. சரளா பங்கை நீங்க ரெண்டு பேருமே பகிர்ந்துக்கங்க. எனக்கு வேணாம். ஆனா சரளா என்னோடதான் இருப்பா.”

பெரியண்ணன் கம்பீரமாகச் சொன்னார். இந்த மனசும் கம்பீரமும் அனந்தகிருஷ்ணனுடனும் பரசுராமனுடனும் கொஞ்சநேரம் பழகியதால் விளைந்த நற்பயன் என்பது அவருக்குப் புரிந்தது.

அவர்கள் நிழல்பட்டு இந்த புத்தி மலர்ந்திருக்கிறது. அண்ணனின் இந்த மாற்றம் கண்டு பவானி மிகவும் மகிழ்ந்தாள்.

இத்தனை காலம் தன்னால் சாதிக்க முடியாததை அனந்தகிருஷ்ணனும் பரசுராமனும் சாதித்திருக்கிறார்கள். அன்புக்கு இத்தனை சக்தியா என்று பிரமித்தாள். அப்படிப்பட்டவர்கள் வாழும் இல்லத்திற்கு வாழப் போகிறோம் என்று நினைத்து பெருமைப்பட்டாள். அதற்கேற்ற மனப்பக்குவத்தைப் பெறத் தயாரானாள்.

அன்பு... அன்பு... அன்பு... இதுதான் அவர்கள் ஆயுதம். அதையே அவளும் கையில் எடுத்துக் கொண்டு கழுத்தை

நீட்டினாள். அனந்தகிருஷ்ணன் கை கழுத்தில் பட்டபோது சிலிர்த்தாள். ராமன் கால் பட்டபோது இப்படித்தான் இருந்திருக்குமோ அகலிகைக்கும். மனசுக்குள் கொஞ்சநஞ்சமிருந்த அழுக்குகளும் அவர் கைபட்ட க்ஷணத்தில் பஸ்மமாவதை உணர்ந்தாள். நல்ல புடவை கட்டி பூவும் பொட்டும் நகையுமாய் நின்று அட்சதையும் மலரும் தூவிய அக்காவைப் பார்த்துச் சிரித்தாள்.

அத்தியாயம் 31

பரசுராமன் அப்பாவின் அறையைத் தானே அலங்காரம் பண்ணினான். கட்டிலுக்கு மேலே பூப்பந்தலிட்டு, பக்கத்தில் பன்னீரும் சந்தனமும் இனிப்புகளும், குங்குமப் பூவிட்ட பாலும் வைத்தான். ரூம் ஸ்ப்ரே அடித்து வாசனை பத்திகள் கொளுத்தி வைத்தான். ஸ்டீரியோவில் மிக மெல்லிய ஸ்தாயியில் மோகனத்தை ஒலிக்கவிட்டான்.

அனந்தகிருஷ்ணன் அவனைத் தேடி மாடிக்கு வந்தார்.

"என்னடா பண்ற இங்க?"

"எப்டிப்பா இருக்கு?" அனந்தகிருஷ்ணன் திகைத்தார்.

"ஏதாவது விட்டுப் போய்டுத்தாப்பா? ஓகேதானே...?"

"இதெல்லாம் எதுக்குடா பரசு." அனந்தகிருஷ்ணன் கூச்சப்பட்டார்.

"வெட்கப்படும்போது பொம்மனாட்டி மாதிரி ரொம்ப அழகார்க்கப்பா."

"சாஸ்திரிகள் வந்திருக்கார். உனக்கு பூணூல்போட நாள் பாக்கறேன்னார். கீழ வரயா...?"

"வந்தாப்போச்சு" பரசு அப்பாவின் பின்னால் இறங்கினான். கபாலி கோயில் குருக்களும் வந்திருந்தார்.

"வாங்கோ மாமா. அதிசயமார்க்கு! அம்பாள் எப்டி அனுப்பி வெச்சா?"

"ஆமா. அவதான் அனுப்பி வெச்சா. என் கொழந்தையைக் கொஞ்சநாளா காணும். போய் என்னன்னு பார்த்துண்டு

வான்னு அனுப்பி வெச்சா. இங்க வந்தாதானே தெரியறது எல்லா விஷயமும்! ஏண்டா அனந்து, உன் கல்யாணத்துக்கு நா வரமாட்டேன்னு என்னை விட்டுட்டயா? அல்லது நா எதாவது சொல்லிடுவேனோன்னு பயமா?''

''ரெண்டுமில்ல. உண்மையைச் சொல்லணும்னா விட்டுப் போச்சு. அப்பா கொடுத்திருப்பார்ன்னு நா நினைச்சேன்.''

''சாரி மாமா. தெரியாமல் செய்த குற்றம். வேணும்னா கொஞ்சம் விபூதி, குங்குமத்தை குறைச்சலா கொடுங்கோ. ஆனா ஆசீர்வாதத்தை மட்டும் குறைச்சுடாதீங்கோ'' அனந்தகிருஷ்ணன் பழைய கலகலப்போடு பேசி பவானியை அழைத்து, ஜோடியாக அவர் காலில் விழுந்தார்.

அவர் கண்மூடி நெகிழ்ந்து மனசாற ஆசீர்வதித்தார். கற்பகாம்பாள் பிரசாதத்தை பவானியிடம் கொடுத்தார்.

''அப்பறம் என்ன...?''

''பரசுவுக்கு பூணூல் போடணும். வேறென்ன...?''

''யப்பா.... இப்பவானும் தோணித்தே. சாஸ்திரிகளே, சீக்கிரமா நாள் பாரும்''

சாஸ்திரிகள் பஞ்சாங்கம் பிரித்தார். பரசுவின் நட்சத்திரத்திற்கு ஏற்ற நாள் தேடிப் பிடித்தார். அன்றிலிருந்து இருபதாம்நாள் நன்றாக இருப்பதாகக் கூறினார்.

''குட்மார்னிங்...'' மொட்டை மாடியில் உடற்பயிற்சி செய்துகொண்டிருந்த பரசுராமன் திரும்பினான்.

பவானி காப்பி டிரேயோடு நின்றிருந்தாள்.

சீக்கிரமே குளித்திருந்தாள். நுனி முடிச்சிட்ட தலைமுடியும் நெற்றித் திருநீறும் தனிக்களையை அளித்திருந்தது.

''தேங்க்யூ'' என்றபடி காப்பியை வாங்கிக் கொண்டான்.

''அப்பா எழுந்துட்டாரா?''

"இன்னும் இல்லை. எழுப்பட்டுமா?"

"இல்ல வேண்டாம்."

"இன்னிக்கு என்ன சமைக்கட்டும் பரசு?"

"எனக்கு பிடிக்காததுன்னு எதுவுமில்ல. நீங்க எது சமைச்சாலும் விரும்பி சாப்டுவேன்" பரசு சிரித்தான்.

பவானி காலி கோப்பையோடு கீழே போனாள். பரசு மொட்டை மாடியிலிருந்து கீழே பார்த்தான். போர்டிகோவில் பெரிசாய் கோலம் மலர்ந்திருந்தது. என்ன இருந்தாலும் ஒரு பெண் இருந்தால்தான் வீடு வீடாயிருக்கும் என்பது உண்மைதான்.

பரசு கீழே வந்து குளித்தான். ஹாலில் அமர்ந்து பேப்பர் படித்தான்.

"ஹாய் பரசு... குட்மார்னிங்." பரசு நிமிர்ந்து பார்த்தான்.

அப்பா பத்து வயசு குறைந்துவிட்டாற்போல் துள்ளித் துள்ளி இறங்கி வருவதைப் பார்த்து வியந்தான்.

"வெரி குட்மார்னிங்ப்பா"

"காப்பி சாப்ட்டயா? உங்கம்மா நன்னா காப்பி போடறாளா?"

"பரவால்ல."

"வெறும் பரவால்லதானா?" பரசு சிரித்தான்.

"பழக்கிடுவோம். கொஞ்சம் கொஞ்சமா நம்ம பாணிக்கு மாத்திடுவோம். மொதல்ல மடிசார் புடவை கட்டிக்க சொல்லிக் கொடுக்கணும். நாளைக்கு பூணூல்ல அப்பறம் இதென்ன புதுமாதிரி கட்டுன்னு கேக்கத் தொடங்கிடுவா."

"பூணூல் எதுக்குப்பா போடறா?"

"காயத்ரி மந்திரத்துக்கு சக்தி அதிகம்டா பரசு. ஆத்மாவை சுத்தப்படுத்தும். மனசுக்கு பலம் கொடுக்கும். தேகத்துக்கு

ஒளி கொடுக்கும். அஞ்ஞானத்தை விரட்டியடிக்கும். பூணூல் போடாம காயத்ரி ஜெபிக்கப்படாது. நியாயமா பதினாறு வயசுக்குள்ள பூணூல் போட்டுடணும். உன் விஷயத்தில் ரொம்ப லேட்.''

''நா உன்கிட்ட சொன்னதையெல்லாம் யோசிச்சு பார்த்தயாப்பா?''

''எதைப்பத்தி?''

''நா இங்கேர்ந்து போறதைப் பத்தி.''

''எதுக்குடா போணும் பரசு.?''

''மனசுக்குள்ள அப்டி ஒரு ஆசை இருக்குப்பா. மனசு போற போக்குல போய் எதைப்பத்தியும் யோசிக்காம உக்காந்துக்கணும்னு ஒரு ஆசை. எப்போ வரப்போற பரசு, எப்பொவரப்போற பரசுன்னு ஏதோ ஒரு குரல் என்னைக் கேட்டுண்டே இருக்கு.''

''பிரமைடா பரசு. அமைதிங்கறது இமயமலையில இல்ல. இங்க இருக்கு'' அனந்தகிருஷ்ணன் நெஞ்சைத் தொட்டுக் காட்டினார்.

''இங்க இருந்தாதாண்டா அங்க அது கிடைக்கும். இங்க போராட்டம் இருந்தா இமயமலைகூட சந்தைக் கடையாதான் தெரியும். அதுமட்டும் இல்லடா பரசு'' என்ற அனந்தகிருஷ்ணன் தாடிக்காரர் தன்னிடம் பேசியதையெல்லாம் நிதானமாகச் சொன்னார்.

''மடத்துல உட்காந்திருக்கற பெரியவாள்ளாம் சம்சாரம் நடத்திட்டாப்பா காவி உடுத்திண்டா? என்னால நீ சொல்றதை எல்லாம் ஒத்துக்க முடியலப்பா. முதலாவதா நா சன்யாசி ஆகப்போறேன்னா உங்கிட்ட சொன்னேன்? இல்லையே... எந்த கடமைகளும் இல்லாம நாபாட்டுக்கு போயிண்டேர்க்கணும்னு ஆசைப்படறதாதான் சொன்னேன்.''

"அதுக்கு அர்த்தம் என்னடா பரசு? பொறுப்புக்களைக் கண்டு நீ பயப்படறயா?"

"பயப்படலை! வேணாங்கறேன்."

"நீ போனா உலகம் என்னைப் பழி சொல்லும்டா பரசு. பவானி மேல கரி பூசும். எங்க கல்யாணம்தான் நீ வீட்டை விட்டுப் போனதுக்கு காரணம்னு சொல்லும். அது உனக்கு சந்தோஷம் தருமா, சொல்லு பரசு! அதுக்கப்பறம் எந்த அமைதியைத் தேடி நீ போகணும்னு நீ நினைக்கறயோ அது எப்டி கிடைக்கும்? நீ போற பர்ப்பஸ் வீணாப்போகும்னா நீ எதுக்கு போகணும்!"

"நீ ஏதேதோ சொல்லி என்னைத் தடுக்கப் பாக்கறப்பா. பொதுவா உலகத்தோட கமென்ட்ஸ்க்கு நீ காது கொடுக்கிற டைப் இல்ல. நானும் அப்டித்தான். அப்பறம் எதுக்கு திடீர்னு அதைப்பத்தி கவலைப்படற?"

அனந்தகிருஷ்ணன் மௌனமாக அவனையே பார்த்தார்.

"நா சொல்றதைச் சொல்லிட்டேன். பிறகு உன் இஷ்டம்டா பரசு. நீ குழந்தையில்ல. யோசிச்சு ஒரு முடிவுக்கு வா."

அனந்தகிருஷ்ணன் எழுந்துகொண்டார். வாசலில் ஆட்டோ ஒன்று வந்து நிற்கும் சப்தம் கேட்டது.

பரசு யாரென்று போய்ப் பார்த்தான். மாமா, மாமியும், பெரியம்மாவும் வந்திறங்கிக் கொண்டிருந்தார்கள்.

"வாங்கோ மாமா."

அவர்கள் சரியாகப் பேசவில்லை, முகத்தில் கோபம் தெரிந்தது. பெரியம்மாவின் முகத்தில் தர்மசங்கடம் தெரிந்தது.

"உங்கப்பாக்கு புத்திகெட்டுப் போய்டுத்தாடா பரசு... பேரன், பேத்தி எடுக்கற வயசுல ரெண்டாங் கல்யாணம்னா கேக்கவே நன்னால்லயே."

"உள்ள வந்து குளிச்சுட்டு காப்பி சாப்டுங்கோ மாமா. நிதானமாப் பேசலாமே."

"நாங்க நிதானமா பேச வரலை" அதற்குள் அனந்தகிருஷ்ணன் வெளியில் வந்தார்.

"ஓ... நீங்களா... வாங்கோ... என்ன கோபாலா, ரொம்ப இளைச்சுட்டாப்பல தெரியறது."

"நா என்ன புது மாப்பிள்ளையா, பூசினாப்போல ஆகறதுக்கு."

பரசு அப்பாவைப் பரிதாபமாகப் பார்த்தான். எதற்காக இந்த சொந்தங்கள் இப்படி பேசுகின்றன? எந்த உரிமையில் குத்திக் கிழிக்க வந்திருக்கின்றன என்று தெரியவில்லை.

"உங்கப்பாக்கு தெரியுமா அனந்தகிருஷ்ணா?"

"தெரியாது."

"முதல் கல்யாணமே அப்டிதானே நடந்துது...! முறைப் பெண்ணைக் கட்டிண்டதுக்கே முறைச்சுண்டவர் இதுக்கு எப்டி சம்மதிப்பார்னு சொல்லலையாக்கும்!"

அனந்தகிருஷ்ணன் பதில் பேசவில்லை.

"ஆனா நாங்க சொல்லிட்டோம்." அனந்தகிருஷ்ணன் வியப்போடு பார்த்தார்.

"என்ன பார்க்கற அனந்து? லலிதா செத்துப்போனதும், உன்கிட்ட வந்துதான் துக்கம் கேக்கலை உங்கப்பா. ஆனா எங்காத்துக்கு வந்து துக்கம் கேட்டார்."

அனந்தகிருஷ்ணனுக்கு இந்தச் செய்தி உண்மையிலேயே அதிர்ச்சியான விஷயம்தான். பரசுகூட திகைத்தான்.

அத்தியாயம் 32

"அன்னிலேர்ந்து எங்ககிட்ட துவேஷமில்ல அவருக்கு. நாங்க போயிண்டு வந்துண்டுதான் இருக்கோம்."

"அப்பறம் கூடவா அப்பாக்கு என் மேல் கோபம் தீரல?"

"அவர் பிடிவாதம்தான் உனக்கு தெரியுமே." அனந்தகிருஷ்ணன் பெருமூச்சு விட்டார். பவானி தயங்கித் தயங்கி வந்தாள்.

"அவங்களை குளிக்கச் சொல்லுங்களேன். டிபன் ரெடியார்க்கு."

கோபாலன் பவானியை ஒரு நிமிடம் உற்றுப் பார்த்தார். அவர் மனைவி கண்களில் நீதானா அது என்கிற வியப்பு.

"நா சாப்ட முடியாது அனந்து."

"ஏன்... ஏன்? எல்லாம் ரெடியார்க்கு"

"என் ஆச்சாரம் கெட்டுடும்" கோபாலன் வெடுக்கென்று சொன்னான்.

"நாங்க இங்க வந்திருக்கிறது, லலிதாவோட திவசம் வரதே, உனக்கு நினைவிருக்கா இல்லையான்னு கேக்கத்தான். பண்ணப்போறன்னா இருந்து முடிச்சுட்டு போவோம். இல்ல வெறும் வாழைக்காய் அரிசி வெச்சு குடுக்கறதுன்னா இன்னிக்கே கிளம்பிடுவோம்."

"இல்ல நா மறக்கல. உங்களுக்கு முந்தாநாள் கார்டுகூடப் போட்டேனே வந்துடச் சொல்லி."

"கார்டு எதுவும் கிடைக்கல. நாங்களாதான் வந்தோம்."

"ரொம்ப சந்தோஷம். சாஸ்திரிகள்கிட்ட சொல்லிட்டேன்."

"நாங்க இங்க இருக்கணும்னா உன் புதுப் பெண்டாட்டி நாலஞ்சு நாள் அடுக்களைப் பக்கம் வரப்படாதுடா அனந்து. சம்மதம்னா இருக்கோம்."

பரசுவின் உதடுகள் துடிக்க, அனந்தகிருஷ்ணன் அவனைப் பார்வையால் சமாதானப்படுத்தினார்.

"சம்மதம். அவ அடுக்களைப் பக்கம் வரமாட்டா."

"அப்பறம் திவசச் சாப்பாடோ பட்சணமோ எதுவும் அவ சாப்டக் கூடாது. அன்னிக்கு ஒருநாள் வேணும்னா அவா வீட்டுக்கு அனுப்பிடு."

"மாமா..." என்று பரசு ஏதோ சொல்ல முற்பட அனந்தகிருஷ்ணன் அவனைத் தடுத்தார்.

"உங்க இஷ்டம் போல ஆகட்டும்," என்ற அப்பாவை குழப்பத்தோடு பார்த்தான். பவானியின் கண்கள் பளபளத்ததைக் கண்டு உள்ளே கொப்புளித்த கோபத்தை வெளிப்படுத்த வழியில்லாமல் தடுமாறினான்.

அவர்கள் உள்ளே சென்றனர்.

மாடிக்குப் போன அப்பாவின் பின்னால் ஓடினான் பரசு.

"என்னப்பா இது...?"

"திவசம் முக்கியம்டா பரசு."

"உசிரோட இருக்கறவா அதைவிட முக்கியம்ப்பா."

"அது எனக்கும் தெரியும்டா பரசு."

"தெரிஞ்சும் ஏம்ப்பா?"

"காரணமிருக்குடா பரசு. லலிதாக்கு நா வாக்கு கொடுத்திருக்கேன். எந்த காரணம் கொண்டும் அவளோடப்

பொறந்தவாளையோ அவளைப் பெத்தவாளையோ கடிஞ்சு பேசப்படாதுன்னு சொல்லியிருக்கா. ரெண்டு பக்கத்தையும் பகைச்சுக்கப்படாதுன்னு சொன்னா. உங்கப்பாதான் விட்டுட்டார். எங்காத்துலயும் என்னை விட்டுடப்படாதுன்னு அழுதா. கோபாலண்ணா முன்கோபிதான். வெடுக் வெடுக்குன்னு பேசுவான். ஆனா எனக்கு ஒரே அண்ணா. அவனை எந்தக் காரணம் கொண்டும் அவமானப்படுத்திடப்படாதுன்னு அழுதிருக்கா''

''எதுக்காக அப்படி ஒரு கோரிக்கை? இதுக்கு முன்னாடி ஏதாவது...?''

''எங்க கல்யாணம் முடிஞ்சப்பறம் அப்பா எங்களை உள்ள ஏத்தாதது கோபாலனுக்கு கோபம். அப்பாவோட சொத்தும் பத்தும் எனக்கு வராதே, என்னால லலிதாவை நல்லபடியா வெச்சுக் காப்பாத்த முடியுமான்னு சந்தேகம். எங்கப்பாவைப்பத்தி எங்கிட்ட வந்து கன்னா பின்னான்னு பேசினான். ஆயிரம் இருந்தாலும் அப்பாவைப்பத்தி பேசினதும் எனக்கு பொறுக்கல. பளார்ன்னு அடிக்கப் போய்ட்டேன். லலிதா ஓடிவந்து தடுத்தா. அன்னிக்கு ராத்திரிதான் என்னைக் கட்டிண்டு குழந்தை மாதிரி அழுதா. நா செத்தாகூட எங்காத்து மனுஷாளை வையப்படாது, நோகடிக்கப்படாதுன்னா. அதுக்கப்பறம் ரெண்டு வருஷம்தான் உசிரோட இருந்தா. எனக்கென்ன ஆச்சர்யம்னா அன்னிக்கு அப்பாவைக் கரிச்சு கொட்டின கோபாலன்கூட அவருக்கு வேண்டப்பட்டவனாய்ட்டான். ஆனா நா மட்டும் இன்னும் வேண்டாதவனாவே இருக்கேன். அதான் என்ன காரணம்னு புரியல!''

''நான் சொல்லவா காரணத்தை'' பின்னால் குரல் கேட்க இருவரும் திரும்பினார்கள். சரோஜா நின்றிருந்தாள்.

''உண்மையிலயே உங்கப்பாவோட கோபம் எல்லாம் குறைஞ்சுண்டுதான் வந்தது. லலிதா மட்டும் உசிரோட இருந்திருந்தா நிச்சயம் உங்களை மன்னிச்சு ஏத்துண்டிருப்பார்.

ஆனா லலிதா போய்ச் சேர்ந்துட்டா. தன் கரிநாக்கால சொன்னது இப்டி பலிச்சுடுத்தேன்னு உங்கப்பா அழுதது எனக்குத் தெரியும் அனந்து. அதனாலதான் உன்னை எப்படி வந்து பார்க்கறதுன்னு கூசிப்போய் எங்காத்துக்கு வந்து துக்கம் கேட்டார்.''

''பிரிஞ்சவாளை சேர்த்து வெச்சிருந்தா அன்னிக்கே பிரச்சனை தீர்ந்திருக்கும். ஆனா புண்ணைக் கிளறிவிடறதுக்கு கோபாலன் குத்தூசி எடுத்துண்டான். உன்னோட ஜாதகதோஷம்தான் லலிதாவை வாரிண்டு போய்டுத்துன்னு அழுதான். அதுக்கு நா என்ன பண்ணட்டும்னு கண்கலங்கினார் உங்கப்பா.

'உங்க பேச்சை உங்க பிள்ளை கேட்டிருந்தா' என் தங்கை செத்திருப்பாளா? அப்பன் பேச்சை கேக்காத பிள்ளையும் ஒரு பிள்ளையா'ன்னு ஆறியிருந்த துவேஷத்தை கிளறிவிட்டான். அவர் முகம் சிவந்தது. பல்லைக் கடிச்சார். 'பாவிப்பிள்ளையே, இப்டி பண்ணிட்டியே, இனிமே உன் முகத்துல முழிக்கறேனா பார்'னு கத்தினார்.''

''இதே ரோஷத்தோட இருங்கோ மாமா. என் தங்கை செத்துட்டாளேன்னு இனிமே உங்க பிள்ளையோட உறவு வெச்சுண்டேள்னா அவ செத்ததுல உங்களுக்கும் சந்தோஷம்னு ஊரைக்கூட்டி சொல்லுவேன்னான். உங்கப்பா இடிஞ்சு போய்ட்டார். ஏண்டா இப்டியெல்லாம் பண்றன்னு நானும் அப்பாவும் கேட்டோம். எல்லாம் காரணத்தோடதான். நான் இதைச் சொல்லிச் சொல்லியே அந்த சொத்து சுகத்தை எல்லாம் எழுதி வாங்கிடுவேன். எப்படியும் பரசுவுக்கு எம்பொண்ணை கட்டி வெச்சாலும் இந்த சொத்து இங்கதானே சேரும். ஆனா அனந்து பிள்ளையைக் கொடுப்பானாங்கறது சந்தேகம். அப்பறம் பட்டபாடெல்லாம் வீணாப் போய்டுமேன்னான். அதுக்கப்பறம் தனியார்ந்த உங்கப்பா அம்மாவுக்கு ஒத்தாசை செய்யறதையே வாடிக்கையா வெச்சுண்டான். வயசாக ஆக

அவாளுக்கும் துணை தேவைப்பட்டதுனால இவனுக்கு அந்த வீட்டுல சர்வ அதிகாரமும் கொடுத்துட்டார். இப்பொ இவன்தான் அங்க சட்டாம்பிள்ளை.''

அனந்தகிருஷ்ணன் சிலையாய் நின்றார்.

''இதெல்லாம் ஏன் இத்தனை வருஷமா எங்கிட்ட சொல்லலை சரோஜா?''

''சொல்லத்தான் புறப்பட்டேன் ஒருநாள். ஆனா வீடே எதிர்க்க நின்னு வழிமறச்சுது. அம்மாவும் அப்பாவும் கண்ணீர் விட்டு அழுதா. கோபாலனைப் பகைச்சுண்டா தங்களுக்கு கொள்ளி கிடைக்காதுன்னா.''

''இப்பொ மட்டும் எப்டி..''

''உன் கல்யாணம் இன்னும் புயலைக் கிளப்பியிருக்கு. அதுவும் வேத்து ஜாதின்ன உடனே கோபாலனுக்கு கொண்டாட்டம். மாமாட்ட ஒண்ணுக்கு நாலா சொல்லி ஒரு பிரளயமே நடத்திட்டான்.''

''ஆயிரம் இருந்தாலும் பேரனுக்கு பூணூல் போட்டா நம்பளைக் கூப்ட மாட்டானான்னு உங்கப்பா மனசுல சின்னதா ஒரு ஏக்கம் இருக்கு. அவர் உன்னை என்ன அவமானப்படுத்தினாலும் இனிமே நீ பொறுத்துண்டு அவரோட அன்பை ஜெயிக்கணும்னுதான் இத்தனையும் சொல்றேன். கோபாலனோட கெட்ட குணத்துக்கு முற்றுப்புள்ளி வைக்கணும்.''

''தப்பு செய்யறவாளைவிட அதைப் பார்த்துண்டு பேசாம இருக்கறதுதான் மகாப்பெரிய குத்தம். அந்த குத்தத்துக்குத்தான் என் வயத்துல ஒரு பூச்சி பொட்டு பொறக்காமயே போய்டுத்து. நாலு பவுன் சங்கிலி என் வாழ்க்கையில நன்னாவே விளையாடிடுத்து. அவர் மனசு மாறி என்னை ஏத்துண்டப்பொ எனக்கு வயசாயிடுத்து. வயசுதான் காரணமான்னு தெரியல.

ஆனா எனக்கு குழந்தை உண்டாகவேல்ல. இனிமே ஏங்கி என்ன பிரயோஜனம். இத்தனை நாளா ரொம்ப பாரமார்ந்தது அனந்து. இப்பொ லேசாய்ட்டேன்.''

''சொத்துதான் வேணும்னு ஒரு வார்த்தை சொல்லியிருந்தா போதுமே கோபாலன். அத்தனையும் வீசி அடிச்சுட்டு அப்பாவைக் கூட்டிண்டு வந்திருப்பேனே. இங்க இல்லாத பணமா...? என்ன செய்யறதுன்னு தெரியாம முழிச்சுண்ருக்கோம்? எத்தனை வருஷம்...! இப்படி எங்களைப் பார்க்கவொட்டாம பண்ணிட்டானே.''

''இப்பவும் கெட்டுப்போகல. உங்கப்பாகிட்ட போய்ப் பேசு அனந்து. கோபாலனை நாக்கைப் பிடுங்கிக்கறா மாதிரி கேளு.''

''வேண்டாம் சரோஜா. லலிதாக்கு குடுத்த வாக்கை என்னவானாலும் மீறமாட்டேன். இப்பொ நினைச்சாலும் எனக்கு கோபம் வராது. எல்லாத்தையும் தாண்டி நிக்கறேன். ஆனா நா இனிமே போனா அப்பா பேசுவாரான்னுதான் சந்தேகமா இருக்கு.''

''பேரனுக்கு பூணூல்னா நிச்சயம் மனசு மாறும். இதுவரை பார்க்காட்டாலும் பரசுமேல அவருக்கு நிறைய பாசமிருக்கு. ஈகோவை விட்டுட்டு போ அனந்து. திவசம் முடியட்டும், போய்ப்பார். கத்துவார். திட்டுவார். கத்தட்டும்னு விட்டுடு. பேசாம நில்லு. எவ்ளோ நாழியானாலும் நில்லு. வெய்யில்ல காய். மழைல நனை. பெத்த பாசம் ரொம்ப நாழி தாங்காது. ஓடிவந்து கட்டிக்கும். உடம்பை துடைச்சு விடும்.''

அனந்தகிருஷ்ணன் தலையசைத்தார்.

''நீ என்னடா சொல்ற பரசு?''

''நானும் உன்னோட வரேம்பா. நமக்கு சொத்து வேண்டாம். எல்லாம் கோபால் மாமாவே எடுத்துக்கட்டும். அவரைக் காட்டிக் கொடுக்கக்கூட வேண்டாம். அவமானப்படுத்த வேண்டாம்.

பிள்ளைன்ற பாசத்தை மட்டும் தாத்தா உன்கிட்ட காட்டினா போதும். யாரையும் காயப்படுத்தாம ஒண்ணு சேரணும்.''

அனந்தகிருஷ்ணன் பரசுவை அணைத்துக்கொண்டார்.

அவர் கண்கள் கசிந்தது. சரோஜா பவானியைத் தேடிப் போனாள் ஆறுதல் சொல்ல. லலிதாவின் திவசம் நல்லபடியாய் முடிந்தது. பரசு திவசச் சாப்பாடு சாப்பிடவில்லை.

''ஏண்டா?''

''எனக்கு அம்மா இருக்காப்பா.'' பிள்ளை சொன்ன பதிலில் அனந்தக்ருஷ்ணன் அயர்ந்து போனார்.

கோபாலனும் மற்றவர்களும் புறப்பட்டுப் போனார்கள்.

''நா சொன்னதெல்லாம் நினைவிருக்கட்டும்'' சரோஜா மெல்லிய குரலில் சொல்லிவிட்டு அவர்கள் பின்னால் சென்றாள்.

உபநயனப் பத்திரிகை அடித்து வந்தது. அப்பா அழைப்பது போலவே பத்திரிகை அடித்திருந்தார் அனந்தகிருஷ்ணன்

''லெட்டர் எதுவும் போடப் போறதில்ல. திடுதிப்புனு போய் நிப்போம்'' என்றார். அதேபோல் இரண்டு நாள் கழித்து காரிலேயே புறப்பட்டார்கள். பவானி உடன் போகவில்லை.

அத்தியாயம் 33

"என்னடா இது திடுதிப்புனு வந்திருக்க?" கோபாலன் தூரத்திலேயே பார்த்துவிட்டு ஓடி வந்தார்.

"அப்பாவைப் பார்க்க வந்தேன்."

"உனக்கென்ன பைத்தியமா பிடிச்சிருக்கு? நீ இங்க வரப்போறேன்னு எங்கிட்ட சொல்லவேல்லியே."

"இல்ல... திடீர் முடிவுதான்."

"அப்டி என்ன தலைபோற விஷயம்?"

"சொல்றேன், அப்பா இருக்காரா?"

"திடீர்னு உன்னைப் பார்த்தா அவர் கத்துவார் அனந்து. அவர் உடம்புக்கு அது நல்லதில்ல. ஏதாவது ஒண்ணு கிடக்க ஒண்ணு ஆச்சுன்னா கடசீல அப்பாவை கொல்றதுக்கே வந்தான்னு ஊர் ஏசும் உன்னை. என்ன விஷயமோ, அதை எங்கிட்ட சொல்லு. நா பக்குவமா அவர்ட்ட சொல்றேன். அதை விட்டுட்டு திடீர்னு நீ முன்னாடி போய் நின்னா அவர் ஷாக் ஆய்டுவார். அது அவர் உடம்புக்கு நல்லதில்ல."

"அப்டியே ஆகட்டும்" என்றார் அனந்தகிருஷ்ணன்.

கோபாலன் அவர்களை அழைத்துக்கொண்டு கோயில் பக்கம் போனார்.

"இப்பொ சொல்லு" என்றார்.

"பரசுவுக்கு பூணூல் போடப்போறேன். அப்பாட்ட பத்திரிகை கொடுக்கணும். பெரியவாளா நின்னு அவாதான் நடத்திக் கொடுக்கணும்,"

"சரி, பத்திரிகையைக் கொடு, நா போய் பக்குவமா சொல்றேன். ஏண்டா பரசு, எம் பொண்ணு மகாலக்ஷ்மியைப் பாத்திருக்கயோ நீ?"

"இல்லை"

"இதோ இந்த மகாலக்ஷ்மியாட்டமே இருப்பா. பாத்துக்கோ."

கோபாலன் அம்பாளைக் காட்டிவிட்டுப் போனார்.

"யாரது கோபாலா, பட்டணத்துலேர்ந்து வந்திருக்காப்பல தெரியறது!" யாரோ கேட்டார்கள். கோபாலன் சரியாக பதில் சொல்லாமல் வீட்டுக்கு வந்தார். அனந்துவின் தகப்பனார் முற்றத்து ரேழியில் ஈஸிசேரில் சாய்ந்து அரைத்தூக்கத்தில் ஆழ்ந்திருந்தார்.

"மாமா..." சட்டென்று கண்திறந்தார்.

கோபாலன் கைகட்டி பவ்யமாக நின்றார்.

"என்னடா...?"

"உங்கள்ட்ட ஒரு விஷயம் பேசணும்."

"சொல்லு."

"அனந்துவோட ரெண்டாம் பொண்டாட்டியைப் பத்தி நீங்க எதுவுமே கேக்கலையே."

"கேக்க என்ன இருக்கு... அந்த கம்மனாட்டியே எம்பிள்ளை இல்லைன்னு குளிச்சப்பறம் அவன் பெண்டாட்டி எந்தக் கழுதையார்ந்தா என்ன?"

"அதில்ல மாமா. அனந்து எப்டி போனாலும் அவன் பிள்ளை இந்தாத்து வாரிசாச்சே, அதை வேணாம்னு விட்டுட முடியுமா சொல்லுங்கோ"

"அதுக்கென்ன செய்யணுங்கற?"

"இல்ல... லலிதா திவசத்துக்குப் போனப்பொ பிள்ளைக்கு பூணூல் போடப்போறதா சொன்னான். அதையாவது

உங்கப்பாட்ட சொல்லிட்டு செய்யின்னேன். உங்க பேர்லயே பத்திரிகை அடிச்சு கொண்டு வந்திருக்கான்.''

''எ... என்னது...'' அப்பா அதிர்ந்தார்.

பத்திரிகையை வாங்கிப் பார்த்தார்.

''நா... என்ன செய்யட்டும் கோபாலா.''

அவர் குரல் திடீரென்று நெகிழ்ந்தது.

''அவன் எங்க...''

''கோவில்ல நிக்க வெச்சிருக்கேன். எல்லாம் உங்க நல்லதுக்குதான். உங்க பிள்ளை பண்ணியிருக்கற காரியத்துக்கு உங்க பேரனுக்கு இனிமே நல்ல வாழ்க்கை கிடைக்கும்னு நினைக்கறேளா மாமா? அவனுக்கு யார் பொண்ணு குடுப்பா...? யோசிங்கோ. என்ன இருந்தாலும் வேத்து ஜாதிக்காரிகூட நின்னு போடற பூணூல் செல்லுபடியாகுமோ....?''

''இந்த கண்றாவி காரியத்துக்கு உங்க பேர்ல பத்திரிகை அடிச்சிருக்கான் அந்த அசடு! நம்பவா வீட்டைத் தவிர வேற இடங்கள்ள நீங்க கை நனைச்சிருப்பேளா? உங்க ஆச்சாரம் என்ன? அனுஷ்டானம் என்ன? உங்களை அவமானப்படுத்த இப்டி செய்யறானான்னு எனக்கு புரியல.''

''அதை அவன்கிட்டயே கேக்கறதுதானே?''

''கேட்டேனே... எப்படியாவது நீங்க பூணூலுக்கு வரணுமாம். அதுக்காக என்ன வேணும்னாலும் செய்யறானாம்.''

''நீ என்னடா சொல்ற?''

''என்ன இருந்தாலும் உங்க பேரன். உங்க ஒரே வாரிசோட வாரிசு. நீங்க போகத்தான் வேணும். அதேநேரம் ஆச்சாரம் அனுஷ்டானம் எதுவும் குறையப்படாது. அம்மான்னு அவ நிக்கப்படாதுன்னு சொல்லுங்கோ.''

''ஒத்துப்பானா?''

"கேட்டுப் பார்க்கறேன்" கோபாலன் கோயிலுக்கு ஓடிவந்தார்.

"என்ன சொன்னார்?"

"பேரனைப் பார்க்கணும்னு துடிக்கறார். ஆனா நீ பண்ணின ரெண்டாங்கல்யாணம்தான் பாசத்தைத் தடுக்கறது. கண்டிஷன் போடறார்."

"என்னன்னு?"

"அம்மாங்கற ஸ்தானத்துல அந்த பொம்மனாட்டி நிக்கப்படாதாம்."

"அப்பறம்...? அப்பறம் எப்டி?"

"பிள்ளையில்லாத சரோஜாக்கு பரசுவை தத்து கொடுக்கச் சொல்றார். சும்மா பூணூல் முடியற வரைக்கும்தான். அவளைவிட்டு பூணூல் போட்டா உங்கப்பா கண்டிப்பா வராராம்."

அனந்தகிருஷ்ணன் அதிர்ந்து நின்றார்.

பரசு அப்பாவை பயத்தோடு பார்த்தான்.

"அப்பா.... நாம போயிடலாம்ப்பா" என்றான் மெல்லிய குரலில்.

அனந்தகிருஷ்ணன் மனத்தைத் தேற்றிக்கொண்டார்.

"சரி, அப்டியே நடக்கும்னு சொல்லு"

"அப்பா...!"

"ப்ளீஸ் பரசு. நீ எதுவும் பேசாதயேன். எனக்காக நீ இதை ஒத்துண்டுதான் ஆகணும்."

கோபால் மறுபடியும் வீடு நோக்கி நடந்தார்.

"என்னப்பா இது...?" பரசுவின் கண்கள் கலங்கியது.

“பயமார்க்குடா பரசு. முதன்முறையா அவரைப் பகைச்சுண்டப்பொ வயத்தெரிஞ்சு அவர் இட்ட சாபம் உங்கம்மாவை வாரிண்டு போய்டுத்து. இப்பொ இந்த கண்டிஷனுக்கு நா ஒத்துக்கலன்னா இன்னும் அழுத்தமா சபிப்பார். அதனால பவானியையும் நா இழந்துடுவேனோங்கற பயம்தான். பரவால்ல. உனக்கு பூணூல் போடற கொடுப்பினை எனக்கில்லன்னு நினைச்சுக்கறேன். அதனால நா அப்பா இல்லன்னு ஆய்டப் போறதா? இல்ல நம்ம அண்டர்ஸ்டாண்டிங்தான் குறைஞ்சுடப் போறதா? சரோஜாவும் நல்லவதாண்டா பரசு. நல்லகாலம் இந்த வரைக்கும் அப்பா அவ பேரை சஜஸ்ட் பண்ணினாரேன்னு சந்தோஷப்படறேன். இதைக் கேட்டா சரோஜா புளகாங்கிதமாய்டுவா. எனக்காக ஒரு சொட்டு கண்ணீர் விட்டாலும் தனக்கிந்த பாக்யம் கிடைச்சுதேன்னு ஆனந்தப்படுவா. லலிதாக்கு அவள்னா உசிர். அதனால நீ மறுக்கப்படாதுடா பரசு. நான்தான் பகைச்சுண்டேன். நீயானம் பிரியத்துக்குரியவனா ஆகணும்.”

பரசு அப்பாவின் தோளில் சாய்ந்து கொண்டு குலுங்கினான்.

கோபாலன் வீட்டுக்கு வந்தார்.

“என்ன சொன்னான்?” தாத்தாவின் முகத்தில் பரபரப்பு தெரிந்தது.

“அவனே ஒரு நல்ல வழியைச் சொல்லிட்டான். பிள்ளையை சரோஜாக்கு தத்து கொடுக்கறானாம். சரோஜாவும் அவாத்துக்காரரும் நின்னு பூணூல் போட்டா வருவேளான்னு கேக்கறான். கண்டிப்பா வருவார் உங்கப்பான்னு நானே சொல்லிட்டேன். சரோஜா பிள்ளைன்னு ஆனப்பறம் பொண்ணைக் குடுக்க எனக்கும் சௌகர்யம் பாருங்கோ. அவாளை வரச் சொல்லவா? ஆனா அதிகம் பேசப்படாது. முக்கியமா பழசுபத்தி பேசவே படாது, ஏன்னா அனந்துவுக்கும் வயசாயிடுத்து. ஒருமுறை ஹார்ட் அட்டாக் வந்திருக்கு அவனுக்கும். அதனால் அவன் மனசு நோக

பேசப்படாது. பழசைக் கிளறவே கிளறாதிங்கோ. சுருக்க பேசி அனுப்பிடுங்கோ. எல்லாம் உங்க நல்லதுக்குதான் சொல்றேன்."

தாத்தா சிலையாய் அமர்ந்திருந்தார். தனக்காக இவ்வளவு பெரிய தியாகத்திற்கா பிள்ளை சம்மதித்திருக்கிறான் என்ற நினைப்பு அவரைக் குடைய ஆரம்பித்திருந்தது.

கோபாலன் மறுபடியும் கோவிலுக்கு வந்தார்.

"அழச்சுண்டு வரச்சொல்றார். ஆனா பழசுபத்தி மறந்துபோயும் பேசிடாத அனந்து. அவர் உடம்புக்கு அது நல்லதில்ல. அவர் மனசு நோகாம சுருக்க பேசிட்டு கிளம்பிடு."

வாசற்படியில் கால் வைக்கும்போது அனந்தகிருஷ்ணனின் தேகம் நடுங்கியது. எத்தனை வருடங்கள்! அம்மாவைக் கண்கள் தேடியது. ஈஸிசேரில் சாய்ந்திருந்த அப்பாவைக் கண்டதும் கால்கள் நின்றது. கண்கள் பனித்தது. எதுவுமே பேசிக் கொள்ளாமல் இருவரும் ஒருவரை ஒருவர் பார்த்துக் கொண்டிருந்தார்கள். பரசு மெல்லக் குனிந்தான். தாத்தாவை நமஸ்கரித்தான். அவன் விரல்கள் பாதங்களில் பட்டதும் காலோடுதலை சிலிர்த்துப்போக சட்டென்று குனிந்து அவனை வாரியணைத்துக் கொண்டார். அனந்தகிருஷ்ணன் அம்மாவிடம் போனார். சுத்தமாகக் கண்ணும் தெரியவில்லை. காதும் கேட்கவில்லை. ஆனாலும் பெற்ற வயிறு பிள்ளையை பிள்ளையென்று உணர்த்த அவரைத் தடவினாள். 'அனந்துவாடா' என்றாள். குரல் நடுங்கியது. அனந்தகிருஷ்ணன் அம்மாவின் மடியில் சரிந்தார். அவர் தேகம் குலுங்கியது.

இருபது வருஷத்துக்குப் பிறகு அதே இடத்தில் அப்பாவோடு உட்கார்ந்து சாப்பிட்ட அனந்தகிருஷ்ணனின் முகத்தில் உணர்ச்சிகள் அலைமோதியது.

"நீங்க அங்கயே வந்துடலாமே" மெல்ல அப்பாவிடம் சொன்னார்.

"அதெல்லாம் மாட்டார். அவர் ஆச்சாரம் கெட்டுடும்." கோபாலன் குறுக்கிட்டார்.

"நீ ரெண்டாங்கல்யாணம் பண்ணிக்காம இருந்திருந்தா வந்திருப்பார். இல்ல மாமா?."

"ஆமாம்" என்பதுபோல் தலையாட்டின அப்பாவைப் பரிதாபமாகப் பார்த்தார்.

"நா வராட்டா என்ன? நீ வந்து போயிண்டிரு. வரும்போதெல்லாம் இவனையும் கூட்டிண்டு வா."

இந்த அளவுக்கு அவர் பேசியதே அதிகம் என்று தோன்றியது. வெய்யில் தாழ்ந்ததும் புறப்பட்டு விட்டார்கள்.

அத்தியாயம் 34

புறப்படுவதற்கு முன் அம்மாவிடம் வந்தார். அம்மாவுக்கென்று எடுத்து வந்திருந்த புடவையை அம்மாவிடம் கொடுத்தார். அப்பாக்கு வேட்டி வாங்கலையா? அம்மா கேட்டாள். பூணூலுக்கு பட்டு வேட்டியே எடுத்துடறேன். இப்போ உனக்கு மட்டும்தான் வாங்கினேன். தப்பா நினைச்சுக்காத'' என்றார்.

கற்பகாம்பாள் புடவையை, பவானி மாமியாருக்காக ஏலத்தில் எடுத்துக் கொடுத்தனுப்பினாள் என்றால் அப்பா அதை வாங்கிக்கொள்ளச் சொல்லுவாரோ மறுத்துவிடுவாரோ என்றுதான் சொல்லவில்லை. அம்மா கேட்டதும்தான் வேட்டி வாங்காத தவறு புரிந்தது. வாங்கியிருக்கலாம். ஏனோ பரபரப்பில் மூளை வேலை செய்யவில்லை.

கார் மறையும்வரை நின்று பார்த்தார்கள். பரசு ஆழ்ந்த மௌனத்தோடு வெளியில் வேடிக்கை பார்த்துக்கொண்டு வந்தான்.

“என்னடா பரசு... கோவமா?''

“இல்லப்பா... ஆச்சர்யமார்க்கு. உன்னால எப்டிப்பா இதுக்கு ஒத்துக்க முடிஞ்சுது?''

“ஒரு வேடிக்கை பார்த்தயாடா பரசு. என்னோட முதல் கல்யாணம், அப்பாகிட்டேர்ந்து என்னைப் பிரிச்சுது. ரெண்டாம் கல்யாணம் அப்பாவைச் சேர்த்து வெச்சுடுத்து. ஆனா பிள்ளையைப் பிரிக்கப் போறது. அப்பொ லலிதாக்காக அப்பாவை இழந்தேன். இப்பொ அப்பாக்காக உன்னை. ஏதாவது ஒண்ணுதாங்கறது எனக்கு சாபமோ என்னமோ.''

"வேணாம்ப்பா. இப்பவும் எதுவும் ஆய்டல, எனக்கென்னமோ கோபால் மாமா நடுல ஏதோ திரிசமன் பண்றாரோன்னு தோண்றது. தாத்தாட்ட நீங்க மனசுவிட்டுப் பேசியிருந்தா அவரோட தகிடுதத்தங்கள் வெளில வந்திருக்கும்."

"இந்த சந்தேகம் எனக்கும் உண்டுடா பரசு."

"அப்பறம் ஏம்ப்பா?"

"யாரையும் அவமானப்படுத்தாம ஒண்ணு சேரணுங்கறதுதான் நம்ம எண்ணம்!"

"ஆனா என்னை இழந்துட்டயேப்பா."

"ஒருநாள்தானேடா பரசு.."

"அந்த ஒரு நாளுக்காகத்தானப்பா எல்லாமே! நீ கூட இருந்து போடமுடியாத பூணூல் எனக்கெதுக்குப்பா? என் தோள்ள அது பாரமாதான் இருக்கும். இதைக்கேட்டா அம்மா எவ்ளோ துடிச்சுப் போவான்னு யோசிச்சயா?"

அனந்தகிருஷ்ணன் பதில் சொல்லவில்லை. உண்மையிலேயே கேட்டதும் பவானி துடித்துத்தான் போனாள். தாரை தாரையாய்க் கண்ணீர் வழிய சிலை மாதிரி அமர்ந்துவிட்டாள்.

"என்னால் உங்களுக்கு எவ்ளோ கஷ்டம்! என் கல்யாணம் உங்களை இப்டி பிரிச்சுடுச்சே. உங்க உரிமையை இழக்க வெச்சுட்டேனே" என்று தலையில் அடித்தும் கொண்டாள்.

"ப்ளீஸ் பவானி, யோசிச்சு பாரு, ரொம்ப காலம் கழிச்சு எங்கப்பாவோட ஆசீர்வாதம் கிடைச்சிருக்கு. இனிமே நம்ம குடும்பம் நல்லபடியா இருக்கணும். முக்கியமா பரசுவோட எதிர்காலம் நன்னா இருக்கணும்னுதான் நாம் இதுக்கு சம்மதிச்சேன்."

"உன்னைக் கல்யாணம் பண்ணிக்காம இருந்திருந்தாலும் இவனுக்கு பூணூல் போடற பாக்கியம் எனக்கு

கிடைச்சிருக்காது. வேற யாராவதுதான் தம்பதியா நின்னு இந்த நல்ல காரியத்தை செய்திருப்பா. நீ வேற ஜாதியாப் போய்ட்டங்கற ஒரே காரணம்தானே தவிர மத்தபடி வேற எதுவும் இல்ல. நமக்காக அவா இறங்கி வரும்போது நாமளும் கொஞ்சம் விட்டுக்கொடுத்துத்தானே ஆகணும்? அவாளோட ஆச்சாரத்துக்கு பங்கமில்லாம பார்த்துக்கறதுதான் நாம அவாளுக்கு குடுக்கற மரியாதை. என்ன இருந்தாலும் அந்த காலத்து மனுஷா. சட்டுனு எதையும் ஏத்துக்கற மனசு அவாளுக்கு வராது. நாமதான் விட்டுக் கொடுக்கணும்."

"அட்லீஸ்ட் பூணூல்ல நா ஒரு ஓரமாவாவது இருக்கலாமா? அல்லது திவசத்துக்கு வெளில அனுப்பினா மாதிரி அனுப்பிடுவீங்களா...?" பவானியின் குரல் பிசிறியது.

"தாராளமா இருக்கலாம். யார் சொன்னா இருக்கப்படாதுன்னு.? உன் பக்கத்தை விட்டு நா எங்கயும் அசைய மாட்டேன். உன்கூடவேதான் இருப்பேன். உன் மரியாதை கெடாம பார்த்துப்பேன். உனக்கு அவமானம் நேராம பார்த்துப்பேன் போதுமா."

"இல்லப்பா! அவமானத்தைப்பத்தி நா கவலைப்படல. ரொம்ப கனாக் கண்டேன். பூணூல் பத்தி நிறைய புக்ஸ் வாங்கிப்படிச்சேன். மடிசார் புடவை கட்டிப் பார்த்துண்டேன். கடசில எனக்கு குடுத்து வெக்கலையே."

பரசு சட்டென்று நகர்ந்துவிட்டான். அப்பா தாங்கிக்கொண்டாலும் அவனால் இதைத் தாங்கமுடியவில்லை.

அனந்தகிருஷ்ணன் பூணூலுக்கான ஏற்பாடுகளைக் கவனிக்கத் துவங்கினார். பவானிகூட தன் சோகத்தை மறந்து கலகலப்பாக வளைய வந்தாள். நடிப்பா நிஜமா என்று புரியவில்லை.

சமையல்கார மாமியின் துணையோடு பட்சணங்களும் பருப்புத் தேங்காயும் பண்ணி வைத்தாள். மாமி முறுக்கு சுற்றியதை பிரமிப்போடு பார்த்தாள். தானும் கொஞ்சம் மாவு

எடுத்து சுற்றிப் பார்த்தாள். கொஞ்சம்கூட திரி விழவில்லை. மொழுக்கென்று ஜிலேபி மாதிரி விழுந்தது.

"உனக்கெதுக்கு பவானி, இந்த ஆசை எல்லாம்? பாவம் அந்த மாவு, விட்டுடு" அனந்தகிருஷ்ணன் கிண்டல் பண்ணினார்.

"ஒருநா இல்ல ஒருநா பாருங்கோ, நா முறுக்கு ஸ்பெஷலிஸ்ட்டாகல...." பவானி சவால் விட்டாள்.

"ஒத்துக்கறேன். இப்ப கொஞ்சம் வேலையிருக்கு. நீயும் வந்தா சௌகர்யம்."

"எங்கே?"

"ஜவுளி வாங்கத்தான். உனக்கு நா எடுத்துடுவேன். மத்தவங்களுக்கு? அதுக்குதான் கூப்பிடறேன்."

பவானி உடனே புடவை மாற்றிக்கொண்டு புறப்பட்டாள்.

"சரோஜா புடவை கிராண்டா இருக்கணும் பவானி. என்ன இருந்தாலும் பரசுவுக்கு அம்மா ஸ்தானத்துல நிக்கப் போறவள். பூணூலுக்குப் பிறகு சரோஜாவுக்கு ஏதாவது நன்னா செய்யலாம்னு இருக்கேன். நீ என்ன சொல்ற?"

"தாராளமா. நா என்ன சொல்ல."

"அவளுக்கு ஒரு வீடு வாங்கி கொடுக்கலாம்னு நினைக்கறேன். வீடுகூட ரெண்டு மூணு பார்த்து வெச்சிருக்கேன். சரோஜாவைக் கூட்டிண்டு போய் காட்டணும். அவளுக்குன்னு சொல்லாம எந்த வீடு பிடிச்சிருக்குன்னு கேக்கணும். அவளுக்கு எது பிடிச்சிருக்கோ அதை அவ பேர்ல ரிஜிஸ்டர் பண்ணி கொடுத்துடணும்."

பவானி புருஷனைக் கட்டிப்பிடித்து முத்தம் கொடுத்தாள்.

"எவ்ளோ நல்ல மனசுப்பா உங்களுக்கு! இவ்ளோ நல்ல புருஷன், நல்ல பிள்ளை... யாருக்கு கிடைப்பா? எனக்கு கிடைச்சிருக்கு!"

"நீ மட்டும் என்னவாம்? இந்த வீட்டுக்கு எவ்ளோ விட்டுக்கொடுத்திருக்க! பிறத்தியாருக்குக் கொடுக்கறதை தடுக்கலையே.. இந்த குணம் யாருக்கு வரும்?"

"எதெல்லாம் உண்மையான சந்தோஷம்ங்கறதை இங்க வந்துதான் தெரிஞ்சுண்டேன் நான்."

"பரவால்லயே.. எங்களை மாதிரி பேச ஆரம்பிச்சட்ட?"

"பின்னே...?"

பவானி எல்லாருக்குமே அழகான புடவைகளை வாங்கினாள். அவளுடைய அண்ணிகள், அண்ணன்கள், அவர்கள் குழந்தைகள் என்று யாரையும் விடவில்லை அனந்தகிருஷ்ணன்.

"எனக்கிருக்கறது ஒரே பிள்ளை. யாருக்கும் எந்த குறையும் இருக்கக் கூடாது பவானி" என்றார்.

கோபாலன் சரோஜாவின் ஊருக்குப் போனார். விஷயத்தைச் சொன்னதும் சரோஜா திகைத்தாள். ஒருபக்கம் மனசு பரவசப்பட்டாலும் மறுபக்கம் பதறியது. அனந்தகிருஷ்ணனுக்கும் பவானிக்கும் இது எவ்வளவு துக்கத்தைத் தரும் என்பது புரிந்தது. அவளால் எந்த ஒரு முடிவுக்கும் வரமுடியவில்லை. ஆனால் அவள் மறுத்தாலும்கூட கோபாலன் பவானிக்கு அந்த சந்தர்ப்பத்தைக் கொடுக்கமாட்டான் என்று தோன்றியது அது யாருக்கோ போவதைவிட அவளே ஏன் அதிர்ஷ்டக்காரியாய் இருக்கக்கூடாது? பெரியம்மா என்பவளும் தாய் ஸ்தானம்தானே.... லலிதாவின் பிள்ளை அவளுக்கும் பிள்ளைதானே...? சரோஜா கோபாலனைப் பார்த்து மெல்லச் சிரித்தாள். கோபாலன் அந்த சிரிப்பில் மலர்ந்து போனான்.

"பூணூலுக்கு ஒரு வாரம் முந்தியே அனந்துவாத்துக்கு ரெண்டுபேரும் வந்துடுங்கோ. அனந்துவும் உனக்கு கடுதாசி போடுவான்." என்று சொல்லிவிட்டுக் கிளம்பினார்.

அவருக்கு ரொம்ப சந்தோஷம். மகாலக்ஷ்மி பெயரில் மட்டும் மகாலஷ்மியாய் இருந்துவிடக்கூடாது. உண்மையிலேயே மகாலக்ஷ்மியாய் ஐஸ்வர்யலஷ்மியாய் ஆகவேண்டும் என்று நினைத்தார். தாத்தாவின் சொத்து அப்பாவின் சொத்து எல்லாமே பரசுவுக்கு வரவேண்டும். அந்த பரசு அவருக்கு மாப்பிள்ளையாய் வரவேண்டும் என்று நினைத்தார். எல்லோரும் முதலிலேயே ஒன்று சேர்ந்திருந்தால் நிச்சயம் அனந்தகிருஷ்ணன் சொந்தத்தில் பெண் எடுக்க சம்மதிக்கமாட்டான் என்பது அவருக்குத் தெரியும். அப்பாவும் பிள்ளையும் பேசிக் கொள்ளாதது அவருக்கு வசதியாகப் போய்விட்டது. "உங்க பிள்ளையை உங்களைத் தேடிண்டு வரவழச்சாச்சு எனக்கு என்ன தருவேள்?" என்று மாமாவிடம் கேட்டார்.

"என்ன வேணுமோ கேளேன்."

"உங்க பேரனை என் பொண்ணுக்கு ஆம்படையானாக்கணும்."

"அது என் கைலயா இருக்கு? என் பிள்ளையே நான் சொன்னப்ப கேக்கல, பேரனா கேட்டுடப் போறான்?"

"அங்கதான் மனுஷாளை நீங்க புரிஞ்சுக்கணும். இத்தனை வருஷப் பிரிவு அனந்துவை ரொம்பவே வாட்டியிருக்கு. இனிமே உங்களை எதிர்த்துப் பேசமாட்டான். பரசு அப்பாபிள்ளை. அப்பா எது சொன்னாலும் கேட்பான். நீங்க உங்க பிள்ளைக்கு ஆர்டர் போடணும். உங்க பிள்ளை அதே ஆர்டரை தன் பிள்ளைக்கு போடுவான். பூணூல் முடிஞ்ச கையோட நல்ல நாள் பார்த்து பரசுவுக்கும் மகாலக்ஷ்மிக்கும் நிச்சயதார்த்தம் முடிச்சுடணும்."

"கல்யாணம்ங்கறது நம்ம கைல இல்லடா கோபாலா"

"இந்த கல்யாணம் உங்க கைலதான் இருக்கு மாமா. உருகிப் போயிருக்கற மெழுகை என்ன வடிவமா வேணா பண்ணிக்கலாம், அனந்து இப்பொ உருப்போயிருக்கான். உங்க

அன்புக்காக பரிதவிக்கறான். சுலபமா அவனை சம்மதிக்க வெச்சுட முடியும் நீங்க நினைச்சா. மகாலக்ஷ்மிக்கு என்ன குறை சொல்லுங்கோ. உங்களுக்காக இத்தனை நாளா நாயா நடந்து பெத்த பிள்ளையைவிட மேலா உங்களைப் பார்த்துண்டு எல்லாம் செஞ்சேனே, பதிலுக்கு நா கேக்கறது ஒண்ணே ஒண்ணுதான், மகாலக்ஷ்மி இந்தாத்து மாட்டுப் பொண்ணாகணும். சரின்னு சொல்லுங்கோ மாமா...'' கோபாலன் மெல்லச் சரிந்து அவர் கால்களில் விழ அவர் நெகிழ்ந்து போனார். ''முயற்சி பண்றேண்டா கோபாலா'' என்று முணுமுணுத்தார்.

''பரசு, கொஞ்சம் எழுந்திரேன்'' யாரோ எழுப்ப பரசு தூக்கிவாரிப்போட எழுந்திருந்தான். யார் என்றான் கண்களைக் கசக்கிக் கொண்டு. எதிரில் யாரோ பெண்மணி நின்றிருந்தாள். முகத்தில் அற்புதமான காந்தி. இதழில் நெளிந்த புன்னகை கண்களைக் கூசவைத்தது.

''யார்..? என்ன வேணும்?''

''எம்பேரு கல்பகம். எனக்கு ஒரு பொண்ணு இருக்கா. ஜாதகம் எடுத்துண்டு வந்திருக்கேன். இதை கொடுத்துட்டு உன்னோடதை வாங்கிண்டு போலாம்னு வந்திருக்கேன்.''

''எ... என்னோடதா...? எனக்கு கல்யாணமா? யார் சொன்னா உங்களுக்கு? எனக்கு கல்யாணத்துல இஷ்டமில்லை.''

''என் பொண்ணைப் பார்த்தா நீ விடமாட்ட பரசு.''

''அப்படியா? எங்கே காட்டுங்கோ பார்க்கலாம்'' இதோ என் பின்னாலதான் இருக்கா பாரேன்.'' அந்த பெண்மணி நகர்ந்துகொள்ள அவள் பின்னால் நின்றிருந்த பெண்ணைக் கண்டு பரசு இமைக்க மறந்தான். எத்தனை அழகு! சாட்சாத் கற்பகாம்பாளுக்கும் ஈஸ்வரனுக்கும் பிறந்தாற்போல் என்ன ஒரு ஒளி!

''நீ இவளைத்தான் பண்ணிக்கணும். இவதான் உன் பெண்டாட்டி புரிஞ்சுதா?''

"எ... என்னது? இதைத் தீர்மானம் பண்ண நீங்க யார்?"

"நான் யாரா? நான்தான் கற்பகவல்லி. அதுக்குள்ள மறந்தாச்சா என்னை?"

திடீரென்று பரசுவின் கண்கள் கூசியது. தேகம் தூக்கிப் போட்டது. சட்டென்று கண்விழித்தான். நாதஸ்வர ஓசை காதில் விழுந்தது. கனவா...? என்ன கனவு இது! எனக்கு இன்று உபநயனம் இல்லையா?

பரசு சட்டென்று எழுந்தான். குளிப்பதற்கு டவலும் சோப்பும், பேஸ்ட்டும் பிரஷ்ஷும் எடுத்துக் கொண்டு பின்பக்கமிருந்த பாத்ரூமிற்குப் போனான். தோளிலிருந்து டவல் நழுவியதுகூடத் தெரியாமல் கனவு பற்றியே நினைத்தபடி நடந்தான்.

"டவல் கீழ விழுந்துடுத்தே" வீணையை மீட்டினாற்போல் பின்னால் ஒரு குரல் ஒலிக்க நின்று திரும்பினான். மறுகணம் தூக்கிவாரிப்போட பிரமித்து நின்றான். எதிரில் சிரித்தபடி நின்றிருந்த உருவத்தைப் பார்த்ததும் கனவா நனவா என்ற சந்தேகம் எழும்பியது. கனவில் பார்த்த அந்தப் பெண் எப்படி இங்கே? இதென்ன அதிசயம்!

"உன் பேர் என்ன...?" என்றான்.

"மகாலக்ஷ்மி"

பரசு வியந்தான். இதுதான் உன் கட்டளையா? கற்பகாம்பாளிடம் மனசுக்குள் கேட்டான்.

அத்தியாயம் 35

நாதஸ்வரக்காரர் ஷண்முகப்ரியாவில் கரைந்துருகிக் கொண்டிருந்தார். அனந்தகிருஷ்ணன் உள்ளுக்கும் வாசலுக்கும் ஓடி ஓடி வந்தவர்களை வரவேற்றுக் கொண்டிருந்தார்.

"இன்னும் சாஸ்திரிகளைக் காணமே, வந்துடுவாரா?" பவானி கேட்டாள்.

"வந்துடுவார். லேட் முகூர்த்தம்தானே... வந்துடுவார். பரசு குளிக்கப் போனானா? குளிச்சுட்டு வந்தப்பறம் மறக்காம அவன் கண்ணுக்கு மையிட்டு திருஷ்டிப் பொட்டுவை. சரோஜா எங்கே இன்னுமா வீட்லேர்ந்து வரல. இங்கயே படுத்துக்கலாம்னேன். இல்ல, சத்திரத்துல தூக்கம் வராதுன்னு ஆத்துக்குப் போனாள். ஒரு ஃபோன் வேணா பண்ணு. நேரம் ஓடறது. அவா ரெண்டு பேரும் இல்லாட்டா எப்டி?" கட்டளைகள் இட்டுவிட்டு பரபரப்பாய் எங்கோ போனார்.

பவானி வீட்டுக்கு ஃபோன் பண்ணினாள். பெல் அடித்துக்கொண்டே இருந்தது. வைத்துவிட்டு அனந்தகிருஷ்ணனிடம் வந்தாள். "புறப்பட்டாச்சுன்னு நினைக்கறேன். ஃபோன் யாரும் எடுக்கல. இப்ப வந்துடுவா. உங்கப்பா டிபன் சாப்ட்டாரா?"

அனந்தகிருஷ்ணன் அப்பாவிடம் வந்தார்.

"டிபன் சாப்பிடறேளாப்பா...?"

"பரசு எங்கே?"

"குளிக்கப் போயிருக்கான்."

"பரசுவோட கல்யாணம் பத்தி யோசிக்கறதுண்டா நீ?"

"இதுவரை யோசிக்கல. அவன் என்னை மாதிரி இல்லப்பா. சந்யாசியாப் போணுங்கறான்."

"என்னடா சொல்ற நீ."

"அவனுக்கு எதுலயுமே ஈடுபாடு இல்லப்பா. இமயமலையில் போய் விச்ராந்தியா உட்கார்ந்துக்கணும்னு ஆசைப்படறான்."

"சந்யாசம் பத்தி என்ன தெரியும் அவனுக்கு?"

"என்னை என் போக்குல விட்ருப்பாங்கறான்."

"விட்டுடப் போறயா?"

"தெரியலப்பா"

"இனிமேலாவது நா சொல்றதைக் கேட்பயா நீ?"

அப்பா கேட்க அனந்த கிருஷ்ணன் மௌனம் சாதித்தார்.

"கோபாலன் பெண் நன்னார்ப்பா. அவளை பரசுவுக்கு நிச்சயம் பண்ணப்பார்."

"பரசு ஒத்துக்கமாட்டாம்ப்பா. அதுவுமில்லாம வயசும் ஆகலையே அவனுக்கு."

"மெதுவா கல்யாணம் நடக்கட்டும். நிச்சயம் பண்ணுன்னுதானே சொல்றேன்."

"அவன்கிட்ட கேட்காம செய்ய முடியாதுப்பா."

"நீ சொல்ற விதமா சொன்னா அவன் கேட்பான்னு எனக்கு நம்பிக்கையிருக்கு."

"சொல்லிப் பார்க்கறேன்."

அனந்தகிருஷ்ணன் சமாதானமாய் பதில் சொன்னாலும் உள்ளுக்குள் பிரமித்துதான் போனார் கோபாலனின் சாதுர்யத்தை

நினைத்து. எத்தனை சமத்காரமாய் காய் நகர்த்துகிறான் இந்த கோபாலன் என்று. பவானி அங்கே பரபரப்பாக ஓடி வந்தாள். "ஒரு நிமிஷம் இங்க வாங்கோ."

"என்ன என்னாச்சு."

"சரோஜா வரவேல்ல. என்னாச்சுன்னு புரியல... வீட்லயும் இல்ல. இங்கயும் வரல. சாஸ்திரிகள் வேற வந்தாச்சு. மணையில யார் உக்காரப் போறா.. வரச் சொல்லுங்கோன்றார்."

அனந்தகிருஷ்ணனின் முகம் மாறியது. கவலையோடு வாசலுக்கு வந்தார். தூரத்தில் கார் வந்து கொண்டிருந்தது.

"நம்ம கார்தான். சரோஜாதான் வரா" என்றார் சந்தோஷமாக. கார் அருகில் வந்து நின்றது. டிரைவர் மட்டுமே இறங்கினார்.

"சரோஜா வரலையா?"

"வந்தாங்க. ஆனா ஸ்டேஷன்ல இறக்கிவிடச் சொன்னாங்க. இந்த லெட்டரை உங்க அப்பாகிட்ட கொடுக்கச் சொல்லி குடுத்தனுப்பினாங்க, உங்ககிட்டகூட கொடுக்கக்கூடாதுன்னாங்க."

"சரி அவர்கிட்டயே கொடு, வா" அனந்தகிருஷ்ணன் அவன் பின்னாலேயே சென்றார்.

"எனக்கா... சரோஜா லெட்டர் கொடுத்தனுப்பினாளா?" அவர் வியந்தார். கவரை வாங்கி உடைத்தார்.

"மாமாவுக்கு சரோஜா அநேக கோடி நமஸ்காரங்களுடன் எழுதிக்கொள்வது. நான் உங்களிடம் நிறைய விஷயம் பேசவேண்டுமென்று நினைத்தேன். ஆனால் ஒவ்வொரு முறையும் தயக்கமும் பாசமும் என்னைக் கட்டிப் போட்டுவிடும். நான் ரொம்பச் சின்னவள். உங்களுக்கு புத்தி சொல்லும் யோக்யதையோ வயசோ எனக்கு கிடையாது. ஆனால் சில உண்மைகளைச் சொல்ல

வயது தேவையில்லை. ஜாதிகள் என்பது செய்யும் தொழிலைப் பொறுத்துத்தான் பலவாகப் பிரிக்கப்பட்டது. எந்தத் தொழிலும் இழிவானதும் அல்ல. பத்து நாள் சேர்ந்தாப்பல லச்சிகள் மலம் வாரிக் கொட்டாம இருந்தா ஊர் என்னவாகும்? என்னாலயும் உங்களாலயும் செய்ய முடியாத காரியத்தை வேறொருவர் செய்யறான்னா அவா நம்பளைவிட உசத்திதானே? அவா மனசு வெச்சா நிச்சயமா வேதம் படிக்க முடியும். ஸ்பஷ்டமா ருத்ரம் சொல்லவும் முடியும். ஆனா எவ்ளோ மனசு வெச்சாலும் உங்களால் மலம் தூக்க முடியுமோ? பிராமணன் அதை செய்யப்படாதும்பேள்.

பிராமணன் என்ற மனுஷனை உசத்தின்னு யாரும் சொல்லலை. பிராமணங்கற தத்துவமும் கொள்கையும், அதோட நியம நிஷ்டைகளும்தான் உசத்தின்னு சாஸ்திரம் சொல்றது.

பிராமணன் இப்டித்தான் இருக்கணும்னு சில கட்டுப்பாடுகள் இருக்கு. அந்த கட்டுப்பாடுகளை சிரத்தையா கடைபிடிக்கற எல்லாருமே பிராமணாதான். அதேநேரம் பிராமணனாப் பிறந்து கடைபிடிக்காம போறவனை பிராமணன்னும் சொல்ல முடியாது. அப்டி பார்த்தா ஒரு நல்ல பிராமணன், பொண்டாட்டியைன்னு இல்ல... யாரையும் ஹிம்சைபண்ணப்படாதுன்னு தர்ம சாஸ்திரம் சொல்றது.

ஆனா எம் புருஷன் அவம்மாவோட சேர்ந்துண்டு. என்னை கல்யாணம் பண்ணிண்டும் வாழவிடாம விலக்கி வெச்சார். பிராமணனுக்கு பொன்னாசை பொருளாசை இருக்கப்படாது.

ஆனா நாலு பவுன் சங்கிலிக்காக எங்க மாமியார் பிராமணத்தியும் மாமனார் பிராமணனும் என் இளமையைக் காய வெச்சா. பிராமணனுக்குன்னு ஒரு

சில ஒழுக்கங்கள் உண்டு. குடிக்கப்படாது, சிகரெட் பிடிக்கப்படாது, இப்டி. ஆனா எம் புருஷனுக்கு ரெண்டு பழக்கமும் உண்டு. இப்போ சொல்லுங்கோ. நா பிராமணன் பொண்டாட்டியா...?

பரசுவுக்கு பூணூல் போடற யோக்கியதை எங்களுக்கு இருக்கா?

நிச்சயமா இல்ல. ஆனா அனந்தகிருஷ்ணன் முற்போக்கான சிந்தனைகள் நிறைஞ்சிருந்தாலும் நா சொல்லற எல்லா ஒழுக்கமும் உள்ள பிராமணன்.

இத்தனை சம்பாதிச்சிருந்தாலும் அவனுக்குப் பொன்னாசை கிடையாது. பொருளாசை கிடையாது. யாரையும் நோகடிக்காதவன், காயப்படுத்தாதவன். கல்யாணம்ங்கறது அவனோட சொந்த வாழ்க்கை.

அதுல நீங்க தலையிட்டப்பொகூட அவன் தர்மம் எதுன்னு யோசிச்சுதான் லலிதாவைக் கைப்பிடிச்சானே தவிர, உங்களை அவமானப்படுத்தும் எண்ணம் அவனுக்கு இருந்ததில்ல, அவனை நீங்க சரியா புரிஞ்சுக்கலை.

அவன்தான் உண்மையான பிராமணன். அவனைக் கல்யாணம் பண்ணிண்ட பிறகு பவானிக்கு ஏது தனி ஜாதி? கடல்ல சேர்ந்தபிறகு நதிக்கு தனி பேருண்டா? கடல்னுதானே சொல்றோம்? பரசுவுக்கு பூணூல் போடற யோக்யதை அனந்துவுக்கும் பவானிக்கும் தவிர வேற யாருக்கு இருக்க. முடியும்? பவானி நல்லவ. ஜாதிங்கற மஞ்சள் கண்ணாடியை எடுத்துட்டு எல்லாரையும் பாருங்கோ. எல்லோரும் மனுஷாதான்.

எல்லாரும் நல்லவாதான். பூணூல் நல்லபடியா நடக்கட்டும். என் ஆசீர்வாதம் எப்போதும் பரசுவுக்கு

உண்டு. நீங்க தத்து கொடுத்தாலும் கொடுக்காட்டாலும் அவன் என்னிக்கும் எனக்கும் பிள்ளைதான்.

ஒரு நல்ல காரியம் நல்லபடியா சிக்கலில்லாம நடக்கணுங்கறதுக்காகத்தான் நா விலகிப் போறேன். அதாவது என் உடம்பு மட்டும். உசிர் அங்கதான் இருக்கும். உங்ககிட்டேர்ந்து வர கடுதாசியைப் பார்த்தப்பறம்தான் இனிமே நா உங்களைப் பார்க்க வருவேன்.''

இப்படிக்கு நமஸ்காரத்துடன்
சரோஜா.

முற்றும்

www.ingramcontent.com/pod-product-compliance
Lightning Source LLC
LaVergne TN
LVHW060225051026
849517LV00005B/1519
9789395441933